अर्थबोध 365
समृद्धीचा नवा मार्ग
भाग 1 : पायाभरणी
सुनिल कोतवाल

कॉपीराइट जाहीरनामा

या पुस्तकामध्ये वापरलेली काही चित्रे कृत्रिम बुद्धिमत्ता (Artificial Intelligence) तंत्रज्ञानाच्या साहाय्याने तयार करण्यात आलेली आहेत. ही चित्रे लेखकाने स्वतः तयार केलेल्या मूळ संकल्पना व निर्देश (Prompts) यांच्या आधारे निर्माण केलेली असून कोणत्याही व्यक्ती, ब्रँड, कंपनी, प्रसिद्ध व्यक्तिमत्व किंवा आधीपासून अस्तित्वात असलेल्या कॉपीराइट संरक्षित कलाकृतीची जाणूनबुजून नक्कल करण्यात आलेली नाही.

जर कोणत्याही चित्रामध्ये अनवधानाने साम्य आढळल्यास तो केवळ योगायोग समजावा.

या पुस्तकातील आर्थिक माहिती ही शैक्षणिक व मार्गदर्शक हेतूसाठी आहे. कोणतीही गुंतवणूक करण्यापूर्वी तज्ज्ञांचा सल्ला घेणे आवश्यक आहे. आर्थिक निर्णयांची जबाबदारी वाचकाची स्वतःची राहील.

Divine Swasthya चा एक उपक्रम

समर्पण

त्या परमशक्तीला,
जी प्रत्येक प्रवासामागे शांतपणे कार्यरत असते,
जिच्या अदृश्य कृपेने प्रत्येक स्वप्नाला दिशा
आणि प्रत्येक प्रयत्नाला अर्थ प्राप्त होतो.

माझ्या आई-वडिलांना,
ज्यांनी माझ्या आयुष्याची मूल्यांची भक्कम पायाभरणी केली,
शिस्त, प्रामाणिकपणा आणि संस्कारांची दीपशिखा
माझ्या हातात दिली.

माझ्या कुटुंबाला,
ज्यांच्या निःशब्द विश्वासाने आणि अविरत पाठिंब्याने
हा संपूर्ण प्रवास शक्य झाला
आणि प्रत्येक पावलावर धैर्य मिळत राहिले.

माझे मार्गदर्शक
प्रीतम पाटील सर,
ज्यांनी माझ्या विचारांना स्पष्ट दिशा दिली
आणि कृती करण्याची जिद्द जागृत केली.

माझे आध्यात्मिक गुरु
सरश्रीजी,
ज्यांनी 'अर्थ' आणि 'जाणीव' यांचा खरा संगम
समजून घेण्याची आणि अनुभवण्याची दृष्टी दिली.

आणि प्रत्येक त्या वाचकाला,
जो बाह्य समृद्धीच्या शोधाबरोबरच
अंतर्मनातील खरी श्रीमंती शोधण्याच्या
अर्थपूर्ण प्रवासावर निघाला आहे.

लेखक परिचय

सुनील गोविंद कोतवाल, *बी.कॉम, एल.एल.बी., डी.आय.टी., डी.पी.एम., एन.डी. (नॅचरोपॅथी डिप्लोमा)*

सुनील गोविंद कोतवाल हे एक अष्टपैलू व्यक्तिमत्त्व असून, त्यांचा प्रवास येरवड्याच्या एका छोट्या पोलीस वसाहतीतून सुरू होऊन 'शून्यातून अनंताकडे' झेपावणारा आहे. गेल्या **२७ वर्षांचा दांडगा प्रशासकीय आणि लष्करी अनुभव** त्यांच्या पाठीशी आहे.

प्रमुख अनुभव आणि कार्यकीर्द:

- **लष्करी सेवा आणि शिस्त:** त्यांनी सैन्य दलाच्या संघटनेमध्ये (NCC) १० वर्षे यशस्वी सेवा बजावली आहे, जिथे देशाचे भावी सैनिक आणि अधिकारी घडवण्याचे महत्त्वपूर्ण कार्य त्यांनी केले.
- **प्रशासकीय आणि वित्तीय नेतृत्व:** महाराष्ट्र शासनाच्या वित्त विभागात त्यांनी विविध जबाबदाऱ्या सांभाळल्या आहेत:

  उपकोषागार अधिकारी (Treasury Office)

  सहाय्यक लेखाधिकारी (विधी व न्याय विभाग)

  लेखाधिकारी (कृषी विभाग)

  लेखाधिकारी

  (सध्या 'इतर मागास बहुजन कल्याण विभाग, पुणे' येथे कार्यरत)

- **प्रशिक्षण आणि कौशल्य विकास:** भारत सरकारच्या **DoPT** अंतर्गत त्यांनी प्रशिक्षणाचे अत्यंत कठीण आणि तांत्रिक कोर्सेस पूर्ण केले आहेत, ज्यात *Systematic Approach to Training (SAT), DTS I & II, DOT, MOT, EOT, Facilitation, Mentoring आणि TNA* यांसारख्या विषयांचा समावेश आहे. **यशदा (YASHADA)** मधून त्यांनी आतापर्यंत जवळपास **२० पेक्षा जास्त कोर्सेस** यशस्वीरीत्या पूर्ण केले असून ते एक प्रमाणित प्रशिक्षक आहेत.
- **साहित्यिक आणि आध्यात्मिक प्रवास:**
- केवळ 'नेटवर्थ' नव्हे तर **'आत्मवर्थ' (Self-worth)** जपण्यावर त्यांचा विश्वास आहे. गेल्या **२० वर्षांपासून ते 'तेजज्ञान फाऊंडेशन' (Happy Thoughts)** या आध्यात्मिक संस्थेशी जोडले गेले आहेत, ज्याचा त्यांच्या विचारांवर आणि

लेखनावर खोलवर प्रभाव आहे. आरोग्य आणि अर्थशास्त्राच्या सांगडीतून त्यांनी आतापर्यंत खालील पुस्तके प्रकाशित केली आहेत:

- १. The Power of 5N
- २. संपूर्ण स्वास्थ्य
- ३. संपूर्ण स्वास्थ्य : खुशियों और समृद्धि की राह (हिंदी आवृत्ती)
- ४. अर्थबोध ३६५ (नवे प्रकाशन)
- याच मालिकेतील पुढील भाग —
  अर्थबोध ३६५ भाग २ : अंमलबजावणी (The Execution) आणि
  अर्थबोध ३६५ भाग ३ : यशशिखर (The Freedom)
  ही पुस्तके सध्या लेखनप्रक्रियेत असून आर्थिक जाणीव, कृती आणि स्वातंत्र्याचा पुढील प्रवास वाचकांसमोर मांडणार आहेत. ही दोन्ही पुस्तके लवकरच प्रकाशित होणार आहेत.

वैचारिक ध्येय

"Divine Swasthya" या उपक्रमाद्वारे ते आर्थिक शिस्त, मानसिक स्थैर्य आणि आध्यात्मिक समृद्धी यांचा संतुलित मार्ग समाजासमोर ठेवत आहेत.

त्यांचा ठाम विश्वास आहे की —

आर्थिक स्वातंत्र्य आणि आंतरिक शांतता या दोन्हींची सांगड घातल्याशिवाय खरी समृद्धी साध्य होत नाही.

अर्थबोध ३६५ मालिका

मानवी जीवनातील आर्थिक जाणीव, शिस्त आणि समृद्धीचा प्रवास एका दिवसात घडत नाही.
तो विचार, कृती आणि अंतर्मनातील परिवर्तन यांच्या सातत्यपूर्ण प्रक्रियेतून घडतो.

"अर्थबोध ३६५" ही मालिका त्या प्रवासाचा मार्गदर्शक नकाशा आहे.

या मालिकेतील तीन टप्पे —

भाग १ : अर्थबोध ३६५

(Foundation)
आर्थिक जाणीव, विचारसरणी आणि समृद्धीची भक्कम पायाभरणी.

भाग २ : अर्थबोध ३६५ – अंमलबजावणी

(The Execution)
विचारांना कृतीत उतरवून आर्थिक शिस्त आणि प्रणाली निर्माण करण्याचा मार्ग.

भाग ३ : अर्थबोध ३६५ – यशशिखर

(The Freedom)
आर्थिक स्वातंत्र्य, संतुलित जीवन आणि अंतर्मनातील समाधानाकडे नेणारा प्रवास.

लेखकाचा वैयक्तिक संदेश

प्रिय वाचक मित्रांनो,

“अर्थबोध ३६५” हे पुस्तक लिहिण्यामागे केवळ आर्थिक मार्गदर्शन देण्याचा उद्देश नाही, तर प्रत्येक व्यक्तीच्या जीवनात आर्थिक जागरूकतेची एक सातत्यपूर्ण ज्योत प्रज्वलित करण्याचा माझा प्रयत्न आहे. माझा स्वतःचा प्रवास एका साध्या पोलीस वसाहतीतून सुरू झाला. जीवनाने शिस्त शिकवली, शासनसेवेने जबाबदारी शिकवली, आणि आध्यात्मिक साधनेने मला अंतर्मनाचा खरा अर्थ समजावून दिला. या प्रवासात मला एक गोष्ट प्रकर्षाने जाणवली —

लोक पैसा कमवतात, पण पैशाचे तत्त्वज्ञान समजून घेत नाहीत.

अर्थ म्हणजे केवळ नोटा नाहीत;
अर्थ म्हणजे निवडीची ताकद,
अर्थ म्हणजे आत्मसन्मान,
आणि अर्थ म्हणजे योग्य वेळी योग्य निर्णय घेण्याची क्षमता.

या पुस्तकातील प्रत्येक दिवसाचा विचार हा तुमच्यातील आर्थिक सजगतेला जागवण्यासाठी आहे. हे पुस्तक एकदम वाचून संपवण्यासाठी नाही, तर दररोज एक पाऊल पुढे टाकण्यासाठी आहे. ३६५ दिवसांत जीवन बदलते का?

हो — जर विचार बदलला तर.

मी स्वतः प्रशासन, वित्त, शिस्त आणि आध्यात्मिक चिंतन या चौकटीतून जे अनुभवले, जे शिकलो, जे जगलो — त्याचेच सार या पुस्तकात दिले आहे.

तुम्ही मोठे गुंतवणूकदार असाल किंवा नव्याने सुरुवात करणारे तरुण,
सरकारी सेवेत असाल किंवा उद्योजक —
अर्थबोध हा सर्वांसाठी आहे.

माझी मनापासून इच्छा आहे की हे पुस्तक तुमच्या ‘नेटवर्थ’ बरोबरच ‘आत्मवर्थ’ वाढवेल.

दररोज एक विचार वाचा, त्यावर चिंतन करा, आणि छोटासा कृतीनिर्णय घ्या.

तुमचा आर्थिक प्रवास अधिक स्पष्ट, शिस्तबद्ध आणि समृद्ध होवो — हीच शुभेच्छा.

आपला सहप्रवासी,

सुनील गोविंद कोतवाल

प्रस्तावना: एका शिस्तबद्ध आर्थिक क्रांतीचा श्रीगणेशा

नमस्कार, मी सुनील कोतवाल.

आज तुम्ही माझ्या ३६५ दिवसांच्या आर्थिक प्रवासाचे हे पुस्तक तुमच्या हातात धरले आहे, पण या प्रवासाची सुरुवात एका वेगळ्या वळणावर, एका वेगळ्या जडणघडणीतून झाली होती. या पुस्तकाची पाने उलटण्यापूर्वी, मला तुम्हाला माझ्या त्या जगाची ओळख करून द्यायची आहे, जिथे हा 'सुनील कोतवाल' घडला.

शिस्त आणि सेवा: माझा पाया

माझ्या आयुष्यातील १० महत्त्वाची वर्षे मी भारतीय सैन्य दलात सेवा बजावण्यात घालवली. तिथे माझे काम केवळ नोकरी नव्हती, तर ती राष्ट्रसेवा होती. एन.सी.सी. (NCC) च्या माध्यमातून भावी वॉरियर्स' घडवण्याचे भाग्य मला लाभले. त्यांच्या प्रशिक्षणात, शिस्तीत आणि मानसिक तयारीमध्ये माझा छोटासा वाटा होता. त्या काळाने मला दिलेली सर्वात मोठी भेट म्हणजे **'शिस्त' (Discipline)** आणि **'समर्पण' (Dedication)**. याच योगदानाबद्दल मला 'डीजी एन.सी.सी. कमेंडेशन कार्ड' आणि मेडलने सन्मानित करण्यात आले, पण खरा सन्मान तो होता जो माझ्या स्वभावात रुजलेल्या शिस्तीने मला दिला.

बदललेले वळण आणि आर्थिक चक्रव्यूह

सैन्य दलाच्या सेवेतून बाहेर पडल्यानंतर आयुष्याची दुसरी इनिंग सुरू झाली. जिद्द कायम होती, म्हणूनच एम.पी.एस.सी. (MPSC) परीक्षेत यश मिळवून मी महाराष्ट्र वित्त व लेखा सेवा (MFAS) कॅडरमध्ये दाखल झालो. कोषागार, विधी व न्याय, कृषी आणि सध्या इतर मागास बहुजन कल्याण विभागात लेखाधिकारी म्हणून काम करताना सरकारी तिजोरीच्या हिशोबांचे काम चोख पार पाडले.

परंतु, हे सर्व करत असताना मला एक दाहक वास्तव जाणवले—आपण आयुष्यात खूप कष्ट करतो, पैसे कमवतो, पण अनेकदा आपल्याला 'पैशांचे गणित' कोणी शिकवत नाही. मी पाहिले की, अनेक जण भरपूर कमावतात, पण योग्य नियोजनाअभावी आयुष्याच्या संध्याकाळी चिंतेतच असतात. मला स्वतःलाही हे जाणवले की, **आर्थिक साक्षरता हा केवळ आकड्यांचा खेळ नाही, तर ती एक जीवनशैली आहे.**

'Summary Man' चा जन्म

मला वाचनाची आणि अथांग माहितीचे सार (Summary) काढण्याची मनापासून आवड होती. किचकट आर्थिक विषयांचा अभ्यास करून, त्यांचा सोप्या भाषेत सारांश मांडू लागलो. त्यातूनच **'Summary Man'** ही माझी नवी ओळख निर्माण झाली. पण मला केवळ दुसऱ्यांचे ज्ञान सांगून थांबायचे नव्हते, तर मला ते स्वतःच्या आयुष्यात प्रत्यक्ष जगून पाहायचे होते.

३६५ दिवसांचा संकल्प: ही डायरी का?

एका विशिष्ट दिवशी मी स्वतःला एक आव्हान दिले— *"पुढील ३६५ दिवस मी आर्थिक साक्षरतेचा एक एक धडा रोज शिकणार, तो आचरणात आणणार आणि त्याची नोंद करणार."*

ही डायरी म्हणजे केवळ गुंतवणुकीचा कोरडा सल्ला नाही, तर माझ्या स्वतःच्या संघर्षाचा, शिकण्याचा आणि परिवर्तनाचा जिवंत प्रवास आहे. ५० व्या वर्षी 'वय उलट मोजण्याच्या'

(Reverse Aging) सकारात्मकतेपासून ते 'Atomic Habits' पर्यंत, आणि वायू सेनेतील पोलादी शिस्तीपासून ते 'आर्थिक स्वातंत्र्यापर्यंतचा' हा सारांश आहे.
हे पुस्तक तुमच्यासाठी का?
जर तुम्हाला वाटत असेल की आर्थिक नियोजन कठीण आहे, तर ही डायरी तुम्हाला सांगेल की ते अतिशय सोपे आहे. जर मी एका मध्यमवर्गीय पार्श्वभूमीतून येऊन, शिस्तीच्या जोरावर हे साध्य करू शकतो, तर तुम्हीही नक्कीच करू शकता.
आज जेव्हा माझा मुलगा एअर स्क्वाड्रन एन.सी.सी. मध्ये प्रवेश घेऊन माझा वारसा पुढे नेतोय, तेव्हा मला जाणीव होते की, आपण आपल्या पाठीमागे केवळ संपत्ती नाही, तर '**संस्कार आणि साक्षरतेचा वारसा**' सोडून गेला पाहिजे.
चला तर मग, माझ्या या ३६५ दिवसांच्या प्रवासात सामील व्हा. ही केवळ माझी गोष्ट नाही, हे तुमच्याही आर्थिक यशाचे गुपित ठरू शकते!

टर्निंग पॉइंट (Turning Point)

मला सोशल मीडियाच्या माध्यमातून **PGP Hub** बद्दल कळाले. सुरुवातीला वाटले की हा फक्त एक शेअर मार्केटचा कोर्स असेल. पण जेव्हा मी पहिला वेबिनार अटेंड केला, तेव्हा मला समजले की, हे पैशांपेक्षा जास्त '**माइंडसेट**' बद्दल आहे.

तिथे मला पहिल्यांदा जाणवले की, मी फक्त नोकरी करत होतो, पण मी माझी '**नेट वर्थ**' **(Net Worth)** कधीच मोजली नव्हती. त्या पहिल्याच सत्रात माझ्या विचारांची दिशा बदलली.

PGP Hub कम्युनिटीमधील प्रवासाने माझ्या जीवनाला आणि विचारविश्वाला एक नवा आकार दिला. सुरुवातीला ही जागा फक्त आर्थिक शिक्षण आणि गुंतवणुकीचे तंत्र शिकवणारी वाटत होती, पण हळूहळू जाणवू लागले की येथे केवळ पैशांबद्दल नाही, तर संपूर्ण जीवनाविषयी संवाद चालतो. प्रीतम सरांच्या दृष्टिकोनातून आणि कोमल मॅडमच्या सूक्ष्म समजावणीमधून पैशाचा अर्थ, उद्देश आणि जबाबदारी नव्याने उलगडत गेला.

PGP Hub मध्ये दररोज होणाऱ्या सेशनमुळे आर्थिक कोचिंग हा माझ्यासाठी फक्त बाहेरून मिळणारा सल्ला न राहता एक अंतर्मुख प्रक्रिया बनला. Long Term Goal Planning, Net Worth Calculation, Market Segment, FD विरुद्ध म्युच्युअल फंड अशा विषयांबरोबरच Remove Distraction, Live Stress Free Life, Goal Writing, How to Attract Money यांसारख्या सत्रांनी आतल्या जगाशी संवाद साधायला शिकवले. या सततच्या शिकण्याची नोंद ठेवण्यासाठी मी दैनिक Financial Freedom Diary लिहायला सुरुवात केली. त्या डायरीत नुसते आकडे, प्लॅन किंवा पोर्टफोलिओ नसतो; तिथे माझे विचार, भीती, संधी, चुका, सुधारणा आणि कृतज्ञता रोज मोकळेपणाने उतरतात.

प्रीतम सरांचे मार्गदर्शन हे या संपूर्ण प्रवासाचे केंद्र आहे. त्यांची कठोर पण करुणामय शैली, स्पष्ट आर्थिक फ्रेमवर्क, आणि "तुमचे आर्थिक भविष्य तुमच्या दैनंदिन कृतींनी घडते" हा सातत्याने दिलेला संदेश माझ्या प्रत्येक निर्णयामध्ये दिसू लागला. कोमल मॅडमने numbers मागची कथा समजावून सांगितली – HLV, ULIP vs Mutual Fund, FD vs Stock Market, CIBIL Score, Insurance Planning यांसारख्या विषयांमधून त्यांनी जोखमीच्या पलीकडे असलेला सुरक्षिततेचा अर्थ समजावला. या दोन्ही Mentor च्या सहवासात आर्थिक कोचिंग हे नुसते विषय शिकणे न राहता एक "जीवनशैली" होऊ लागली.

या पुस्तकातील मजकूर ही त्या Financial Freedom Diary ची निवडलेली पानं आहेत. PGP Hub मधील Daily Financial Practice, FFR सारख्या कार्यक्रमांच्या आठवणी, Q & A सत्रात विचारलेले प्रश्न, माझे स्वतःचे छोटे–मोठे प्रयोग आणि त्यातून झालेली जाणीव – हे सर्व या पानांत एकत्र आले आहे. त्यामुळे हे पुस्तक तयार करताना मी फक्त लेखक म्हणून नाही, तर विद्यार्थी, साधक आणि कोच या तिन्ही भूमिकांमधून लिहिले आहे.

PGP Hub कम्युनिटीने मला जे दिले, ते केवळ आर्थिक स्वातंत्र्याचे तंत्र नाही, तर "जागरूक जीवन" जगण्याची एक दिशा आहे. म्हणूनच या पुस्तकाकडे मी फक्त माहितीपत्रक म्हणून पाहत नाही. वाचकानेही ते तसंच न पाहता, आपल्या स्वतःच्या डायरीचा विस्तार म्हणून वापरावा, अशी इच्छा आहे. तुमचे स्वप्ने, तुमचे ध्येय, तुमच्या मर्यादा आणि तुमची वित्तीय प्रत्यक्षता – या सगळ्यांसोबत प्रामाणिक संवाद साधत पुढे जाण्यासाठी हे पुस्तक एक सोबत करणारा मित्र ठरो, एवढीच अपेक्षा.

या नोंदीपासून पुढे मी स्वतःला फक्त विद्यार्थी म्हणून नाही, तर माझ्या आयुष्याचा लेखक म्हणून पाहतो. प्रत्येक दिवस माझ्या Financial Learning Diary मधील एक नवा अध्याय आहे, आणि PGP Hub कम्युनिटी, प्रीतम सर, कोमल मॅडम आणि माझी स्वतःची जागरूकता मिळून त्या अध्यायांना अर्थ देत आहेत.

आजच्या नोंदीत मी स्वतःबद्दल एक महत्त्वाची जाणीव शब्दात मांडली आहे – मी मायनस नेट वर्थमधून केवळ प्लसकडे आलो नाही; मी हळूहळू "Purpose" कडे चालू लागलो आहे. कर्जमुक्त होणे, स्वप्नातील कार घेणे, पाच क्रेडिट कार्ड्स बंद करणे, नवीन Passive Income Sources तयार करणे आणि तीन पुस्तके लिहिणे – ही फक्त यशाची यादी नाही. ही माझ्या आर्थिक शिस्तीची, धैर्याची आणि सातत्याची प्रत्यक्ष साक्ष आहे. ही डायरी लिहिताना मी जाणूनबुजून प्रत्येक गोष्ट नोंदवतो, कारण मला ठाऊक आहे की ही नोंद माझ्यासाठी आणि नंतर माझी कथा वाचणाऱ्या प्रत्येकासाठी पुरावा ठरणार आहे की "Level Up" हा फक्त शब्द नाही, तर जगण्याची पद्धत असू शकते.

माझ्या लेखनात मला एक सुंदर बदल दिसतो – "PGP ने मला साधने दिली" इथून ते आता "मी इतरांना मार्गदर्शन करणारा होत आहे" इथे येऊन पोहोचले आहे. प्रीतम सरांच्या काटेकोर

मार्गदर्शनाने आणि कोमल मॅडमच्या स्पष्ट आर्थिक शिकवणीने मी कॅल्क्युलेटर वापरणारा विद्यार्थीपासून संकल्पना समजावणारा कोच होण्याच्या प्रवासाला सुरुवात केली आहे. म्हणूनच महा-कार्यशाळेसाठी तयारी, Diamond Level चे नियम समजून घेणे, माझा कोचिंग प्रोग्राम डिझाईन करणे आणि चौथे पुस्तक प्रकाशनाच्या टप्प्यावर नेणे – हे सगळे फक्त माझी वैयक्तिक ध्येये नसून, माझ्या वाचकांसाठी तयार होणारा एक सुरक्षित आणि स्पष्ट आर्थिक मार्ग आहे.

या डायरीत मला सर्वात जास्त आनंद देणारी गोष्ट म्हणजे माझा Daily Rituals कडे पाहण्याचा दृष्टिकोन. Writing, Learning आणि Income Growth यांना मी तीन वेगवेगळ्या गोष्टी म्हणून न पाहता, एकसंध प्रणाली म्हणून पाहतो. सकाळचे लेखन माझे मन स्वच्छ करते, दिवसातील शिकणे माझ्या विचारांना धार लावते, आणि दिवसअखेरचा आर्थिक आढावा माझ्या निर्णयांना दिशा देतो. ही नोंद लिहिताना मी स्वतःलाच पुन्हा सांगतो – "तू अशी प्रणाली रोज चालू ठेवलीस, तर तुझी वाढ हा अपघात नाही, तर नियम होईल."

कधीकाळी मायनसच्या आकड्यांनी घाबरणारा मी, आज त्या आकड्यांच्या पलीकडे "Purpose" या टप्प्यावर पोहोचत आहे, ही जाणीव मला खोलवर स्पर्श करते. PGP ने मला शिकवले की Upgrade बटण बाहेर कुठेतरी नाही; ते माझ्या मनात आहे. या डायरीच्या प्रत्येक पानावर मी ते बटण पुन्हा पुन्हा दाबत आहे – कधी लिहून, कधी शिकून, कधी माझा अनुभव इतरांपर्यंत पोहोचवून.

आजच्या पानाचा शेवट मी ज्या एका वाक्यात केला आहे, ते खरं तर माझ्या पुढील संपूर्ण प्रवासाचे घोषवाक्य आहे –
"मी केवळ Level Up झालो नाही; मी Level Up करण्याची प्रणालीच बनत आहे."

तुमचाच,

सुनील कोतवाल

भाग १: पायाभरणी (Foundations)

प्रस्तावना

आर्थिक साक्षरतेच्या प्रवासातील सर्वात महत्त्वाचा टप्पा म्हणजे 'पायाभरणी'. आपण आयुष्यात किती पैसे कमवतो, यापेक्षा आपण त्या पैशांकडे कोणत्या दृष्टिकोनातून पाहतो, हे अधिक महत्त्वाचे असते. अनेकजण वर्षानुवर्षे कष्ट करतात, पण तरीही एका चक्रात अडकल्यासारखे वाटतात—ज्याला रॉबर्ट कियोसाकी यांनी **'उंदराची शर्यत' (Rat Race)** असे म्हटले आहे.

या पहिल्या भागात आपण आपल्या आर्थिक भविष्याची इमारत ज्या पायावर उभी राहणार आहे, त्याचा सखोल अभ्यास करणार आहोत. हा भाग केवळ आकडेमोडीचा नसून तो तुमच्या मानसिकतेचा (Mindset) आहे. या भागात आपण काय शिकणार आहोत?

१. **मानसिकता बदलणे:** गरीब आणि श्रीमंत मानसिकतेमध्ये नेमका काय फरक असतो? पैसा आपल्यासाठी कसा काम करू शकतो, हे समजून घेणे ही यशाची पहिली पायरी आहे. जोपर्यंत आपण नोकरी आणि पगाराच्या पलीकडे जाऊन 'गुंतवणूक' आणि 'मालकी' या गोष्टींचा विचार करत नाही, तोपर्यंत आर्थिक बदल घडणे कठीण आहे.

२. **बचतीची सवय:** बचत करणे म्हणजे केवळ पैसे साठवणे नव्हे, तर स्वतःच्या भविष्याला सुरक्षित करणे होय. 'प्रथम स्वतःला पैसे द्या' या नियमाचा वापर करून आपण बचतीला शिस्त कशी लावू शकतो, हे आपण येथे पाहणार आहोत.

३. **उंदराच्या शर्यतीतून बाहेर पडणे :** सकाळी उठणे, कामावर जाणे, बिले भरणे आणि पुन्हा उद्याच्या कामाची चिंता करणे—हे चक्र कसे तोडायचे? आपल्या गरजा आणि चैन यातील फरक ओळखून आर्थिक स्वातंत्र्याकडे जाणारा मार्ग आपण शोधणार आहोत.

हा भाग वाचल्यानंतर तुम्हाला जाणवेल की, श्रीमंत होण्यासाठी नशिबापेक्षा 'शिस्त' आणि 'योग्य विचार' यांची जास्त गरज असते. चला तर मग, आपल्या आर्थिक स्वातंत्र्याचा पाया रचूया!

"तुमचे उत्पन्न तुमच्या व्यक्तिमत्त्वाच्या विकासापेक्षा जास्त वाढू शकत नाही."

महिना १: पायाभरणी (Mindset & Awareness)

प्रस्तावना: आपण या महिन्यात काय शिकणार आहोत?

आर्थिक साक्षरतेचा हा प्रवास सुरू करताना, पहिल्या महिन्यात आपण थेट गुंतवणुकीच्या आकड्यांत न शिरता, आपल्या **'आर्थिक पायावर'** काम करणार आहोत. ज्याप्रमाणे एखादी इमारत किती उंच जाईल हे तिच्या पायावर अवलंबून असते, तसेच तुमची श्रीमंती तुमच्या 'आर्थिक मानसिकतेवर' (Money Mindset) अवलंबून असते.

या पहिल्या ३० दिवसांत आपण खालील महत्त्वाच्या गोष्टींचा अभ्यास करणार आहोत:

१. पैशांकडे पाहण्याचा नवा दृष्टिकोन

आपण वर्षानुवर्षे पैशाबद्दल जे ऐकत आलो आहोत (उदा. पैसा हे सर्व अनर्थाचे मूळ आहे), त्या जुन्या विचारांना छेद देऊन 'पैसा हे प्रगतीचे साधन आहे' हा सकारात्मक विचार आपण रुजवणार आहोत. श्रीमंत होण्यापूर्वी 'श्रीमंत मानसिकता' कशी घडवायची, हे आपण शिकणार आहोत.

२. स्वतःच्या आर्थिक स्थितीचे मोजमाप

आपण कुठे आहोत हे कळल्याशिवाय कुठे जायचे आहे हे ठरवता येत नाही. या महिन्यात आपण आपली 'नेटवर्थ' मोजायला शिकणार आहोत. आपल्या मालमत्ता (Assets) आणि देणी (Liabilities) यांचा खरा आरसा आपण समोर ठेवणार आहोत.

३. गरज आणि इच्छा यांतील संघर्ष

अनेकांचा पैसा 'दिखाव्यावर' खर्च होतो. आपण या महिन्यात आपल्या खर्चाचे वर्गीकरण करायला शिकणार आहोत. नेमकी 'गरज' कशाला म्हणायचे आणि 'इच्छा' कशी ओळखावी, याची स्पष्टता आपल्याला मिळेल.

४. बचतीचे पहिले पाऊल

गुंतवणूक करण्यासाठी पैसा लागतो आणि तो पैसा वाचवल्याशिवाय निर्माण होत नाही. या महिन्यात आपण 'आधी बचत, मग खर्च' हे सूत्र प्रत्यक्ष अमलात आणायला सुरुवात करणार आहोत.

५. महागाईचा छुपा राक्षस

तुमचा पैसा बँकेत पडून राहिला तर तो कसा कमी होतो, म्हणजेच 'महागाई' तुमच्या खिशातून पैसे कसे चोरते, याची जाणीव आपण करून घेणार आहोत.

६. आर्थिक ध्येयनिश्चिती

"मला खूप पैसे हवेत" हे ध्येय नाही. आपण आपली ध्येये कशी स्पष्ट करावीत (उदा. मुलांचे शिक्षण, घर, निवृत्ती) आणि ती आकड्यांत कशी मांडावीत, हे या महिन्याच्या शेवटी आपण शिकलेले असू.

थोडक्यात सांगायचे तर...

या पहिल्या महिन्यात आपण आपल्या आर्थिक अज्ञानाचा अंधार दूर करून, एका जागरूक आणि शिस्तबद्ध गुंतवणूकदाराचा 'जन्म' घेणार आहोत.

चला तर मग, पाया मजबूत करूया!

आर्थिक साक्षरतेच्या प्रवासातील सर्वात कठीण आणि सर्वात महत्त्वाचा टप्पा म्हणजे हा **पहिला महिना**. लोक सहसा विचारतात, "मी पैसे कुठे गुंतवू?" पण मी म्हणतो, "आधी तुम्ही विचार कसा करता, हे तपासा." कारण जोपर्यंत तुमच्या मनात पैशाबद्दलचे विचार स्पष्ट नाहीत, तोपर्यंत कोणतीही गुंतवणूक तुम्हाला श्रीमंत करू शकणार नाही.

दिवस १: श्रीमंतीची खरी व्याख्या

१. प्रस्तावना: तुम्ही किती कमावता यापेक्षा तुम्ही किती वाचवता हे जास्त महत्त्वाचे का आहे?

बऱ्याचदा आपण 'मोठा पगार' किंवा 'मोठा व्यवसाय' म्हणजे 'मोठी श्रीमंती' असं मानतो. समाजात वावरताना आपण लोकांच्या गाड्या, त्यांचे कपडे किंवा त्यांच्या घरावरून त्यांच्या श्रीमंतीचा अंदाज लावतो. पण खरंच ती श्रीमंती असते का?

एखादा माणूस महिना ५ लाख कमावत असेल आणि त्याचे खर्चही ५ लाख असतील, तर तांत्रिकदृष्ट्या तो 'श्रीमंत' नाही, तर तो फक्त एक 'पॅसेज' (Passage) आहे जिथून पैसा येतो आणि जातो. खरी श्रीमंती तुमच्या बँकेत किंवा गुंतवणुकीत किती पैसा 'मुक्कामाला' थांबतो, यावर ठरते.

२. माझी गोष्ट: पगारवाढ की खर्चाची वाढ?

जेव्हा माझा पगार पहिल्यांदा लक्षणीयरीत्या वाढला, तेव्हा मला खूप आनंद झाला. मला वाटलं की आता आयुष्यातील सर्व आर्थिक ताण संपतील. पण झालं उलटंच. पगार वाढल्याबरोबर मी आधीपेक्षा महागडा फोन घेतला, बाहेर जेवण्याचे प्रमाण वाढलं आणि नकळत माझ्या गरजा 'अपग्रेड' झाल्या.

महिना अखेरीस जेव्हा मी माझा बँक बॅलन्स पाहिला, तेव्हा तो पुन्हा 'झिरो'च्या जवळ होता. पगार ५० हजार असताना जी अवस्था होती, तीच १ लाख झाल्यावरही होती. तेव्हा मला जाणीव झाली की, माझं उत्पन्न वाढलं होतं पण माझी 'आर्थिक बुद्धिमत्ता' (Financial IQ) अजूनही जुनीच होती. मी फक्त अधिक वेगाने पैसे खर्च करायला शिकलो होतो, ते टिकवायला नाही.

३. आजचे शिक्षण : सेव्हिंग रेट (Saving Rate)

श्रीमंती ही तुमच्या उत्पन्नावर (Income) नाही, तर तुमच्या 'सेव्हिंग रेट'वर अवलंबून असते.

सूत्र: सेव्हिंग रेट = (बचत ÷ एकूण उत्पन्न) × १००

तुमचा पगार ही तुमची 'ॲक्टिव्हिटी' आहे, पण तुमची बचत हे तुमचे 'ॲसेट' आहे. जोपर्यंत तुमच्याकडे बचतीची शिस्त नाही, तोपर्यंत तुम्ही कितीही कमावले तरी तुम्ही 'उंदराच्या शर्यतीत' (Rat Race) अडकलेले राहाल.

४. कृती आराखडा : वास्तव तपासा

आज तुम्हाला कोणत्याही मोठ्या बदलाची गरज नाही, फक्त 'आरसा' पाहण्याची गरज आहे. खालील रकाने भरून तुमच्या आर्थिक वास्तवाचा आढावा घ्या:

- **मागील महिन्याचे एकूण उत्पन्न:** ₹ ________
- **मागील महिन्याचा एकूण खर्च:** ₹ ________
- **मागील महिन्याची एकूण बचत:** ₹ ________
- **माझा सेव्हिंग रेट:** ________ % (बचत ÷ उत्पन्न × १००)

५. माझी टिपणे

(येथे तुम्हाला आज काय जाणवलं ते लिहा. खर्च करताना तुमची मानसिक स्थिती काय होती?)

आजची शपथ: "मी आजपासून माझ्या उत्पन्नापेक्षा माझ्या बचतीवर अधिक लक्ष देईन. पैसा कमावणे हे माझे कौशल्य आहे, पण पैसा टिकवणे ही माझी जबाबदारी आहे."

दिवस २: नेट वर्थचे वास्तव

१. प्रस्तावना: तुमची आजची नेट वर्थ (Net Worth) मायनस असेल तर घाबरू नका, हाच बदलाचा बिंदू आहे.

बहुतेक लोक आपला आर्थिक स्तर आपल्या पगारावरून किंवा 'कॅश इन हँड' वरून ठरवतात. पण तुम्ही खरोखर किती श्रीमंत आहात, हे मोजण्याचे एकमेव साधन म्हणजे तुमची 'नेट वर्थ' (Net Worth). जर उद्या तुमची नोकरी गेली किंवा उत्पन्न थांबले, तर तुमच्याकडे जे उरेल ती तुमची खरी संपत्ती. जर तुमची नेट वर्थ आज शून्यापेक्षा कमी (Negative) असेल, तर समजा की तुम्ही आजपर्यंत फक्त दुसऱ्यांसाठी (बँका आणि कर्ज देणारे) काम करत होता. पण हीच जाणीव तुमच्या आर्थिक क्रांतीची पहिली पायरी आहे.

२. माझी गोष्ट: तो 'मायनस' आकडा आणि माझा धक्का

मला आजही आठवतो तो दिवस, जेव्हा मी PGP च्या वर्गात बसलो होतो आणि सरांनी आम्हाला आमची नेट वर्थ काढायला सांगितली. मला वाटत होतं की माझ्याकडे गाडी आहे, बरं चाललंय, तर माझी परिस्थिती ठीक असेल. पण जेव्हा मी एका कागदावर माझी मालमत्ता आणि दुसऱ्या बाजूला माझी सगळी देणी (Home Loan, Car Loan, 5 Credit Cards) लिहिली, तेव्हा आकडा 'लाल' रंगात आला. माझी नेट वर्थ **मायनस** मध्ये होती.

तो माझ्यासाठी एक मोठा धक्का होता. मला रात्री झोप लागली नाही. पण त्याच धक्क्याने मला एक 'झोंबणारी' स्पष्टता दिली. मला समजलं की मी आजपर्यंत फक्त श्रीमंत असल्याचा 'दिखावा' करत होतो. जोपर्यंत मी तो मायनस आकडा पाहिला नाही, तोपर्यंत मला माझ्या परिस्थितीचे गांभीर्य समजलेच नसते. तिथूनच माझा '+१ कोटी' पर्यंतचा प्रवास सुरू झाला.

३. आजचे शिक्षण : नेट वर्थचे गणित

नेट वर्थ म्हणजे तुम्ही आजपर्यंत साठवलेली 'खरी पुंजी'.

सूत्र: नेट वर्थ = एकूण मालमत्ता (Assets) – एकूण देणी (Liabilities)

- **मालमत्ता (Assets):** जे तुमच्या खिशात पैसे टाकतात (उदा. रोख रक्कम, सोनं, शेअर्स, जमीन).
- **देणी (Liabilities):** जे तुमच्या खिशातून पैसे बाहेर काढतात (उदा. वैयक्तिक कर्ज, क्रेडिट कार्ड थकबाकी, कार लोन).

लक्षात ठेवा, तुमच्या राहत्या घराला मालमत्ता मानण्यापूर्वी हे तपासा की त्या घराचा हप्ता तुमच्या खिशातून जातोय की तुम्हाला उत्पन्न देतोय.

४. कृती आराखडा : तुमचा आर्थिक आरसा

आज कोणत्याही भीतीशिवाय खालील तक्ता भरा. हा आकडा फक्त तुम्हालाच माहित राहणार आहे, त्यामुळे प्रामाणिक राहा.

अ) माझी मालमत्ता (Assets):

1. बँक शिल्लक: ₹ _________
2. सोन्यातील गुंतवणूक: ₹ _________
3. शेअर्स/म्युच्युअल फंड: ₹ _________
4. इतर (उदा. पीएफ, जमीन): ₹ _________

   एकूण मालमत्ता (A): ₹ _________

ब) माझी देणी (Liabilities/Loans):

1. क्रेडिट कार्ड थकबाकी: ₹ _________
2. वैयक्तिक कर्ज (Personal Loan): ₹ _________
3. वाहन कर्ज (Car/Bike Loan): ₹ _________
4. इतर देणी: ₹ _________

   एकूण देणी (B): ₹ _________

माझी आजची नेट वर्थ (A - B): ₹ _________

५. माझी टिपणे

(नेट वर्थचा आकडा पाहिल्यावर तुम्हाला काय वाटले? भीती, आश्चर्य की जिद्द?)

आजची शपथ: "माझा आजचा आकडा काहीही असो, मी तो बदलण्यासाठी कटिबद्ध आहे. वास्तव स्वीकारणे हीच प्रगतीची पहिली पायरी आहे."

दिवस ३: पैसा म्हणजे 'वेळ'

१. प्रस्तावना: पैसा म्हणजे कागद नाही, पैसा म्हणजे तुमच्या आयुष्यातील मौल्यवान वेळ आहे.

आपण जेव्हा दुकानात जातो आणि एखादी वस्तू विकत घेण्यासाठी खिशातून ५०० रुपयांची नोट काढतो, तेव्हा आपल्याला वाटतं की आपण फक्त कागदाचा एक तुकडा दिला आहे. पण खरं तर, तुम्ही त्या ५०० रुपयांच्या बदल्यात तुमच्या आयुष्यातील काही तास दिलेले असतात. तो वेळ जो तुम्ही तुमच्या कुटुंबासोबत घालवू शकला असता, किंवा स्वतःच्या छंदासाठी वापरू शकला असता, तो वेळ तुम्ही त्या वस्तूसाठी 'विकला' आहे. एकदा का तुम्हाला पैशाच्या मागे असलेला 'वेळ' दिसू लागला, की तुमची खर्च करण्याची पद्धत कायमची बदलून जाईल.

२. माझी गोष्ट: कारचा हप्ता की आयुष्यातील काही वर्षे?

जेव्हा मी माझी पहिली कार घेतली, तेव्हा मला खूप अभिमान वाटला. पण PGP प्रवासात जेव्हा मी गणिते मांडली, तेव्हा मला एक धक्कादायक वास्तव समजलं. त्या कारचा हप्ता भरण्यासाठी मला दर महिन्याला माझ्या कामाचे १० दिवस खर्ची घालावे लागत होते. म्हणजेच, वर्षातील १२० दिवस मी फक्त त्या कारसाठी काम करत होतो!

आज जेव्हा मी एखादी महागडी वस्तू किंवा गॅजेट पाहतो, तेव्हा मी स्वतःला विचारतो - "ही वस्तू घेण्यासाठी मला माझ्या आयुष्यातील किती दिवस काम करावं लागेल?" जर उत्तर '३० दिवस' असेल, तर मी स्वतःला विचारतो - "हे ३० दिवस माझ्या कुटुंबापेक्षा या वस्तूला देणं मला परवडेल का?" या एका प्रश्नाने मला अनावश्यक 'दिखाव्याच्या' खर्चातून बाहेर काढलं आणि आज मी जो मुक्त श्वास घेतोय, त्यामागे हीच जाणीव आहे.

३. आजचे शिक्षण : तुमचा 'तासाचा दर' (Hourly Rate)

श्रीमंत लोक पैशाचा हिशोब 'रुपयांत' नाही, तर 'वेळेत' करतात. तुम्ही तुमच्या वेळेला किती किंमत लावता, यावर तुमची आर्थिक प्रगती अवलंबून असते. जर तुम्हाला तुमचा तासाचा दर माहित नसेल, तर तुम्हाला हे कधीच कळणार नाही की तुम्ही एखादी वस्तू 'महाग' घेताय की 'स्वस्त'.

सूत्र: तासाचा दर = महिन्याचा निव्वळ पगार ÷ महिन्यात कामासाठी दिलेले एकूण तास

लक्षात ठेवा, कामाच्या तासांमध्ये तुमचा प्रवासाचा वेळही मोजावा लागतो, कारण तो वेळही तुम्ही त्या पैशांसाठीच खर्च करत आहात.

४. कृती आराखडा : तुमच्या वेळेची किंमत काढा

आजचा दिवस अत्यंत महत्त्वाचा आहे. आज तुम्ही तुमच्या आयुष्यातील एका तासाची किंमत ठरवणार आहात.

अ) वेळेचे गणित:

1. महिन्याचा पगार/उत्पन्न: ₹ _________
2. महिन्याचे एकूण कामाचे तास (प्रवासासह): _________ तास
3. **माझा तासाचा दर (१ ÷ २): ₹ _________ प्रति तास**

ब) वस्तूचे मूल्य वेळेत मोजा:

तुम्हाला सध्या विकत घ्यावीशी वाटणारी कोणतीही एक वस्तू निवडा (उदा. नवीन फोन, कपडे इ.)

- वस्तूची किंमत: ₹ _________
- लागणारे तास (किंमत ÷ तासाचा दर): _________ तास

(हे तास पाहून तुम्हाला काय वाटते? ती वस्तू खरोखरच तुमच्या आयुष्यातील इतक्या तासांच्या मोबदल्यात योग्य आहे का?)

५. माझी टिपणे

आजची शपथ: "माझा वेळ हा माझा सर्वात मौल्यवान ठेवा आहे. मी तो अशा वस्तूंवर वाया घालवणार नाही ज्या माझ्या आयुष्यात मूल्य वाढवत नाहीत. आजपासून मी वेळेचा हिशोब ठेवूनच खर्च करेन."

दिवस ४: दिसणे vs असणे

१. प्रस्तावना: श्रीमंत दिसणे आणि श्रीमंत असणे यातील सूक्ष्म फरक ओळखा.

आपण एका अशा जगात राहतो जिथे 'पॅकेजिंग'ला वस्तू पेक्षा जास्त महत्त्व दिलं जातं. लोक आपला दर्जा आपण कोणत्या कंपनीचा फोन वापरतो किंवा कोणत्या ब्रँडचे कपडे घालतो यावरून ठरवतात. यामुळेच अनेकजण श्रीमंत 'असण्या'पेक्षा श्रीमंत 'दिसण्या'च्या शर्यतीत धावत आहेत. पण लक्षात ठेवा, जोपर्यंत तुम्ही जगाला दाखवण्यासाठी खर्च करताय, तोपर्यंत तुम्ही स्वतःला खऱ्या श्रीमंतीपासून लांब ठेवताय.

२. माझी गोष्ट: महागडा फोन आणि रिकामं पाकीट

माझ्या ओळखीचे अनेक लोक आहेत जे लाखाचा आयफोन हप्त्यावर घेतात, पण महिना अखेरीस त्यांच्या खात्यात मिनिमम बॅलन्स ठेवायलाही पैसे नसतात. एकेकाळी मी सुद्धा असाच विचार करायचो की, चांगले कपडे आणि महागड्या वस्तूंमुळे माझा आत्मविश्वास वाढेल.

पण PGP प्रवासात मला समजलं की, खरा आत्मविश्वास हा तुमच्या बँक बॅलन्स मधून येतो, हातातील फोन मधून नाही. ज्या दिवशी माझ्या खात्यात आपत्कालीन निधी (Emergency Fund) जमा झाला, त्या दिवशी मला जो मानसिक आधार मिळाला, तो कोणत्याही महागड्या ब्रँडने कधीच दिला नव्हता. खरी श्रीमंती 'शांत' असते, तिला ओरडून स्वतःची सिद्धता करावी लागत नाही.

३. आजचे शिक्षण : दिखावा हा गरिबीचा रस्ता आहे

जगातील सर्वात श्रीमंत व्यक्तींपैकी एक, वॉरेन बफे आजही साध्या घरात राहतात आणि साधी गाडी वापरतात. का? कारण त्यांना कोणालाही 'इम्प्रेस' करायची गरज नाही.

नियम: जर तुम्ही एखादी वस्तू विकत घेताना "लोक काय म्हणतील?" हा विचार करत असाल, तर तो खर्च तुमच्या प्रगतीचा शत्रू आहे. दिखावा करण्यासाठी घेतलेली प्रत्येक वस्तू ही तुमच्या संपत्तीला लागलेली वाळवी आहे.

४. कृती आराखडा : दिखाव्यावर नियंत्रण

आज आपण एक धाडसी निर्णय घेणार आहोत. तुमच्या इच्छांच्या यादीकडे (Wishlist) पहा आणि खालील प्रश्नांची उत्तरे द्या:

- **असा कोणता खर्च आहे जो मी फक्त इतरांना दाखवण्यासाठी करणार होतो?** (उदा. नवीन घड्याळ, महागडे हॉटेल)
- **त्या वस्तूची किंमत किती आहे?** ₹ __________
- **जर मी हे पैसे आज वाचवले, तर माझी नेट वर्थ किती वाढेल?** ₹ __________

आजची कृती: आज असा एक खर्च जाणीवपूर्वक टाळा जो तुम्ही फक्त 'इमेज'साठी करणार होतात. तो पैसा तुमच्या सेव्हिंग खात्यात ट्रान्सफर करा.

५. माझी टिपणे

(दिखाव्याचा खर्च टाळल्यावर तुम्हाला अपराधी वाटलं की अभिमान?)

आजची शपथ: "मी श्रीमंत दिसण्यासाठी कर्ज घेणार नाही, तर मी खऱ्या अर्थाने श्रीमंत होण्यासाठी शिस्त पाळीन. माझा सन्मान माझ्या वस्तूंवर नाही, तर माझ्या चारित्र्यावर आणि आर्थिक स्थितीवर अवलंबून आहे."

दिवस ५: मुलांचे भविष्य आणि तुमचा दिखावा

१. प्रस्तावना: 'दिखाव्याचा खर्च' तुमच्या मुलांच्या भविष्याला कसा चोरतो?

आई-वडील म्हणून आपण नेहमी म्हणतो की "आम्ही जे काही करतोय ते मुलांसाठीच". पण खरंच का? जेव्हा आपण मुलांच्या वाढदिवसाला अवाढव्य खर्च करतो, त्यांना महागडी खेळणी देतो किंवा समाजाला दाखवण्यासाठी मोठ्या पार्ट्या करतो, तेव्हा आपण नकळत त्यांच्या भविष्यातील शिक्षणाचा किंवा त्यांच्या व्यवसायाच्या भांडवलाचा एक हिस्सा आजच खर्च करत असतो. तुमची आजची अनावश्यक चंगळ उद्या त्यांच्यासाठी 'आर्थिक ओझं' ठरू शकते.

२. माझी गोष्ट: पार्ट्यांचे बिल की गुंतवणुकीचे मूल्य?

मला आठवतं, एकेकाळी मी सामाजिक प्रतिष्ठा जपण्यासाठी सण आणि समारंभांवर पाण्यासारखा पैसा खर्च करायचो. पण एकदा PGP मध्ये 'कम्पाउंडिंग'चे गणित शिकल्यावर माझे डोळे उघडले. मी हिशोब केला की, गेल्या ५ वर्षात मी जो अनावश्यक खर्च केला, तो जर मी मुलांच्या नावाने योग्य ठिकाणी गुंतवला असता, तर आज त्यांच्या उच्च शिक्षणाची अर्धी सोय झाली असती.

तो क्षण माझ्यासाठी खूप क्लेशदायक होता. मला जाणवलं की मी मुलांच्या 'भविष्यापेक्षा' लोकांच्या 'वाहवा' मिळवण्याला जास्त महत्त्व दिलं होतं. त्याच दिवशी मी ठरवलं - आता मुलांसोबत 'वेळ' घालवायचा आणि त्यांच्यासाठी 'पैसा' वाचवायचा. दिखावा संपला आणि जबाबदारी सुरू झाली.

३. आजचे शिक्षण : पिढीजात श्रीमंतीचा पाया

मुलांना महागड्या वस्तू देण्यापेक्षा त्यांना 'आर्थिक साक्षरता' देणे ही सर्वात मोठी भेट आहे. पण त्याआधी तुम्हाला त्यांच्यासाठी एक सुरक्षित भविष्य उभं करावं लागेल. आज तुम्ही वाचवलेला प्रत्येक ५०० रुपयांचा नोट, १५-२० वर्षांनंतर मुलांच्या करिअरसाठी लाखो रुपये बनू शकतो.

नियम: गुंतवणुकीची सुरुवात लहान असली तरी चालेल, पण ती 'आज' होणे गरजेचे आहे.

४. कृती आराखडा : मुलांसाठी पहिल पाऊल

आज तुम्हाला तुमच्या मुलांच्या (किंवा भविष्यातील मुलांच्या) आर्थिक भविष्यासाठी एक ठोस कृती करायची आहे.

- **मुलांचे वय:** ______ वर्षे
- **उच्च शिक्षणासाठी किती वर्षांचा अवधी आहे?** ______ वर्षे
- **आज मी असा कोणता अनावश्यक खर्च बंद करू शकतो जो मुलांच्या फंडमध्ये जाईल?**

आजची कृती: आज मुलांच्या नावाने एक SIP (म्युच्युअल फंड) किंवा आवर्ती ठेव (RD) सुरू करण्याची प्रक्रिया सुरू करा. अगदी ५०० रुपयांपासून सुरुवात करा, पण ती आजच करा.

५. माझी टिपणे

(मुलांसाठी गुंतवणूक सुरू केल्यावर तुम्हाला पालक म्हणून कशी सुरक्षितता जाणवत आहे?)

आजची शपथ: "माझ्या मुलांचे भविष्य हे माझ्या सामाजिक प्रतिष्ठेपेक्षा जास्त महत्त्वाचे आहे. मी त्यांच्यासाठी केवळ पैसाच नाही, तर आर्थिक शिस्तीचा वारसा सोडून जाईन."

दिवस ६: महागाई हा तुमच्या पैशाचा 'सायलंट किलर' आहे

१. प्रस्तावना: महागाई हा तुमच्या पैशाचा 'सायलंट किलर' आहे.

आपल्याला वाटतं की आपले पैसे बँकेत सुरक्षित आहेत, पण तिथेच एक अदृश्य चोर आपले पैसे हळूहळू चोरत असतो. त्या चोराचं नाव आहे - 'महागाई' (Inflation). जर आज एखादी वस्तू १०० रुपयाला मिळत असेल आणि महागाईचा दर ६% असेल, तर पुढच्या वर्षी तीच वस्तू घेण्यासाठी तुम्हाला १०६ रुपये मोजावे लागतील. याचाच अर्थ, जर तुमच्या पैशांची वाढ महागाईपेक्षा जास्त वेगाने होत नसेल, तर तुमचे पैसे बँकेत असूनही तुम्ही दरवर्षी थोडे थोडे गरीब होत आहात.

२. माझी गोष्ट: १० वर्षांपूर्वीचे १००० रुपये आणि आजची किंमत

मला आठवतं, १०-१५ वर्षांपूर्वी जेव्हा मी १००० रुपयांची नोट घेऊन बाजारात जायचो, तेव्हा दोन पिशव्या भरून सामान यायचं. आज तेवढंच सामान आणायला ३००० ते ४००० रुपये लागतात. PGP क्लासमध्ये जेव्हा मी महागाईचं गणित प्रत्यक्ष अनुभवलं, तेव्हा मला समजलं की मी ज्याला 'सुरक्षित बचत' समजत होतो (उदा. साधी बँक बचत किंवा घरात ठेवलेले पैसे), ती प्रत्यक्षात माझी संपत्ती कमी करत होती.

एकेकाळी मी खुश होतो की माझ्याकडे काही लाखांची एफडी (FD) आहे. पण जेव्हा मी पाहिलं की महागाई ७% आहे आणि बँक मला फक्त ६% व्याज देतेय, तेव्हा माझे डोळे उघडले. मी वर्षाला १% तोट्यात होतो! तो दिवस माझ्यासाठी 'फायनान्शिअल अवेकनिंग'चा होता. तिथूनच मी महागाईला हरवणाऱ्या गुंतवणुकीचा (उदा. शेअर्स, म्युच्युअल फंड) शोध घ्यायला सुरुवात केली.

३. आजचे शिक्षण : क्रयशक्तीचा ऱ्हास (Purchasing Power)

महागाई म्हणजे वस्तूंच्या किमती वाढणे नव्हे, तर तुमच्या 'पैशाची किंमत कमी होणे'. श्रीमंत होण्यासाठी तुम्हाला अशा ठिकाणी गुंतवणूक करावी लागेल जिथे मिळणारा परतावा (Returns) महागाईच्या दरापेक्षा किमान ३-४% जास्त असेल.

नियम:

- जर तुमचा परतावा < महागाई दर = तुम्ही गरीब होत आहात.
- जर तुमचा परतावा = महागाई दर = तुम्ही एकाच जागी उभे आहात.
- जर तुमचा परतावा > महागाई दर = तुम्ही खऱ्या अर्थाने श्रीमंत होत आहात.

४. कृती आराखडा : महागाईचा चष्मा लावा

आज तुम्हाला तुमच्या भविष्यातील एका स्वप्नाचा खर्च महागाईनुसार मोजायचा आहे.

- तुमचे एक स्वप्न/ध्येय: ______________________________ (उदा. मुलांचे उच्च शिक्षण)
- त्यासाठी आज लागणारा खर्च: ₹ __________
- किती वर्षांनंतर हा खर्च करायचा आहे? __________ वर्षे
- १० वर्षांनंतरचा अंदाजित खर्च (दरवर्षी ७% वाढ धरून): *(साधारणपणे दर १० वर्षांनी खर्च दुप्पट होतो, हे लक्षात घ्या)* भविष्यातील खर्च: ₹ __________

आजची कृती: तुमच्या बचतीवर तुम्हाला किती टक्के व्याज मिळत आहे आणि महागाईचा दर किती आहे, याची तुलना करा.

५. माझी टिपणे

(महागाईचे हे गणित पाहिल्यावर तुम्हाला तुमच्या सध्याच्या गुंतवणुकीबद्दल काय वाटतं?)

आजची शपथ: "मी माझे पैसे फक्त साठवणार नाही, तर ते महागाईपेक्षा जास्त वेगाने वाढतील अशा ठिकाणी गुंतवेन. मी माझ्या कष्टाच्या पैशांची क्रयशक्ती कमी होऊ देणार नाही."

दिवस ७: फायनान्शिअल क्लटर (Financial Clutter)

१. प्रस्तावना: तुमच्या बँक स्टेटमेंटमधील अनावश्यक कचरा साफ करा.

आपण घर दिवाळीला किंवा पाहुणे येणार असले की साफ करतो, पण तुम्ही तुमचं 'आर्थिक घर' कधी साफ केलं आहे का? आपल्यापैकी अनेकजण अनावधानाने अशी 'आर्थिक गळती' (Financial Leakage) सुरू ठेवतात जी आपल्याला कधीच श्रीमंत होऊ देत नाही. तुमच्या बँक खात्यातून जाणारे छोटे-छोटे १०-२०-१०० रुपये तुम्हाला आज किरकोळ वाटतील, पण वर्षाच्या शेवटी हा आकडा तुमच्या एका मोठ्या गुंतवणुकीला रोखणारा ठरतो.

२. माझी गोष्ट: ५ रुपयांची गळती आणि लाखांचे नुकसान

जेव्हा मी PGP 'Level Up' कोर्समध्ये पहिल्यांदा माझं ३ महिन्यांचं बँक स्टेटमेंट घेऊन बसलो, तेव्हा मला धक्का बसला. मी अशा ३-४ मोबाइल ॲप्सचे सबस्क्रिप्शन भरत होतो, जे मी गेल्या वर्षभरात कधी उघडलेही नव्हते. नेटफ्लिक्स, हॉटस्टारचे एकापेक्षा जास्त प्लॅन्स, न वापरलेल्या जिमचे मेम्बरशिप चार्जेस आणि सगळ्यात भयंकर म्हणजे 'मिनिमम बॅलन्स' न ठेवल्यामुळे लागणारे दंड!

यालाच मी 'आर्थिक कचरा' (Financial Clutter) म्हणतो. ही गळती थांबवल्याशिवाय तुम्ही तुमच्या संपत्तीची बादली कधीच भरू शकणार नाही. ज्या दिवशी मी हे अनावश्यक खर्च बंद केले, त्या दिवशी मला पैशांवर अधिक नियंत्रण मिळाल्याचं जाणवलं. क्लटर गेलं की फोकस वाढतो आणि फोकस वाढला की पैसा वाढतो.

३. आजचे शिक्षण : आर्थिक स्वच्छतेचा सिद्धांत

जसं आपण नको असलेले जुने कपडे काढून टाकल्यावर कपाटात नवीन कपड्यांसाठी जागा होते, तसंच अनावश्यक खर्च काढून टाकल्यावर 'गुंतवणुकीसाठी' जागा होते.

क्लटरचे प्रकार:

- **सबस्क्रिप्शन क्लटर:** न वापरलेली ॲप्स, मॅगझिन किंवा सेवा.

- **बँकिंग क्लटर:** एकापेक्षा जास्त बँक खाती ज्यात पैसे फिरत नाहीत पण चार्जेस लागतात.
- **इच्छांचे क्लटर:** सेलमध्ये घेतलेल्या वस्तू ज्यांची कधी गरजच नव्हती.

४. कृती आराखडा : बँक स्टेटमेंटचे 'ऑपरेशन'

आजचा दिवस प्रत्यक्ष कामाचा आहे. तुमची आर्थिक शस्त्रक्रिया करण्याची वेळ आली आहे.

1. तुमच्या मागील ३ महिन्यांचे बँक स्टेटमेंट (PDF किंवा Passbook) समोर ठेवा.
2. एक लाल पेन (किंवा हायलाईटर) घ्या.
3. खालील खर्च शोधा आणि त्यांना लाल मार्क करा:
    - **Automatic Deductions:** जे तुम्हाला माहित नाहीत किंवा नको आहेत.
    - **Penalties:** बँकेने लावलेले विनाकारण दंड.
    - **Unused Apps:** महिना २००-५०० रुपयांचे न लागणारे सबस्क्रिप्शन्स.

आजची कृती: लाल मार्क केलेले किमान ३ खर्च आजच्या आज बंद करा (सबस्क्रिप्शन कॅन्सल करा किंवा बँक खातं बंद करण्याची प्रक्रिया सुरू करा).

५. माझी टिपणे

(स्टेटमेंट तपासताना तुम्हाला कोणत्या अशा खर्चाचा शोध लागला जो तुम्ही विसरून गेला होतात? तो बंद केल्यावर कसं वाटतंय?)

आजची शपथ: "मी माझ्या कष्टाच्या पैशांची गळती होऊ देणार नाही. मी आजच माझा आर्थिक कचरा साफ करून माझ्या भविष्यातील श्रीमंतीसाठी जागा निर्माण करेन."

दिवस ८: "माझ्याकडे पैसे टिकत नाहीत" हे वाक्य आजच बंद करा

१. प्रस्तावना: तुमचे शब्द तुमचे भविष्य घडवतात

तुम्ही स्वतःशी पैशाबद्दल कसा संवाद साधता? "पैसा काय झाडाला लागतो का?", "माझं नशीबच खराब आहे, माझ्याकडे पैसे टिकतच नाहीत", "श्रीमंत लोक लबाड असतात"... जर तुमची भाषा अशी नकारात्मक असेल, तर तुम्ही स्वतःच्या प्रगतीला स्वतःच खिळा ठोकताय. तुमचे शब्द तुमच्या मेंदूला सूचना देतात आणि तुमचा मेंदू तसंच वास्तवात घडवून आणतो. म्हणूनच, आर्थिक समृद्धीसाठी आधी तुमची 'आर्थिक भाषा' बदलणे अनिवार्य आहे.

२. माझी गोष्ट: 'माझ्याकडे पैसे नाहीत' या रडगाण्यापासून सुटका

एकेकाळी माझं पालुपद असायचं - "पगार तर येतो, पण कुठे जातो समजतच नाही, माझ्या नशिबातच पैसा नाही." पी.जी.पी. क्लासमध्ये मला समजलं की, मी हे वारंवार बोलून माझ्या मेंदूला 'पैसे न टिकवण्याचे' प्रशिक्षण देत होतो.

ज्या दिवशी मी ठरवलं की आजपासून मी "माझ्याकडे पैसे नाहीत" हे वाक्य कधीच बोलणार नाही, त्या दिवसापासून चमत्कार घडू लागले. मी बोलायला सुरुवात केली - "माझ्याकडे पैशांचे नियोजन करण्याची क्षमता आहे." जेव्हा मी माझे शब्द बदलले, तेव्हा मला अनावश्यक खर्च करताना 'खटकू' लागलं. शब्दांनी दिलेली ही जाणीव मला शिस्तीकडे घेऊन गेली. आज जेव्हा माझी नेट वर्थ प्लसमध्ये आहे, तेव्हा मला जाणवतं की त्या बदलाची सुरुवात एका साध्या वाक्याच्या बदलापासून झाली होती.

३. आजचे शिक्षण : भाषेचे मानसशास्त्र

तुमचा मेंदू एका 'सॉफ्टवेअर' सारखा आहे. तुम्ही जे शब्द उच्चारता, ते त्या सॉफ्टवेअरसाठी 'कमांड' असतात.

- **नकारात्मक:** "मी कधीच श्रीमंत होऊ शकणार नाही." (मेंदू प्रयत्न करणे सोडून देतो.)
- **सकारात्मक:** "मी श्रीमंत होण्याचे मार्ग शिकत आहे." (मेंदू संधी शोधायला लागतो.)

नियम: आजपासून पैशाबद्दल तक्रार करणे, नशिबाला दोष देणे किंवा दुसऱ्याच्या श्रीमंतीचा हेवा करणे पूर्णपणे थांबवा.

४. कृती आराखडा : शब्दांचे शुद्धीकरण

आज तुम्हाला तुमच्या रोजच्या संवादातील ३ नकारात्मक वाक्ये शोधायची आहेत आणि त्यांना सकारात्मक वाक्यात बदलायचे आहे.

जुने नकारात्मक वाक्य	**नवीन सकारात्मक वाक्य (Affirmation)**
उदा. "माझ्याकडे पैसे टिकत नाहीत."	"मी पैशांचे उत्तम नियोजन करतो आणि माझ्याकडे पैसे वाढतात."
१. ______________________	______________________________
२. ______________________	______________________________
३. ______________________	______________________________

आजची कृती: दिवसभरात जेव्हा जेव्हा पैशाबद्दल नकारात्मक विचार येईल, तेव्हा लगेच वर दिलेले 'सकारात्मक वाक्य' ३ वेळा मनात म्हणा.

५. माझी टिपणे

(आज स्वतःचे शब्द तपासताना तुम्हाला काय जाणवले? तुम्ही नकळत किती वेळा नकारात्मक बोलता?)

आजची शपथ: "मी पैशाबद्दल फक्त आणि फक्त सकारात्मक बोलेन. माझे शब्द माझ्या समृद्धीचा मार्ग मोकळा करत आहेत. मी एक आर्थिकदृष्ट्या सक्षम व्यक्ती आहे."

दिवस ९: मनी मेडिटेशन (Money Meditation)

१. प्रस्तावना: पैशाशी नाते सुधारण्याची पहिली पायरी म्हणजे 'मनी मेडिटेशन'.

आपण आपल्या मित्रांशी किंवा कुटुंबाशी जसे नाते जपतो, तसेच नाते आपले पैशाशी सुद्धा असते. जर तुम्ही पैशाबद्दल सतत तक्रार केली, त्याला 'ताण' मानले किंवा "पैसा ही सर्व अनर्थाची मुळे आहे" असा विचार केला, तर पैसा तुमच्याकडे का येईल? पैशाला ताण किंवा ओझं न मानता, त्याला एक 'ऊर्जा' (Energy) मानायला शिकणे, हीच खऱ्या श्रीमंतीची सुरुवात आहे. 'मनी मेडिटेशन' तुम्हाला याच सकारात्मक उर्जेचा अनुभव देते.

२. माझी गोष्ट: ताणाकडून शांततेकडे

पी.जी.पी. (PGP) क्लासमध्ये येण्यापूर्वी माझ्यासाठी पैसा म्हणजे फक्त 'देणी' (Liabilities) होती. बँक बॅलन्स पाहिला की मला धडधड व्हायची. पैसा म्हणजे माझ्यासाठी भीती आणि चिंतेचा विषय होता. पण प्रीतम सरांनी जेव्हा आम्हाला 'मनी मेडिटेशन' शिकवले, तेव्हा माझे डोळे उघडले.

मला जाणवले की मी पैशाचा तिरस्कार करत होतो आणि तरीही तो माझ्याकडे यावा अशी अपेक्षा करत होतो. मेडिटेशनच्या माध्यमातून जेव्हा मी पैशाबद्दल कृतज्ञता व्यक्त करायला सुरुवात केली, तेव्हा माझ्या मनातील भीती कमी झाली. मला पैशाबद्दल आदर वाटू लागला. आश्चर्याची गोष्ट म्हणजे, जसा माझा पैशाकडे पाहण्याचा दृष्टिकोन बदलला, तसे माझ्या उत्पन्नाचे मार्गही मोकळे होऊ लागले. पैसा आता ताण नाही, तर माझ्या प्रगतीचे साधन वाटू लागला आहे.

३. आजचे शिक्षण : आकर्षणाचा सिद्धांत (Law of Attraction)

तुमचा पैशाबद्दलचा दृष्टिकोन सकारात्मक असेल तरच पैसा तुमच्याकडे आकर्षित होतो. जर तुम्ही सतत "माझ्याकडे पैसे नाहीत" किंवा "खूप महाग आहे" असे म्हणत राहाल, तर तुम्ही 'कमतरतेचा' (Scarcity) विचार करत आहात. मनी मेडिटेशन तुम्हाला 'मुबलकता' (Abundance) अनुभवायला शिकवते. पैसा ही एक सेवा आहे, जी तुमच्या आयुष्यात सुख आणि सोयी घेऊन येते. त्याचा आदर करा, तरच तो तुमच्याकडे टिकून राहील.

४. कृती आराखडा : ५ मिनिटांची शांती

आज तुम्हाला फक्त ५ मिनिटे स्वतःसाठी आणि तुमच्या पैशासाठी द्यायची आहेत.

1. एका शांत ठिकाणी ताठ बसा आणि डोळे मिटा.

2. ३ वेळा दीर्घ श्वास घ्या आणि सोडा.
3. तुमच्या खिशात असलेल्या किंवा बँकेत असलेल्या पैशांची कल्पना करा.
4. मनात म्हणा: **"हे धनदेवता, तू माझ्या आयुष्यात आहेस याबद्दल मी कृतज्ञ आहे. तू माझ्या गरजा पूर्ण करतेस आणि मला समृद्ध करतेस. मी तुझा आदर करतो."**
5. या पैशाने तुम्ही आजपर्यंत घेतलेल्या सुखसोयींची (उदा. अन्न, घर, शिक्षण) आठवण करा आणि मनातून "धन्यवाद" म्हणा.

५. माझी टिपणे

(५ मिनिटांच्या मेडिटेशननंतर तुम्हाला मनातून काय जाणवले? पैशाबद्दलची भीती काही अंशी कमी झाली का?)

आजची शपथ: "पैसा ही एक सकारात्मक ऊर्जा आहे. मी पैशाचा आदर करतो आणि त्याला माझ्या आयुष्यात आनंदाने आमंत्रित करतो. माझ्याकडे पैशांची मुबलकता आहे."

दिवस १०: कृतज्ञता (Gratitude)

१. प्रस्तावना: जे आहे त्याबद्दल आभार मानल्याशिवाय नवीन काही मिळत नाही.

आपल्याला नेहमी जे 'नाही' त्याबद्दल तक्रार करण्याची सवय असते. "माझा पगार कमी आहे", "माझ्याकडे मोठी गाडी नाही", "माझं घर लहान आहे"... पण तुम्ही कधी विचार केला आहे का, की तुमच्याकडे आज जे आहे ते मिळवण्यासाठी लाखो लोक प्रार्थना करत आहेत? पैशाच्या जगात एक साधा नियम आहे - 'तक्रार' गरिबीला आमंत्रण देते आणि 'कृतज्ञता' श्रीमंतीला आकर्षित करते. जोपर्यंत तुम्ही तुमच्याकडे असलेल्या १० रुपयांचा आदर करत नाही, तोपर्यंत निसर्ग तुम्हाला १०० रुपये देणार नाही.

२. माझी गोष्ट: 'मायनस' मध्ये असताना सापडलेली समृद्धी

जेव्हा माझी नेट वर्थ मायनसमध्ये होती आणि डोक्यावर कर्जाचा डोंगर होता, तेव्हा मी प्रचंड वैफल्यग्रस्त होतो. मला वाटायचं माझ्या आयुष्यात सगळंच संपलंय. पण PGP प्रवासात मला 'कृतज्ञतेचे शास्त्र' (Science of Gratitude) समजले. मी माझ्याकडे असलेल्या छोट्या गोष्टींची यादी करायला सुरुवात केली.

माझ्याकडे राहयला घर आहे, माझ्याकडे नोकरी आहे ज्यामुळे किमान हप्ते तरी जात आहेत, माझ्याकडे माझे आरोग्य आणि कुटुंब आहे - या जाणिवेने मला 'गरिबीच्या मानसिकतेतून' बाहेर काढलं. आश्चर्याची गोष्ट म्हणजे, जेव्हा मी माझ्या नोकरीबद्दल तक्रार करणं सोडून त्याबद्दल कृतज्ञ राहू लागलो, तेव्हा तिथेच माझ्या पदोन्नतीचे आणि नवीन उत्पन्नाचे मार्ग मोकळे झाले. कृतज्ञता ही केवळ एक भावना नाही, ती 'महासंपन्नते' कडे नेणारी शिडी आहे.

३. आजचे शिक्षण : समृद्धीची जननी

कृतज्ञता (Gratitude) तुमच्या मेंदूला 'मुबलकता' (Abundance) पाहण्याचे प्रशिक्षण देते. जेव्हा तुम्ही आभार मानता, तेव्हा तुमचा फोकस 'काय कमी आहे' यावरून 'काय आहे' यावर जातो.

नियम:

- तक्रार = भीती आणि अभाव (Scarcity).

- कृतज्ञता = शांतता आणि वाढ (Growth).
  जर तुम्हाला तुमचे उत्पन्न वाढवायचे असेल, तर आधी आजच्या उत्पन्नाचा सन्मान करायला शिका.

४. कृती आराखडा : ५ गोष्टींची कृतज्ञता यादी

आज तुम्हाला तुमच्या आयुष्यातील अशा ५ गोष्टी शोधायच्या आहेत ज्या तुम्हाला पैशांमुळे मिळाल्या आहेत आणि ज्याबद्दल तुम्ही मनापासून कृतज्ञ आहात.

1. ______________________________ (उदा. माझे घर)
2. ______________________________ (उदा. माझे शिक्षण)
3. ______________________________ (उदा. आजचे जेवण)
4. ______________________________ (उदा. माझा मोबाईल)
5. ______________________________ (उदा. प्रवासाचे साधन)

आजची कृती: रात्री झोपण्यापूर्वी या ५ गोष्टींची आठवण करा आणि मनापासून म्हणा - **"धन्यवाद, धन्यवाद, धन्यवाद!"**

५. माझी टिपणे

(आज आभार मानताना तुम्हाला तुमच्या आर्थिक परिस्थितीबद्दल काही वेगळा दृष्टिकोन मिळाला का?)

आजची शपथ: "माझ्याकडे जे काही आहे, त्याबद्दल मी कृतज्ञ आहे. माझ्या कृतज्ञतेमुळे माझ्या आयुष्यात अधिक समृद्धी आणि आनंद येत आहे. मी आज एका श्रीमंत मानसिकतेत जगत आहे."

दिवस ११: मुबलकता (Abundance) विरुद्ध कमतरता (Scarcity)

१. प्रस्तावना: तुमचा चष्मा बदला

तुम्ही जगाकडे कोणत्या नजरेने पाहता? जर तुम्हाला वाटत असेल की संधी मर्यादित आहेत, पैसे कमी आहेत आणि दुसऱ्याला काही मिळालं तर माझ्या हक्काचं कमी होईल, तर तुम्ही 'कमतरतेचा' (Scarcity Mindset) चष्मा घातला आहे. याउलट, 'मुबलकता' (Abundance Mindset) म्हणजे असा विश्वास की या जगात प्रत्येकासाठी पुरेसे पैसे, संधी आणि यश उपलब्ध आहे. तुमचा हा मानसिक चष्मा ठरवतो की तुमच्या आयुष्यात समृद्धी येईल की गरिबी.

२. माझी गोष्ट: 'दुसऱ्याचा हेवा' ते 'सर्वांचा विकास'

सुरुवातीला जेव्हा मी कोणाची नवीन कार पाहायचो किंवा कोणाची नेट वर्थ वाढलेली ऐकायचो, तेव्हा मला मनातून थोडं असुरक्षित वाटायचं. मला वाटायचं की लोक पुढे जात आहेत आणि मी मागे राहतोय. हा 'स्कॅरसिटी माइंडसेट' मला सतत तणावात ठेवायचा.

पण PGP प्रवासात मला एक महत्त्वाचा धडा मिळाला - "दुसऱ्याचा दिवा विझवून तुमचा प्रकाश वाढणार नाही." ज्या दिवशी मी इतरांच्या यशाचं मनापासून कौतुक करायला सुरुवात केली, त्या दिवशी माझ्या लक्षात आलं की जगामध्ये संधींचा महासागर आहे. मी स्वतःसाठी '१ कोटी'चं ध्येय ठेवलं तेव्हा मला कोणाशी स्पर्धा करण्याची गरज वाटली नाही, कारण मला माहित होतं की माझ्या वाट्याचं यश मला मिळणारच आहे. जेव्हा तुम्ही दुसऱ्याच्या समृद्धीचा आनंद घेता, तेव्हा तुम्ही निसर्गाला संकेत देता की तुम्ही सुद्धा समृद्धीसाठी तयार आहात.

३. आजचे शिक्षण : मानसिकतेतील फरक

- **कमतरता (Scarcity):** "पैसे झाडाला लागत नाहीत", "माझ्या नशिबातच नाही", "दुसऱ्याला मिळालं म्हणजे माझं कमी झालं." (हा विचार तुम्हाला संकुचित आणि भीतीदायक बनवतो).
- **मुबलकता (Abundance):** "मी संधी निर्माण करू शकतो", "या जगात सर्वांसाठी पुरेसे आहे", "मी इतरांना मदत करून स्वतःही प्रगत होऊ शकतो." (हा विचार तुम्हाला सर्जनशील आणि शांत बनवतो).

नियम: ब्रह्मांडात ऊर्जेची कमतरता नाही, कमतरता फक्त तुमच्या विचारांमध्ये असू शकते.

४. कृती आराखडा : विचारांचे रूपांतर

आज तुम्हाला तुमच्या मनातील एका 'कमतरतेच्या' विचाराला 'मुबलकतेच्या' विचारात बदलायचे आहे.

कमतरतेचा विचार (Scarcity)	मुबलकतेचा विचार (Abundance)
उदा. "बाजारात खूप स्पर्धा आहे, मला ग्राहक मिळणार नाहीत."	"माझ्या कौशल्याची गरज असणारे ग्राहक भरपूर आहेत, मी त्यांना शोधून उत्तम सेवा देईन."
१. ____________________	______________________________

आजची कृती: आज तुमच्या ओळखीतील अशा एका व्यक्तीचे मनापासून अभिनंदन करा जिने अलीकडे काहीतरी यश मिळवले आहे. हे करताना मनातून कोणताही हेवा न ठेवता "त्याला मिळालं तसं मलाही नक्कीच मिळेल" हा भाव ठेवा.

५. माझी टिपणे

(आज कोणाचं कौतुक केल्यावर किंवा मुबलकतेचा विचार केल्यावर तुम्हाला मानसिकदृष्ट्या कसं वाटलं?)

आजची शपथ: "हे जग संधींनी आणि संपत्तीने भरलेले आहे. मी सर्वांच्या प्रगतीचा आनंद घेतो. माझ्यासाठी आणि इतरांसाठी या जगात मुबलकता आहे आणि मी ती मिळवण्यासाठी सक्षम आहे."

दिवस १२: मध्यमवर्गीय सापळा (Middle Class Trap)

१. प्रस्तावना: पगार वाढला की खर्च वाढवण्याची सवय कशी मोडायची?

बहुतेक लोकांच्या आयुष्यात एक विचित्र चक्र असतं: पगार वाढतो, मग जीवनशैली (Lifestyle) वाढते आणि पुन्हा महिना अखेरीस खिशात काहीच उरत नाही. यालाच आपण 'पार्किन्सनचा नियम' म्हणतो - जसं उत्पन्न वाढतं, तसे खर्चही वाढतात. जर तुम्ही पगार वाढल्यावर नवीन हप्ता (EMI) सुरू करत असाल, तर तुम्ही 'श्रीमंत' होत नाही आहात, तर तुम्ही फक्त एका मोठ्या 'आर्थिक सापळ्यात' अडकत आहात. यालाच 'मध्यमवर्गीय सापळा' म्हणतात.

२. माझी गोष्ट: वाढलेला पगार आणि वाढलेले क्रेडिट कार्ड बिल

जेव्हा माझ्या करिअरमध्ये मला मोठी पगारवाढ मिळाली, तेव्हा मला वाटलं की आता मी खऱ्या अर्थाने यशस्वी झालोय. त्या आनंदाच्या भरात मी लगेच एका मोठ्या घराचा विचार केला आणि गाडी अपग्रेड केली. मला वाटलं, "आता मी जास्त कमावतोय, तर मी हे डिझर्व्ह करतो."

पण PGP प्रवासात जेव्हा मी माझे हिशोब मांडले, तेव्हा मला समजलं की पगार वाढूनही माझी 'निव्वळ बचत' तेवढीच होती, जेवढी पगार कमी असताना होती. उलट, माझे हप्ते वाढल्यामुळे माझा ताण अधिकच वाढला होता. मी उत्पन्नाच्या सापळ्यात अडकलो होतो. ज्या दिवशी मी माझी जीवनशैली 'जैसे थे' ठेवून वाढलेला पगार थेट गुंतवणुकीकडे वळवला, त्या दिवशी मी खऱ्या अर्थाने आर्थिक स्वातंत्र्याकडे पहिलं पाऊल टाकलं.

३. आजचे शिक्षण : 'लाईफस्टाईल इन्फ्लेशन'

पगार वाढला की खर्च वाढवणे ही एक नैसर्गिक प्रवृत्ती आहे, पण तीच तुम्हाला गरिबीत ठेवते. यावर मात करण्यासाठी '५०-३०-२०' या नियमाचा किंवा त्याहून कडक शिस्तीचा वापर करा.

नियम: जेव्हा तुमची पगारवाढ (Incriment) होते, तेव्हा त्यातील किमान ५०% ते ७०% हिस्सा हा थेट गुंतवणुकीत गेला पाहिजे. तुमची जीवनशैली ही तुमच्या 'बोनस' किंवा 'इन्क्रिमेंट'वर नाही, तर तुमच्या 'मूळ शिस्तीवर' आधारित असावी.

४. कृती आराखडा : वाढीव उत्पन्नाचे नियोजन

समजा उद्या तुमची १०,००० रुपयांनी पगारवाढ झाली, तर तुम्ही काय कराल? आजच त्याचे नियोजन करा जेणेकरून तुम्ही सापळ्यात अडकणार नाही.

1. **जर माझे उत्पन्न १०% ने वाढले, तर मी:**
    - वाढीव उत्पन्नातील ७०% हिस्सा (गुंतवणुकीसाठी): ₹ __________
    - वाढीव उत्पन्नातील ३०% हिस्सा (गरजांसाठी): ₹ __________

आजची कृती: तुमच्या मागील २ वर्षांतील पगारवाढ आणि त्याच काळातील तुमच्या खर्चात झालेली वाढ यांची तुलना करा. तुम्ही सापळ्यात आहात का?

५. माझी टिपणे

(पगार वाढल्यावर तुम्ही सर्वात आधी काय विकत घेता? ती गोष्ट खरोखर गरजेची असते का?)

आजची शपथ: "मी माझ्या वाढत्या उत्पन्नाला वाढत्या खर्चाचा गुलाम होऊ देणार नाही. मी पगार वाढला की माझी गुंतवणूक वाढवेन, माझा दिखावा नाही."

दिवस १३: श्रीमंतीचा वारसा (Legacy)

१. प्रस्तावना: तुम्ही तुमच्या मुलांना काय शिकवत आहात?

पालक म्हणून आपण नेहमी म्हणतो की आपण जे काही कष्ट करतोय ते मुलांच्या भविष्यासाठी. पण आपण त्यांना वारशात काय देणार आहोत? केवळ काही मालमत्ता आणि बँक बॅलन्स, की 'आर्थिक साक्षरतेचा विचार'? मुले तुमचे ऐकून शिकत नाहीत, तर ती तुम्हाला 'पाहून' शिकत असतात. जर तुम्ही मुलांसमोर पैशाबद्दल सतत तक्रार केली किंवा पैशावरून घरात वाद घातले, तर तुम्ही त्यांना गरिबीची भीती वारशात देत आहात. याउलट, तुमची शिस्त आणि गुंतवणुकीची आवड त्यांना श्रीमंतीचा खरा वारसा देऊ शकते.

२. माझी गोष्ट: महागडी खेळणी की आर्थिक संस्कार?

पूर्वी मला वाटायचं की मुलाला महागडी खेळणी आणि हवी ती गोष्ट घेऊन दिली की माझं कर्तव्य संपलं. पण PGP प्रवासात मला जाणवलं की मी त्याला 'इन्स्टंट ग्रेटिफिकेशन' (हवं ते लगेच मिळवणं) शिकवत होतो, जे भविष्यात त्याच्या आर्थिक विनाशाला कारणीभूत ठरू शकलं असतं.

एकदा अथर्वने एका महागड्या गॅजेटचा हट्ट केला. पूर्वी मी ते लगेच घेऊन दिलं असतं, पण त्या दिवशी मी त्याला माझ्यासोबत बसवलं. आम्ही मिळून बजेट पाहिलं आणि त्याला सांगितलं की यासाठी आपल्याला ३ महिने 'पिगी बँक'मध्ये पैसे साठवावे लागतील. त्या ३ महिन्यात त्याला 'प्रतीक्षेची किंमत' समजली. जेव्हा त्याने स्वतः साठवलेल्या पैशांतून ती वस्तू घेतली, तेव्हा त्याच्या चेहऱ्यावरचा आनंद वेगळाच होता. आज तो फक्त पैसे खर्च करायला नाही, तर ते साठवून त्यातून मूल्य निर्माण करायला शिकत आहे. हाच माझ्यासाठी खरा वारसा आहे.

३. आजचे शिक्षण : 'मोजणी' आणि 'मूल्य'

मुलांना पैशाची 'मोजणी' (Counting) शाळा शिकवते, पण पैशाचे 'मूल्य' (Value) पालकांना शिकवावे लागते.

नियम:

- **दिसणारे संस्कार:** तुम्ही मुलांसमोर खर्च कसा करता, बचतीबद्दल काय बोलता.

- **न दिसणारे संस्कार:** तुमची गुंतवणुकीची शिस्त आणि पैशाबद्दलची तुमची कृतज्ञता. मुलांना 'ॲसेट' (मालमत्ता) आणि 'लायबिलिटी' (देणी) मधील फरक लहानपणापासूनच गोष्टींच्या माध्यमातून समजावून सांगा.

४. कृती आराखडा : मुलांसोबतचा संवाद

आज तुम्हाला तुमच्या मुलांसोबत (किंवा कुटुंबातील लहान मुलांसोबत) पैशाबद्दल एक सकारात्मक संवाद साधायचा आहे.

1. **मुलांना एक 'पिगी बँक' (डबा) आणून द्या:** त्यांना सांगा की प्रत्येक वेळी त्यांना मिळणाऱ्या पैशांतून काही हिस्सा यात टाकायचा आहे.
2. **कुटुंबाची 'बजेट मिटिंग':** आज संध्याकाळी जेवताना मुलांसमोर पैशाबद्दल सकारात्मक चर्चा करा. उदा. "या महिन्यात आपण इतकी बचत केली, ज्यामुळे आपण भविष्यात मोठी सहल काढू शकतो."

आजची कृती: मुलाला विचारा - "पैसा म्हणजे तुला काय वाटतं?" त्याचं उत्तर ऐकून त्याला 'पैसा ही एक मदत करणारी शक्ती आहे' हे समजावून सांगा.

५. माझी टिपणे

(मुलांसोबत पैशावर चर्चा करताना तुम्हाला काही अडचण जाणवली का? त्यांचा दृष्टिकोन काय होता?)

आजची शपथ: "मी माझ्या मुलांसाठी केवळ संपत्ती सोडून जाणार नाही, तर ती संपत्ती कशी हाताळायची याचे 'संस्कार' सुद्धा देईन. मी त्यांच्यासाठी एक उत्तम आर्थिक आदर्श बनेन."

दिवस १४: स्वतःची किंमत ओळखा (Self Worth)

१. प्रस्तावना: तुमचे कौशल्य हेच तुमचे सर्वात मोठे ॲसेट आहे

लोक विचारतात, "गुंतवणूक करण्यासाठी सर्वोत्तम जागा कोणती?" कोणी म्हणतं सोनं, कोणी म्हणतं रिअल इस्टेट, तर कोणी शेअर बाजार. पण जगातली सर्वात मोठी गुंतवणूक ही **'स्वतःवर केलेली गुंतवणूक'** असते. तुमचं शिक्षण, तुमचं कौशल्य आणि तुमचा अनुभव हे असं भांडवल आहे जे तुमच्याकडून कोणीही हिरावून घेऊ शकत नाही. जर तुमची स्वतःची किंमत (Self Worth) वाढली, तर तुमची नेट वर्थ (Net Worth) आपोआप वाढते.

२. माझी गोष्ट: लेखणीतून उभारलेलं नवीन उत्पन्न

एकेकाळी मला वाटायचं की मी फक्त माझ्या नोकरीवरच अवलंबून आहे. जर नोकरी गेली तर माझं काय होईल, ही भीती मला सतत सतावत असे. पण PGP प्रवासात मला समजलं की, माझ्याकडे असलेली माहिती आणि अनुभव मी पुस्तकाच्या स्वरूपात मांडू शकतो.

मी लिहायला सुरुवात केली आणि बघता बघता मी तीन पुस्तके प्रकाशित केली. आज चौथं पुस्तक प्रकाशनाच्या वाटेवर आहे. या पुस्तकांमुळे मला केवळ 'रॉयल्टी' (Royalty Income) मिळत नाही, तर समाजात एक वेगळी ओळख मिळाली आहे. माझ्या लेखनाच्या कौशल्याने मला नोकरीच्या पलीकडे जाऊन आर्थिक स्थैर्य दिलं आहे. जेव्हा मी स्वतःच्या कौशल्याची किंमत ओळखली, तेव्हा मला समजलं की माझ्या आतच **'पैशाचे झाड'** दडलेले आहे.

३. आजचे शिक्षण : स्वतःचे 'अपग्रेडेशन'

तंत्रज्ञान वेगाने बदलत आहे. जर तुम्ही आजही १० वर्षांपूर्वीच्या ज्ञानावर काम करत असाल, तर तुमची बाजारातील किंमत कमी होत आहे.

महत्वाचे नियम:

ॲसेट (Asset): तुमची अशी कौशल्ये जी तुम्हाला भविष्यात पैसे मिळवून देऊ शकतात (उदा. एआय (AI) वापरणे, लेखन, पब्लिक स्पीकिंग, डिजिटल मार्केटिंग).

- **गुंतवणूक:** स्वतःच्या शिक्षणावर, कोर्सेसवर किंवा मार्गदर्शनावर खर्च केलेला पैसा हा 'खर्च' नसून ती सर्वात मोठी 'इन्व्हेस्टमेंट' आहे.
- **श्रीमंतीचा वेग:** तुमची 'कमावण्याची क्षमता' (Earning Capacity) वाढवणे हा श्रीमंत होण्याचा सर्वात वेगवान मार्ग आहे.

४. कृती आराखडा : स्किल्सची यादी

आज तुम्हाला खालील गोष्टींचा आढावा घेऊन तुमच्या डायरीत लिहायचे आहे:

१. **सध्याची कौशल्ये:** अशी कोणती ३ कौशल्ये तुमच्याकडे आहेत ज्याद्वारे तुम्ही पैसे कमवू शकता? (उदा. शिकवणे, दुरुस्ती, विक्री कौशल्य इ.)

२. **अपग्रेड:** पुढील ६ महिन्यात तुम्हाला असे कोणते नवीन कौशल्य शिकायचे आहे, ज्यामुळे तुमचे उत्पन्न वाढू शकेल? (उदा. एखादा नवीन सॉफ्टवेअर कोर्स किंवा संवाद कौशल्य).

३. **वेळ गुंतवणूक:** दिवसातील किमान ३० मिनिटे तुम्ही स्वतःला 'अपग्रेड' करण्यासाठी देणार का?

५. आजची शपथ

"मी माझ्या आयुष्यातील सर्वात मौल्यवान गुंतवणूक आहे. मी दररोज नवीन काहीतरी शिकून स्वतःला अधिक सक्षम बनवत आहे. माझ्या कौशल्याची वाढ हीच माझ्या संपत्तीची वाढ आहे. माझी बुद्धी आणि माझे अनुभव हे माझे कधीही न संपणारे भांडवल आहे."

दिवस १५: पिगी बँक (Piggy Bank) - श्रीमंतीचे पहिले घर

१. प्रस्तावना: पंधरा दिवसांचा प्रवास आणि कृतीचा टप्पा

आतापर्यंत आपण आपली मानसिकता (Mindset) आणि पैशाकडे पाहण्याचा दृष्टिकोन यावर काम केले. आजपासून आपण अशा काही सवयी लावणार आहोत ज्या तुम्हाला प्रत्यक्ष रक्कमेची बचत करायला शिकवतील. श्रीमंतीची सुरुवात मोठ्या गुंतवणुकीपासून नाही, तर एका छोट्या 'पिगी बँक'पासून होते.

२. माझी गोष्ट: तो ५ रुपयांचा डबा आणि माझं पहिलं भांडवल

जेव्हा मी PGP वर्गात 'पिगी बँक सेव्हिंग'बद्दल ऐकलं, तेव्हा मला सुरुवातीला ते लहान मुलांसारखं वाटलं. "मी हजारोंच्या गप्पा मारतोय आणि सर मला ५-१० रुपये साठवायला सांगत आहेत?" पण प्रीतम सरांनी सांगितलं की, ही बचत पैशांसाठी नसून 'बचतीच्या सवयीसाठी' आहे.

मी एक साधा पत्र्याचा डबा घेतला आणि ठरवलं की रोज किमान १० रुपये त्यात टाकायचेच. हळूहळू मला त्याची सवय लागली. बाहेरून आल्यावर खिशात उरलेली सुटी नाणी मी त्यात टाकू लागलो. ३ महिन्यांनी जेव्हा तो डबा उघडला, तेव्हा त्यात चक्क २,५०० रुपये जमा झाले होते! त्या रकमेपेक्षा मला 'मी पैसे साठवू शकतो' हा आत्मविश्वास जास्त मोलाचा वाटला. आज मी लाखो रुपये गुंतवतोय, पण त्या गुंतवणुकीची शिस्त मला त्या छोट्या डब्यानेच दिली आहे.

३. आजचे शिक्षण: 'सवयीचा विजय'

तुमची संपत्ती किती वाढेल हे तुमच्या उत्पन्नापेक्षा तुमच्या 'शिस्तीवर' जास्त अवलंबून आहे. पिगी बँक सेव्हिंग हे तुमच्या सबकॉन्शस माइंडला (Subconscious Mind) "मी एक बचत करणारा व्यक्ती आहे" असे वारंवार सांगत असते.

नियम:

- **सातत्य (Consistency):** रक्कम महत्त्वाची नाही, रोज पैसे टाकण्याची क्रिया महत्त्वाची आहे.
- **न स्पर्श करण्याचा नियम:** हा डबा फक्त आणीबाणीच्या वेळी किंवा गुंतवणुकीसाठीच उघडायचा आहे, चैनीसाठी नाही.

४. कृती आराखडा : : तुमची पिगी बँक तयार करा

आज तुम्हाला प्रत्यक्ष बाजारात जाऊन किंवा घरातलाच एखादा डबा वापरून तुमची 'आर्थिक क्रांतीची पेटी' तयार करायची आहे.

1. **आज एक डबा/पिगी बँक विकत घ्या किंवा बनवा.**
2. **त्यावर तुमचे ध्येय लिहा.** (उदा. "माझे पहिले १ लाख" किंवा "मुलांचे भविष्य").
3. **आजच त्यात पहिली १०, २० किंवा ५० रुपयांची नोट टाका.**

आजची कृती: तुमच्या पिगी बँकचा फोटो काढा आणि तुमच्या 'फायनान्शिअल बडी'ला किंवा डायरीत चिटकवा. आजपासून एकही दिवस हा डबा रिकामा राहता कामा नये.

५. माझी टिपणे

(आज डब्यात पहिले पैसे टाकताना तुम्हाला स्वतःबद्दल कसं वाटलं?)

आजची शपथ: "मी रोज माझ्या पिगी बँक मध्ये पैसे टाकेन. ही छोटी बचत माझ्या महासंपन्नतेचा पाया रचत आहे. मी एक शिस्तबद्ध गुंतवणूकदार आहे."

आठवडा ३: सवयींचे शास्त्र (Financial Habits)

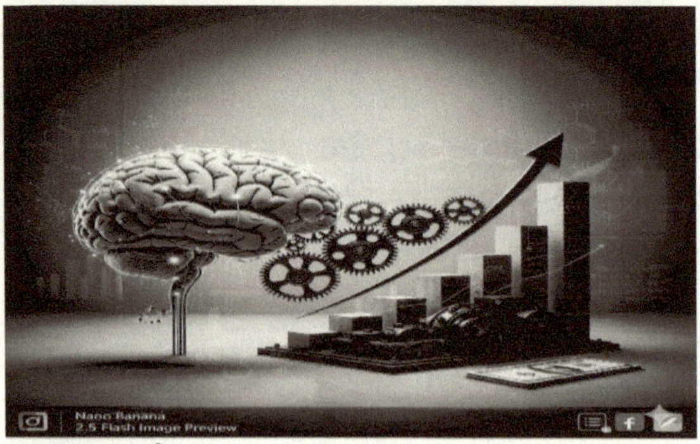

१. प्रस्तावना: सवयींचे सामर्थ्य

श्रीमंत होणे ही एखादी 'घटना' (Event) नसून ती एक 'प्रक्रिया' (Process) आहे. पहिल्या दोन आठवड्यांत आपण आपल्या मनातील गरिबीचे विचार साफ केले आणि समृद्धीची जाणीव निर्माण केली. पण केवळ विचार बदलून संपत्ती निर्माण होत नाही; त्या विचारांना रोजच्या 'सवयींची' जोड द्यावी लागते.

तुमची आजची आर्थिक स्थिती ही तुमच्या गेल्या ५ वर्षांतील सवयींचे फळ आहे. जर तुम्हाला तुमचे पुढचे ५ वर्ष बदलायचे असतील, तर तुम्हाला आजच्या सवयी बदलाव्या लागतील. हा आठवडा तुम्हाला अशा काही छोट्या पण शक्तिशाली सवयी लावून देईल, ज्या तुमच्या मेंदूला 'श्रीमंतीसाठी प्रोग्राम' करतील. लक्षात ठेवा, सुरुवातीला तुम्ही सवयी लावता आणि नंतर त्या सवयी तुमचे भविष्य घडवतात.

२. माझी गोष्ट: मोठ्या निर्णयांपेक्षा छोट्या सवयींचा विजय

जेव्हा मी PGP प्रवासाला सुरुवात केली, तेव्हा मला वाटायचं की एखादी मोठी लॉटरी लागेल किंवा अचानक पगार दुप्पट होईल आणि मी श्रीमंत होईन. मी नेहमी 'मोठ्या संधीच्या' शोधात असायचो. पण प्रीतम सरांनी मला शिकवलं की, "श्रीमंती ही महासागरासारखी आहे, जी थेंब थेंब साठवलेल्या सवयींतून तयार होते."

मी रोज १० रुपये वाचवण्याची, रोज डायरी लिहिण्याची आणि खर्चाचा हिशोब ठेवण्याची साधी सवय लावून घेतली. सुरुवातीला हे खूपच किरकोळ वाटलं. पण ६ महिन्यांनंतर जेव्हा मी मागे वळून पाहिलं, तेव्हा माझ्या लक्षात आलं की या छोट्या सवयींनी माझ्या नकळत माझं 'क्रेडिट कार्ड बिल' शून्यावर आणलं होतं आणि माझ्या गुंतवणुकीला एक शिस्त लावली होती. आज माझी नेट वर्थ १ कोटीच्या पुढे आहे, याचं क्रेडिट माझ्या बुद्धिमत्तेला नाही, तर मी रोज पाळलेल्या या 'लहान' सवयींना जातं.

३. आजचे शिक्षण : 'ॲटॉमिक हॅबिट्स'चा नियम

जेव्हा आपण एखादी गोष्ट रोज करतो, तेव्हा आपला मेंदू त्यासाठी 'न्यूरल पाथवे' तयार करतो. पैशाच्या बाबतीतही हेच घडते.

- खर्चाची सवय: जर तुम्ही पैसे दिसले की खर्च करण्याची सवय लावली असेल, तर तुम्ही कधीच श्रीमंत होऊ शकणार नाही.
- बचतीची सवय: जर तुम्ही आधी बचत आणि मग खर्च करण्याची सवय लावली, तर जगभरातील कोणतीही मंदी तुम्हाला गरीब करू शकणार नाही.

या आठवड्यात आपण पिगी बँक, 'पे युवरसेल्फ फर्स्ट', आणि डेली ट्रॅकिंग यांसारख्या सवयींवर काम करणार आहोत. या सवयी दिसायला साध्या आहेत, पण त्यांचे परिणाम चक्रवाढ व्याजासारखे (Compounding) अफाट आहेत.

४. कृती आराखडा : तुमच्या सवयींचा आरसा

आज तुम्हाला कोणत्याही बदलाची घाई करायची नाही, फक्त तुमच्या सध्याच्या ३ आर्थिक सवयींचे निरीक्षण करायचे आहे.

1. माझी १ चांगली आर्थिक सवय: (उदा. मी रोजचा खर्च लिहितो)
2. माझी १ वाईट आर्थिक सवय: (उदा. मी सेल दिसला की अनावश्यक खरेदी करतो)
3. एक नवीन सवय जी मला आजपासून लावायला आवडेल:

आजची कृती: या डायरीतील पुढच्या ७ दिवसांच्या कृती प्रामाणिकपणे पूर्ण करण्याची स्वतःला शपथ द्या.

५. माझी टिपणे

(तुम्हाला तुमच्या आयुष्यात सवयींचे महत्त्व कधी जाणवले आहे का? एखादी छोटी सवय बदलल्यामुळे तुमचा मोठा फायदा झाला आहे का?)

आजची शपथ: "मी माझ्या सवयींचा मालक आहे, गुलाम नाही. मी आजपासून श्रीमंतीच्या सवयी अंगीकारून माझ्या महासंपन्नतेचा पाया रचत आहे."

दिवस १५: पिगी बँक (Piggy Bank) सेविंग

१. प्रस्तावना: लहान मुलांना शिकवतो, पण आपण करतो का?

लहानपणी आपण सर्वांनीच 'गुल्लक' किंवा 'पिगी बँक'मध्ये पैसे साठवले आहेत. तेव्हा त्यामागे एखादी आवडती वस्तू घेण्याचे ध्येय असायचे. पण मोठे झाल्यावर आपण हजारो-लाखो रुपयांच्या व्यवहारात इतके अडकलो की, बचतीचा हा सर्वात सोपा आणि प्रभावी मार्ग विसरून गेलो. पिगी बँक ही केवळ मुलांसाठी नसते; ती एका मोठ्या आर्थिक शिस्तीची पहिली पायरी आहे. जर तुम्ही ५-१० रुपये वाचवू शकत नसाल, तर तुम्ही ५-१० लाख रुपये कधीच सांभाळू शकणार नाही.

२. माझी गोष्ट: डब्यातील नाणी आणि माझा आत्मविश्वास

पी.जी.पी. (PGP) वर्गात प्रीतम सरांनी जेव्हा पिगी बँकबद्दल सांगितले, तेव्हा मला वाटले, "काय सर, मी आता लहान मुलगा आहे का?" मला स्वतःची नेट वर्थ कोटींमध्ये न्यायची होती आणि सर मला चिल्लर साठवायला सांगत होते. पण मी ठरवलं की एकदा करून तर बघूया.

मी एक साधा पत्र्याचा डबा घेतला आणि त्यावर 'माझी पहिली १ कोटीची गुंतवणूक' असे लिहिले. सुरुवातीला मी त्यात खिशात उरलेली ५-१० रुपयांची नाणी टाकायला लागलो. हळूहळू मला त्याची ओढ वाटू लागली. बाहेरून आल्यावर खिशात पैसे शोधणं आणि त्या डब्यात टाकणं हा माझा 'डेली रिचुअल' (Daily Ritual) झाला. ३ महिन्यांनी जेव्हा मी तो डबा उघडला, तेव्हा त्यात चक्क २,५०० रुपये जमा झाले होते. त्या रकमेपेक्षा मला "मी रोज बचत करू शकतो" हा जो आत्मविश्वास मिळाला, तो अमूल्य होता. आजही माझ्याकडे गुंतवणुकीचे मोठे मार्ग आहेत, पण त्या डब्याने मला शिकवलेली 'बचतीची भूक' अजूनही कायम आहे.

३. आजचे शिक्षण : 'मायक्रो-सेव्हिंग'चे शास्त्र

पिगी बँक सेव्हिंग हे पैशांपेक्षा 'सवयी'साठी जास्त महत्त्वाचे आहे. हे तुमच्या सबकॉन्शस माइंडला संदेश देते की, तुम्ही एक 'बचत करणारे' व्यक्ती आहात.

नियम:

- **सातत्य (Consistency):** रक्कम कितीही असो, पण डब्यात दररोज काहीतरी टाकलेच पाहिजे.

- **स्पर्श न करणे:** तो डबा भरेपर्यंत किंवा ठरलेले ध्येय पूर्ण होईपर्यंत तो उघडायचा नाही.
- **हेतू (Purpose):** त्या डब्यावर तुमचं आर्थिक ध्येय लिहा, जेणेकरून पैसे टाकताना तुम्हाला प्रेरणा मिळेल.

४. कृती आराखडा : तुमची स्वतःची पिगी बँक

आज तुम्हाला फक्त विचार नाही, तर कृती करायची आहे.

1. **आजच एक पिगी बँक विकत घ्या किंवा घरातला एखादा जुना डबा निवडा.**
2. **त्या डब्यावर तुमचे एक छोटे आर्थिक ध्येय लिहा.** (उदा. "माझे पहिले १० हजार" किंवा "मुलांचे शिक्षण फंड").
3. **आजच त्यात पहिली नोट किंवा नाणे टाका.**
4. **घरातील मुलांसमोर ही क्रिया करा, जेणेकरून त्यांनाही याची सवय लागेल.**

आजची कृती: तुमच्या पिगी बँकचा फोटो काढा आणि तो तुमच्या फोनच्या वॉलपेपरवर ठेवा किंवा डायरीत चिकटवा. आजपासून एकही दिवस हा डबा रिकामा जाता कामा नये.

५. माझी टिपणे

(आज पहिल्यांदा डब्यात पैसे टाकताना तुम्हाला तुमच्या बालपणीची आठवण आली का? ही कृती करताना तुम्हाला काय वाटलं?)

आजची शपथ: "मी दररोज माझ्या पिगी बँक मध्ये पैसे साठवेन. ही छोटीशी कृती माझ्या मोठ्या आर्थिक भविष्याचा पाया आहे. मी एक शिस्तबद्ध आणि समृद्ध व्यक्ती आहे."

दिवस १६: 'Pay Yourself First' चा खरा अर्थ

१. प्रस्तावना: पगार होताच आधी स्वतःला श्रीमंत करा.

बहुतेक लोकांचे आर्थिक चक्र असे चालते: पगार येतो, मग घरभाडे दिले जाते, वीज बिल भरले जाते, किराणा आणला जातो, मुलांची फी भरली जाते आणि शेवटी जर काही उरले तर 'बचत' केली जाते. पण गंमत अशी की, शेवटी कधीच काही उरत नाही! 'Pay Yourself First' (आधी स्वतःला पैसे द्या) हा नियम सांगतो की, पगार झाल्यावर सर्वांची बिले भरण्याआधी तुमच्या भविष्यासाठी (गुंतवणुकीसाठी) एक ठराविक रक्कम बाजूला काढा. दुसऱ्यांना श्रीमंत करण्याआधी स्वतःला श्रीमंत करण्याची हीच ती पद्धत आहे.

२. माझी गोष्ट: मी सर्वांचा पगार दिला, पण माझा?

सुरवातीच्या काळात पगार झाला की मला खूप श्रीमंत वाटायचं. मी हॉटेलची बिलं द्यायचो, मित्रांना पार्टी द्यायचो, ऑनलाईन शॉपिंग करायचो. महिना अखेरीस माझ्याकडे काहीच उरायचं नाही. मला वाटायचं की मी खूप कष्ट करतोय, पण माझ्या स्वतःच्या हक्काची 'पुंजी' मात्र वाढत नव्हती. मी घरमालकाला श्रीमंत करत होतो, टेलिकॉम कंपन्यांना पैसे देत होतो, पण स्वतःच्या भविष्यासाठी शून्य रुपये ठेवत होतो.

जेव्हा मी PGP मध्ये हा नियम शिकलो, तेव्हा मी ठरवलं की पगार झाल्याबरोबर पहिली १०% रक्कम मी माझ्या 'गुंतवणूक खात्यात' टाकणार आणि उरलेल्या ९०% मध्ये महिना भागवणार. सुरुवातीला वाटलं की ९०% मध्ये कसं शक्य होईल? पण आश्चर्य म्हणजे, जेव्हा माझ्याकडे पैसे कमी होते, तेव्हा माझे अनावश्यक खर्च आपोआप कमी झाले. मी स्वतःला दिलेले ते पहिले पैसे आज वाढून एका मोठ्या वटवृक्षात रूपांतरित झाले आहेत.

३. आजचे शिक्षण : बचतीचे सुवर्ण सूत्र

पारंपारिक सूत्र: उत्पन्न – खर्च = बचत (यात बचत कधीच होत नाही)

श्रीमंतीचे सूत्र: उत्पन्न – बचत = खर्च

जेव्हा तुम्ही आधी बचत (गुंतवणूक) करता, तेव्हा तुम्ही तुमच्या खर्चावर 'मर्यादा' घालता. हे तुमच्या भविष्यातील आर्थिक स्वातंत्र्यासाठी दिलेले 'पगार' आहे. जर तुम्ही स्वतःसाठी पैसे बाजूला काढत नसाल, तर तुम्ही तुमच्या कामाचे गुलाम आहात, मालक नाही.

४. कृती आराखडा : स्वतःचा पगार ठरवा

आज तुम्हाला तुमच्या पुढच्या पगाराचे नियोजन करायचे आहे.

1. **तुमचे मासिक उत्पन्न:** ₹ _________
2. **स्वतःला देण्याचे पैसे (किमान १०% ते २०%):** ₹ _________
3. **उरलेली रक्कम ज्यामध्ये महिना भागवायचा आहे:** ₹ _________

आजची कृती: तुमच्या बँकेत एक 'ऑटो-डेबिट' (Auto-Debit) सूचना सेट करा, जेणेकरून पगार जमा झाल्याच्या दुसऱ्याच दिवशी तुमची ठराविक रक्कम आपोआप गुंतवणूक खात्यात किंवा दुसऱ्या बचत खात्यात जमा होईल. मानवी इच्छाशक्तीवर विसंबून राहण्यापेक्षा 'सिस्टम'वर विश्वास ठेवा.

५. माझी टिपणे

(स्वतःला आधी पैसे देण्याचा विचार केल्यावर तुम्हाला सुरक्षित वाटतंय की भीती वाटतेय? तुमची कोणती बिलं कमी होऊ शकतात?)

आजची शपथ: "मी माझ्या कामाचा पहिला मोबदला स्वतःला आणि माझ्या भविष्याला देईन. मी सर्वांना पैसे देण्यापूर्वी माझी स्वतःची आर्थिक सुरक्षा निश्चित करेन. मी श्रीमंत होण्याच्या मार्गावर आहे."

दिवस १७: गरजा (Needs) आणि इच्छा (Wants) यातील सीमारेषा

१. प्रस्तावना: गरजा (Needs) आणि इच्छा (Wants) यातील सीमारेषा कशी ठरवायची?

आपल्याकडे पैसे न टिकण्याचे सर्वात मोठे कारण म्हणजे आपल्याला 'गरज' आणि 'इच्छा' यातील फरक कळत नाही. 'गरज' म्हणजे अशा गोष्टी ज्यांच्याशिवाय तुमचे जीवन चालू शकत नाही (उदा. अन्न, निवारा, वीज, औषधे). 'इच्छा' म्हणजे अशा गोष्टी ज्या तुमच्या आयुष्यात सुखसोयी वाढवतात, पण त्या नसल्या तरी तुमचे आयुष्य थांबणार नाही (उदा. नवीन मॉडेलचा फोन, बाहेरचे जेवण, ब्रँडेड कपडे). जो माणूस या दोन गोष्टींमधील सीमारेषा स्पष्टपणे आखतो, तोच खऱ्या अर्थाने आर्थिक स्वतंत्र होतो.

२. माझी गोष्ट: तो आयफोन माझी गरज नव्हती!

मला आठवतंय, एकदा माझा फोन अगदी व्यवस्थित चालत असतानाही मी केवळ 'दिसण्यासाठी' आणि नवीन फीचर्सच्या मोहापायी १ लाखाचा नवीन फोन क्रेडिट कार्डवर घेतला. तेव्हा मी स्वतःला पटवून दिलं होतं की, "माझं काम फोनवरच असतं, ही माझी गरज आहे."

पण PGP प्रवासात जेव्हा मी प्रामाणिकपणे आत्मपरीक्षण केलं, तेव्हा मला समजलं की ती गरज नव्हती, तर ती केवळ एक 'इच्छा' होती. त्या १ लाखाच्या कर्जामुळे मला पुढचे १२ महिने मानसिक तणावात घालवावे लागले. जर मी तेच पैसे गुंतवले असते, तर आज त्याची किंमत कितीतरी जास्त झाली असती. आता मी कोणतीही वस्तू घेताना स्वतःला विचारतो - "हे मला खरोखर हवंय (Want) की याशिवाय माझं अडतंय (Need)?" या एका प्रश्नाने माझे लाखो रुपये वाचवले आहेत.

३. आजचे शिक्षण : ७२ तासांचा नियम

जेव्हा आपल्याला एखादी 'इच्छा' होते, तेव्हा आपल्या मेंदूत 'डोपामाइन' नावाचे रसायन तयार होते, जे आपल्याला ती वस्तू लगेच घ्यायला भाग पाडते. यावर मात करण्यासाठी '७२ तासांचा नियम' वापरा.

नियम:

- जर तुम्हाला एखादी महागडी वस्तू (इच्छा) विकत घ्यावीशी वाटली, तर ती लगेच घेऊ नका.
- ७२ तास (३ दिवस) वाट पहा.
- ३ दिवसांनंतरही जर तुम्हाला वाटलं की त्या वस्तूशिवाय तुमचं अडतंय, तरच ती घ्या.बहुतेक वेळा ३ दिवसात तुमची ती इच्छा कमी झालेली असते आणि तुम्ही अनावश्यक खर्चापासून वाचता.

४. कृती आराखडा : तुमच्या खर्चाचे वर्गीकरण

आज तुम्हाला तुमच्या मागील आठवड्यातील खर्चाची यादी करायची आहे आणि त्यांचे दोन भागांत वर्गीकरण करायचे आहे.

खर्च (Item)	**किंमत (Price)**	**गरज (Need) की इच्छा (Want)?**
उदा. किराणा	₹ ३०००	गरज
उदा. पिझ्झा पार्टी	₹ ८००	इच्छा
१. __________	₹ _____	__________

आजची कृती: तुमच्या 'इच्छा' यादीतील किमान एक असा खर्च निवडा जो तुम्ही या महिन्यात करणार होतात, पण आता तो रद्द करून ते पैसे वाचवणार आहात.

५. माझी टिपणे

(खर्चाची ही विभागणी करताना तुम्हाला स्वतःबद्दल काय आश्चर्यकारक वाटलं? तुमच्या कोणत्या 'इच्छा' 'गरजांचा' मुखवटा घालून बसल्या आहेत?)

आजची शपथ: "मी माझ्या गरजा आणि इच्छा यातील फरक ओळखण्यास सक्षम आहे. मी माझ्या क्षणिक सुखासाठी (Wants) माझ्या भविष्यातील आर्थिक स्वातंत्र्याचा बळी देणार नाही."

दिवस १८: घरातील 'आर्थिक स्वच्छता' (Financial Cleanliness)

१. प्रस्तावना: पावत्या आणि फाईल्स नीट लावा.

तुम्ही शेवटच्या वेळी तुमची विम्याची पॉलिसी (Insurance Policy), घराचे दस्तऐवज किंवा जुन्या गुंतवणुकीच्या पावत्या कधी पाहिल्या होत्या? अनेकदा आपली आर्थिक कागदपत्रे वेगवेगळ्या फाईल्समध्ये, कपाटाच्या कोपऱ्यात किंवा ईमेलच्या हजारो मेसेजमध्ये विखुरलेली असतात. 'आर्थिक स्वच्छता' म्हणजे केवळ पैसे वाचवणे नव्हे, तर तुमच्याकडे असलेल्या पैशांचा आणि गुंतवणुकीचा नेमका हिशोब एका जागेवर असणे. ज्या घरात कागदपत्रांची शिस्त असते, तिथे लक्ष्मी स्थिर राहते.

२. माझी गोष्ट: ऐन वेळी न सापडलेली पॉलिसी

मला आठवतंय, एकदा घरात एक छोटी वैद्यकीय आणीबाणी (Medical Emergency) आली. माझ्याकडे हेल्थ इन्शुरन्स होता, पण ऐन वेळी मला त्या पॉलिसीचा नंबर आणि कागदपत्रे कुठे आहेत हेच सापडत नव्हतं. त्या तणावाच्या परिस्थितीत मी अर्धा तास फक्त कपाटं उचकटण्यात घालवला.

त्या दिवशी मला PGP मधील 'फायनान्शिअल क्लिनलीनेस' या धड्याचे महत्त्व उमजले. मी घरी आलो आणि एक संपूर्ण रविवार फक्त कागदपत्रे लावण्यासाठी दिला. मी सर्व महत्त्वाच्या पावत्यांचे स्कॅनिंग करून त्या 'गुगल ड्राईव्ह'वर सुरक्षित ठेवल्या आणि फिजिकल कॉपीजसाठी एक 'मास्टर फाईल' तयार केली. आज जर मला विचारलं की माझी कोणती गुंतवणूक कुठे आहे, तर मी एका मिनिटात ते सांगू शकतो. या शिस्तीमुळे मला जो मानसिक मोकळेपणा मिळाला, तो शब्दांत सांगता येणार नाही.

३. आजचे शिक्षण : तुमची 'मास्टर फाईल'

तुमच्या पश्चात तुमच्या कुटुंबाला तुमची संपत्ती शोधण्यासाठी त्रास होऊ नये, यासाठी आर्थिक स्वच्छता गरजेची आहे.

काय काय जवळ असावे?

- **बँकिंग:** सर्व खात्यांचे नंबर्स आणि नॉमिनेशन (Nomination) स्टेटस.
- **विमा:** लाईफ आणि हेल्थ इन्शुरन्सच्या पॉलिसी कॉपीज.

- **गुंतवणूक:** म्युच्युअल फंड, शेअर्स, सोनं आणि पीएफचे रेकॉर्ड्स.
- **मालमत्ता:** घराचे कागदपत्रे आणि टॅक्स पावत्या.

नियम: डिजिटल इंडियाच्या काळात 'डिजिलॉकर' (DigiLocker) किंवा 'क्लाउड स्टोरेज'चा वापर करा, जेणेकरून जगाच्या पाठीवर कुठेही असताना तुम्हाला तुमचे कागदपत्रे मिळतील.

४. कृती आराखडा : कागदपत्रांचे वर्गीकरण

आज तुम्हाला तुमचे आर्थिक कपाट उघडून खालील गोष्टी करायच्या आहेत:

1. **जुने बिलं फेकून द्या:** गॅरंटी संपलेल्या वस्तूंच्या पावत्या आणि न लागणारे कागद फेकून द्या.
2. **३ फोल्डर्स तयार करा:** १. बँक आणि विमा, २. गुंतवणूक, ३. मालमत्ता.
3. **नॉमिनी चेक करा:** तुमच्या सर्व बँक खात्यांवर आणि गुंतवणुकीवर तुमच्या वारसाचे (Nominee) नाव आहे की नाही, हे तपासा.

आजची कृती: तुमच्या सर्वात महत्त्वाच्या ५ कागदपत्रांचे फोटो काढून ते तुमच्या ईमेलवर 'Important Documents' नावाच्या फोल्डरमध्ये सेव्ह करा.

५. माझी टिपणे

(आज कागदपत्रे शोधताना तुम्हाला अशी एखादी जुनी गुंतवणूक सापडली का, जी तुम्ही विसरून गेला होतात?)

आजची शपथ: "मी माझ्या आर्थिक कागदपत्रांची काळजी घेईन. माझी आर्थिक स्वच्छता ही माझ्या कुटुंबाच्या सुरक्षिततेची खात्री आहे. मी एक शिस्तबद्ध आणि संघटित गुंतवणूकदार आहे."

दिवस १९: ऑटोमेशनची शक्ती (Power of Automation)

१. प्रस्तावना: बचतीला मानवी चुकांपासून दूर ठेवा.

आपली इच्छाशक्ती (Willpower) ही मोबाईलच्या बॅटरीसारखी असते; दिवस संपता संपता ती कमी होत जाते. आपण ठरवतो की या महिन्यात ५००० रुपये वाचवायचे, पण महिना अखेरीस काहीतरी खर्च निघतो आणि आपण म्हणतो, "जाऊ दे, पुढच्या महिन्यात बघू." ही मानवी चूक टाळण्यासाठी 'ऑटोमेशन' हा सर्वात उत्तम उपाय आहे. तुमच्या बचतीला आणि गुंतवणुकीला तुमच्या निर्णयावर अवलंबून ठेवण्याऐवजी, ती 'सिस्टिम'वर सोडून द्या.

२. माझी गोष्ट: जेव्हा माझी सिस्टिम माझ्यापेक्षा हुशार ठरली

सुरुवातीला मी दर महिन्याला मॅन्युअली पैसे ट्रान्सफर करायचो. ज्या महिन्यात मी आनंदी असायचो, त्या महिन्यात जास्त गुंतवणूक व्हायची; पण ज्या महिन्यात काहीतरी जास्तीचा खर्च यायचा, त्या महिन्यात मी गुंतवणुकीला दांडी मारायचो. माझ्या गुंतवणुकीत सातत्य नव्हतं.

PGP मध्ये मला 'ऑटोमेशन'चं महत्त्व समजलं. मी माझ्या बँकेत 'Standing Instruction' दिली आणि म्युच्युअल फंडमध्ये 'SIP' (Systematic Investment Plan) सुरू केली. आता माझा पगार ५ तारखेला होतो आणि ६ तारखेला माझे पैसे आपोआप कापले जाऊन गुंतवणुकीत जमा होतात. मला आता विचार करावा लागत नाही की या महिन्यात पैसे वाचवायचे की नाही. सिस्टिम आपोआप काम करते. आज जेव्हा मी माझा पोर्टफोलिओ पाहतो, तेव्हा मला जाणवतं की जर मी हे ऑटोमेशन केलं नसतं, तर कदाचित मी अर्धे पैसे खर्च करून टाकले असते.

३. आजचे शिक्षण : 'सेट इट आणि विसरून जा'

माणूस चुकू शकतो, पण सिस्टिम चुकत नाही. जेव्हा तुम्ही गुंतवणुकीचे ऑटोमेशन करता, तेव्हा तुम्ही स्वतःलाच 'खर्च करण्यापासून' वाचवता.

काय काय ऑटोमेट करता येईल?

- **गुंतवणूक:** म्युच्युअल फंड SIP किंवा RD (Recurring Deposit).
- **बिले:** वीज, इंटरनेट आणि विम्याचे हप्ते (जेणेकरून दंड लागणार नाही).
- **इमर्जन्सी फंड:** पगार होताच १०००-२००० रुपये एका वेगळ्या खात्यात आपोआप जाणे.

नियम: गुंतवणुकीची तारीख तुमच्या पगाराच्या तारखेच्या अगदी जवळ ठेवा (उदा. पगार १ ला तर गुंतवणूक ३ ला), जेणेकरून पैसे खर्च होण्यापूर्वीच ते सुरक्षित ठिकाणी पोहोचतील.

४. कृती आराखडा : तुमची ऑटोमेशन सिस्टिम सुरू करा

आज तुम्हाला तुमच्या बँकिंग ॲपमध्ये जाऊन किमान एक 'ऑटोमॅटिक' प्रक्रिया सुरू करायची आहे.

1. **तुमची SIP किंवा RD सुरू आहे का?** नसल्यास, आज किमान ५०० किंवा १००० रुपयांची SIP सुरू करा.
2. **Auto-Pay सेट करा:** तुमचे मोबाईल बिल किंवा वीज बिल 'Auto-Pay' वर ठेवा, जेणेकरून वेळेवर पैसे भरले जातील.
3. **वेगळे खाते:** बचतीसाठी एक वेगळे खाते निवडा आणि तिथे दरमहा ठराविक रक्कम जाण्यासाठी 'Standing Instruction' सेट करा.

आजची कृती: तुमच्या बँकेच्या ॲपमध्ये जाऊन 'Scheduled Transfers' मध्ये एक एंट्री करा आणि त्याचा स्क्रीनशॉट या डायरीत सेव्ह करा.

५. माझी टिपणे

(गुंतवणूक ऑटोमेट केल्यावर तुम्हाला मानसिकदृष्ट्या किती हलकं वाटत आहे? आता तुम्हाला दर महिन्याला आठवण ठेवण्याची गरज पडेल का?)

आजची शपथ: "मी माझी आर्थिक प्रगती माझ्या मूडवर (Mood) नाही, तर माझ्या सिस्टिमवर (System) सोडेन. मी आजपासून माझी बचत आणि गुंतवणूक स्वयंचलित करेन, ज्यामुळे माझे भविष्य सुरक्षित होईल."

दिवस २०: रात्रीची उजळणी (Nightly Review)

१. प्रस्तावना: दिवसाच्या खर्चाचा आढावा घेण्याची शिस्त.

आपण म्हणतो, "पैसे कुठे गेले समजतच नाही!" हे का होतं? कारण आपण छोट्या छोट्या खर्चांकडे दुर्लक्ष करतो. दिवसाच्या शेवटी फक्त ५ मिनिटे काढून जर तुम्ही आज कुठे आणि किती पैसे खर्च केले याचा आढावा घेतला, तर तुम्हाला तुमच्या आर्थिक वर्तणुकीचा आरसा दिसेल. रात्रीची ही उजळणी तुम्हाला पुढच्या दिवशी अधिक सावधपणे खर्च करण्यास प्रवृत्त करते. जो आपला हिशोब ठेवू शकत नाही, तो आपली संपत्ती कधीच वाढवू शकत नाही.

२. माझी गोष्ट: तो 'चहा-नाश्त्याचा' अदृश्य खर्च

सुरुवातीला मला वाटायचं की मी फक्त मोठ्या खर्चांवर नियंत्रण ठेवलं की झालं. पण जेव्हा मी PGP मध्ये 'डेली ट्रॅकिंग' सुरू केलं, तेव्हा मला धक्का बसला. दिवसातून दोन वेळा बाहेरचा चहा, कधीतरी ऑनलाईन मागवलेलं खाणं, उगाचच घेतलेली एखादी वस्तू... हे छोटे खर्च महिना अखेरीस ५ ते ७ हजारांच्या घरात जात होते.

ज्या दिवशी मी रात्री झोपण्यापूर्वी ५ मिनिटे डायरी लिहायला सुरुवात केली, त्या दिवसापासून एक चमत्कार झाला. जेव्हा मी दुसऱ्या दिवशी एखादा अनावश्यक खर्च करायला जायचो, तेव्हा माझ्या डोळ्यांसमोर रात्रीची ती डायरी यायची. "रात्री हे लिहावं लागणार आहे" या जाणीवेनेच माझे अनेक फालतू खर्च वाचवले. आज माझा बँक बॅलन्स जो वाढलाय, त्यामागे या '५ मिनिटांच्या' शिस्तीचा मोठा वाटा आहे.

३. आजचे शिक्षण : 'गळती' रोखा (Plug the Leakage)

तुमची आर्थिक बादली कितीही मोठी (उत्पन्न जास्त) असली, तरी जर तिला तळाला छोटी छोटी छिद्रे (छोटा अनावश्यक खर्च) असतील, तर ती बादली कधीच भरणार नाही.

उजळणी कशी करावी?

- **प्रामाणिक राहा:** स्वतःपासून खर्च लपवू नका. १० रुपयांचा खर्च असेल तरी तो लिहा.
- **वर्गीकरण:** हा खर्च 'गरज' होता की 'इच्छा', हे चटकन आठवा.

- **नियोजन:** उद्या कोणता मोठा खर्च येणार आहे का, याचे आधीच नियोजन करा.

नियम: आजचा हिशोब उद्यावर टाकू नका. रात्री झोपण्यापूर्वी मन शांत करा आणि आजचा आर्थिक व्यवहार पूर्ण करा.

४. कृती आराखडा : आजचा हिशोब

आज रात्री झोपण्यापूर्वी तुम्हाला खालील तक्ता भरायचा आहे.

वेळ / प्रसंग	कशासाठी खर्च केला?	रक्कम (₹)	प्रकार (गरज/इच्छा)
१. सकाळी	__________	____	_________
२. दुपारी	__________	____	_________
३. संध्याकाळी	__________	____	_________
४. इतर	__________	____	_________
एकूण		₹ _____	

आजची कृती: तुमच्या फोनमध्ये एखादे 'Expense Tracker' ॲप डाऊनलोड करा किंवा या डायरीचा शेवटचा भाग 'डेली हिशोब'साठी वापरा.

५. माझी टिपणे

(आजचा खर्च लिहिताना तुम्हाला असा कोणता खर्च सापडला जो तुम्ही टाळू शकला असता?)

आजची शपथ: "मी माझ्या प्रत्येक रुपयाचा हिशोब ठेवेन. माझ्या पैशांवर माझे पूर्ण नियंत्रण आहे आणि मी माझी आर्थिक गळती थांबवण्यासाठी कटिबद्ध आहे."

दिवस २१: इन्स्टंट ग्रेटिफिकेशन

१. प्रस्तावना: लगेच सुख मिळवण्याच्या ओढीत भविष्य धोक्यात घालू नका.

'इन्स्टंट ग्रेटिफिकेशन' म्हणजे कोणतीही गोष्ट 'आत्ताच्या आत्ता' हवी असणे. मग ते ऑनलाईन शॉपिंगमधील सेल असो; पिझ्झाची ऑर्डर असो किंवा सोशल मीडियावरील लाईक्स. आपला मेंदू अशा प्रकारे डिझाइन केलेला आहे की त्याला लगेच मिळणाऱ्या सुखात जास्त रस असतो. पण आर्थिक जगात हीच प्रवृत्ती सर्वात घातक ठरते. जेव्हा तुम्ही 'आत्ता' सुखी होण्यासाठी क्रेडिट कार्डवर वस्तू घेता, तेव्हा तुम्ही प्रत्यक्षात तुमच्या 'भविष्यातील' सुखाचा बळी देत असता.

२. माझी गोष्ट: तो 'एक क्लिक' आणि माझा पश्चात्ताप

एकेकाळी माझं आयुष्य 'क्रेडिट कार्डच्या ईएमआय' (EMI) वर चालायचं. मोबाईलवर नोटिफिकेशन आलं की "७०% सूट" किंवा "नवीन गॅजेट लाँच", की माझं बोट लगेच 'Buy Now' कडे जायचं. ती वस्तू ऑर्डर करताना जे ५ मिनिटांचं सुख मिळायचं, त्याचं रूपांतर पुढच्या ६ महिन्यांच्या ओझ्यामध्ये व्हायचं.

PGP प्रवासात मला 'डिलेड ग्रेटिफिकेशन' (Delayed Gratification) म्हणजे 'सुख लांबणीवर टाकणे' याचे महत्त्व समजले. एकदा मला एक खूप महागडा कॅमेरा हवा होता. जुन्या सवयीनुसार मी तो हप्त्यावर घेतला असता. पण त्याऐवजी मी ठरवलं की मी दरमहा पैसे साठवेन आणि जेव्हा माझ्याकडे पूर्ण रक्कम जमा होईल, तेव्हाच तो घेईन. ६ महिन्यांनी जेव्हा मी तो रोख पैसे देऊन घेतला, तेव्हा त्याचा आनंद तर मिळालाच, पण महत्त्वाचं म्हणजे तो कॅमेरा माझ्यासाठी 'तणाव' नाही तर 'उपलब्धी' ठरला.

३. आजचे शिक्षण : मार्शलमॅलो टेस्ट (Marshmallow Test)

मानसशास्त्रातील एक प्रसिद्ध प्रयोग आहे - 'मार्शलमॅलो टेस्ट'. यात लहान मुलासमोर एक गोड पदार्थ ठेवला जातो आणि सांगितलं जातं की, "जर तू हा आता खाल्ला नाहीस आणि थोडा वेळ वाट पाहिलीस, तर तुला दोन मिळतील." ज्या मुलांनी वाट पाहिली, ती मुले भविष्यात आर्थिक आणि सामाजिकदृष्ट्या जास्त यशस्वी झाली.

नियम:

- **क्षणिक सुख:** आत्ता खरेदी करणे (इन्स्टंट ग्रेटिफिकेशन).

- **शाश्वत श्रीमंती:** पैसे वाचवून त्याची गुंतवणूक करणे (डिलेड ग्रेटिफिकेशन). जेव्हा तुम्ही आजचा खर्च लांबणीवर टाकता, तेव्हा तुम्ही तुमच्या उद्याच्या 'चक्रवाढ व्याजाला' जन्म देता.

४. कृती आराखडा : 'आत्ता की नंतर?'

आज तुम्हाला तुमच्या अशा एका इच्छेवर नियंत्रण मिळवायचे आहे जी तुम्हाला लगेच पूर्ण करायची होती.

1. **अशी कोणती वस्तू आहे जी तुम्हाला आज विकत घ्यायची होती?**
2. **ती वस्तू घेतल्यावर मिळणारे सुख किती काळ टिकेल?** (उदा. १ दिवस, १ आठवडा)
3. **आज ती वस्तू न घेता, ते पैसे तुम्ही कुठे गुंतवू शकता?**

आजची कृती: आज तुमच्या ई-कॉमर्स ॲप्समधील (Amazon/Flipkart) 'Wishlist' तपासा आणि अनावश्यक गोष्टी डिलीट करा. स्वतःला सांगा - "मी माझ्या भविष्यासाठी आजच्या मोहावर ताबा मिळवू शकतो."

५. माझी टिपणे

(आज एखादा मोह टाळल्यावर तुम्हाला स्वतःवरचा ताबा वाढल्यासारखा वाटला का? मनाला 'नाही' म्हणणं किती कठीण गेलं?)

आजची शपथ: "मी क्षणिक सुखाचा गुलाम बनणार नाही. मी माझ्या भविष्यातील मोठ्या आर्थिक स्वातंत्र्यासाठी आजच्या छोट्या मोहाचा त्याग करण्यास तयार आहे. संयम हीच माझी सर्वात मोठी संपत्ती आहे."

आठवडा ४: ध्येय निश्चिती (Goal Setting)

१. प्रस्तावना: ध्येयाशिवाय प्रवास म्हणजे दिशाहीन भटकंती

आतापर्यंत आपण आपली मानसिकता सुधारली आणि बचतीची शिस्त लावून घेतली. पण प्रश्न उरतो - "हे सर्व कशासाठी?" ज्याप्रमाणे पत्ता माहिती असल्याशिवाय आपण प्रवासाला निघत नाही, त्याचप्रमाणे निश्चित ध्येयाशिवाय केलेली आर्थिक गुंतवणूक फार काळ टिकत नाही. 'ध्येय निश्चिती' म्हणजे तुमच्या स्वप्नांना तारखेची आणि आकड्यांची जोड देणे. जेव्हा तुमच्याकडे स्पष्ट ध्येय असते, तेव्हाच तुमचा पैसा खऱ्या अर्थाने कामाला लागतो. हा आठवडा तुमच्या भविष्यातील स्वप्नांना 'आर्थिक उद्दिष्टांमध्ये' रूपांतरित करण्यासाठी समर्पित आहे.

२. माझी गोष्ट: 'फक्त श्रीमंत व्हायचंय' पासून '५ कोटींच्या ध्येयापर्यंत'

सुरुवातीला जेव्हा कोणी मला विचारायचं की "तुला किती पैसे कमवायचे आहेत?", तेव्हा माझं उत्तर असायचं - "खूप सारे!" पण 'खूप सारे' हा कोणताही आकडा नाही. जोपर्यंत माझं ध्येय स्पष्ट नव्हतं, तोपर्यंत मी कधीही गंभीरपणे गुंतवणूक करू शकलो नाही. थोडी बचत झाली की मी ती मोडून फिरायला जायचो किंवा एखादी चैनीची वस्तू घ्यायचो.

PGP मध्ये जेव्हा प्रीतम सरांनी मला माझे 'Financial Goals' लिहायला लावले, तेव्हा मला समजलं की माझ्या मुलाच्या शिक्षणासाठी, माझ्या निवृत्तीसाठी (Retirement) आणि माझ्या स्वतःच्या घरासाठी मला नेमके किती पैसे लागणार आहेत. जेव्हा डोळ्यांसमोर "५ कोटी" हा आकडा आणि "१५ वर्षे" हा काळ स्पष्ट झाला, तेव्हा माझा दृष्टिकोन बदलला. आता मी गुंतवणूक करताना "पैसे वाचवतोय" असा विचार करत नाही, तर "मी माझं घर बांधतोय" किंवा "मी माझ्या मुलाचं भविष्य घडवतोय" असा विचार करतो. ध्येयाने मला 'शिस्त' आणि 'उद्देश' दोन्ही दिले.

३. आजचे शिक्षण : ध्येय लिहिण्याचे '३ P' आणि SMART शास्त्र

तुमची आर्थिक ध्येये केवळ स्वप्ने राहू नयेत यासाठी ती **SMART** आणि **३ P** च्या चौकटीत बसवणे गरजेचे आहे.

ध्येय लेखनाचे '३ P' नियम:

१. **Present (वर्तमानकाळ):** ध्येय लिहिताना ते "मी मिळवेन" असे न लिहिता "मी मिळवले आहे" किंवा "माझ्याकडे आहे" असे लिहा. यामुळे तुमच्या उपजत मनाला (Subconscious Mind) ते आधीच पूर्ण झाल्याचा संदेश मिळतो.

- *उदा: "माझ्याकडे कार आहे" (चुकीचे: "मला कार घ्यायची आहे").*

२. **Positive (सकारात्मक):** ध्येयाची भाषा सकारात्मक असावी. नकारात्मक गोष्टी टाळण्यापेक्षा सकारात्मक गोष्टी मिळवण्यावर भर द्या.

- *उदा: "मी कर्जमुक्त आहे" (चुकीचे: "मला कर्जाचे टेन्शन नको").*

३. **Personal (वैयक्तिक):** ध्येय हे तुमचे स्वतःचे असावे, कोणाशी स्पर्धा करण्यासाठी नसावे. ते "मी" किंवा "माझे" या शब्दांनी सुरू व्हावे.

- *उदा: "मी माझ्या घरासाठी १ कोटी वाचवले आहेत."*

SMART ध्येये:

- **S - Specific (स्पष्ट):** "मला खूप पैसे हवेत" ऐवजी "मला मुलाच्या लग्नासाठी ५० लाख हवेत" असे म्हणा.
- **M - Measurable (मोजता येण्याजोगे):** ध्येयाचा नेमका आकडा ठरवा.
- **A - Achievable (प्राप्य):** ध्येय आव्हानात्मक असावे पण अशक्य नसावे.
- **R - Realistic (वास्तववादी):** तुमच्या क्षमतेनुसार आणि महागाईचा विचार करून ध्येय ठरवा.
- **T - Time-bound (वेळेची मर्यादा):** ते ध्येय किती वर्षात पूर्ण करायचे आहे, याची तारीख निश्चित करा.

नियम: न लिहिलेले ध्येय हे केवळ एक 'इच्छा' असते. ३ P आणि SMART नियमांनी लिहिलेले ध्येय हा यशाचा ब्ल्यूप्रिंट असतो.

४. कृती आराखडा : ३ P नुसार ध्येय लेखन

आज तुम्हाला तुमचे सर्वात महत्त्वाचे ध्येय खालीलप्रमाणे लिहायचे आहे:

नमुना: "मी, [तुमचे नाव], ३१ डिसेंबर २०२७ पर्यंत माझ्या स्वतःच्या घराच्या डाऊनपेमेंटसाठी २० लाख रुपये रोख वाचवले आहेत."

१. **तुमचे ध्येय (३ P वापरून):** ______________________________

२. **कालावधी (किती महिने/वर्षे):** ______________________________

३. **अपेक्षित रक्कम:** ₹ ______________________________

आजची कृती: तुमचे हे ध्येय एका कागदावर मोठ्या अक्षरात लिहा आणि तुमच्या घराच्या आरशावर किंवा कपाटावर लावा जिथे ते तुम्हाला रोज दिसेल.

५. माझी टिपणे

(आज ३ P चा वापर करून ध्येय लिहिल्यावर तुम्हाला ते पूर्ण झाल्याचा अनुभव येत आहे का? तुमच्या मनातील स्पष्टता वाढली आहे का?)

आजची शपथ: "मी माझे आर्थिक भविष्य केवळ नशिबावर सोडणार नाही. मी ३ P आणि SMART नियमांच्या आधारे माझे ध्येय निश्चित केले आहे. माझी स्पष्टता हीच माझी शक्ती आहे आणि मी ते ध्येय गाठण्यासाठी सक्षम आहे."

दिवस २२: व्हिजन स्टेटमेंट (Vision Statement)

१. प्रस्तावना: तुम्हाला नक्की किती पैसे आणि का हवे आहेत?

बऱ्याचदा लोक म्हणतात, "मला श्रीमंत व्हायचं आहे," पण 'श्रीमंती' म्हणजे नक्की काय? कोणासाठी १ कोटी म्हणजे श्रीमंती असेल, तर कोणासाठी कर्जमुक्त आयुष्य हीच श्रीमंती असेल. जोपर्यंत तुमच्याकडे तुमचे स्वतःचे **'व्हिजन स्टेटमेंट'** नसेल, तोपर्यंत तुम्ही गर्दीचा हिस्सा बनून राहाल. व्हिजन स्टेटमेंट म्हणजे तुमच्या आयुष्याचे ते चित्र, जे तुम्हाला सकाळी लवकर उठायला आणि रात्री उशिरापर्यंत कष्ट करायला प्रेरित करते. पैसा हे केवळ साधन आहे, पण त्या साधनाचा वापर करून तुम्हाला नक्की काय साध्य करायचे आहे, याची स्पष्टता म्हणजे 'व्हिजन'.

२. माझी गोष्ट: 'अंधारात चालणं' ते 'प्रकाशाकडे पाहणं'

सुरवातीला मी फक्त पगार वाढवण्यासाठी धडपडत होतो. पगार वाढला की मला वाटायचं मी प्रगती करतोय, पण तरीही मनात एक प्रकारची अस्वस्थता असायची. मला माहीतच नव्हतं की मी नक्की कोणत्या दिशेला जातोय. PGP क्लासमध्ये जेव्हा मला 'व्हिजन स्टेटमेंट' बनवायला सांगितलं, तेव्हा मला प्रथमच विचार करावा लागला की मला पैसे नक्की 'का' हवे आहेत?

माझं व्हिजन स्टेटमेंट तयार झालं - **"मी माझ्या कुटुंबाला उत्तम आरोग्य, जग फिरण्याचे स्वातंत्र्य आणि समाजाला मदत करण्याची क्षमता देणारे आर्थिक स्थैर्य मिळवले आहे."** जेव्हा हे व्हिजन स्पष्ट झालं, तेव्हा छोट्या-छोट्या आर्थिक अडचणींनी मला घाबरवणं सोडलं. कारण आता माझ्यासमोर एक मोठं ध्येय होतं. आता मी केवळ 'पैसे' कमवत नव्हतो, तर मी माझं 'व्हिजन' जगत होतो. जेव्हा तुमचं 'का' (Why) स्पष्ट असतं, तेव्हा 'कसे' (How) आपोआप सापडतं.

३. आजचे शिक्षण : ३ P आणि व्हिजनची शक्ती

तुमचे व्हिजन स्टेटमेंट हे तुमच्या भविष्यातील यशाचा नकाशा आहे. ते लिहिताना आपण काल शिकलेले **३ P (Present, Positive, Personal)** नियम वापरणे अनिवार्य आहे.

- **Present (वर्तमानकाळ):** "माझ्याकडे मुबलक संपत्ती आहे."
- **Positive (सकारात्मक):** "मी आर्थिकदृष्ट्या स्वतंत्र आणि आनंदी आहे."

- **Personal (वैयक्तिक):** "मी माझ्या आणि माझ्या कुटुंबाच्या स्वप्नांची पूर्तता करत आहे."

नियम: व्हिजन स्टेटमेंट हे तुमच्या भावनांशी जोडलेले असावे. केवळ आकडे वाचून प्रेरणा मिळत नाही, पण त्या आकड्यांमुळे तुमच्या आयुष्यात जो बदल घडणार आहे, तो बदल तुम्हाला कृती करायला भाग पाडतो.

४. कृती आराखडा : तुमचे व्हिजन स्टेटमेंट तयार करा

आज तुम्हाला शांतपणे बसून तुमच्या आयुष्याचे आर्थिक व्हिजन लिहायचे आहे.

उदाहरण: *"मी, [तुमचे नाव], पूर्णपणे कर्जमुक्त असून माझ्याकडे माझ्या सर्व गरजा आणि स्वप्ने पूर्ण करण्यासाठी पुरेसे उत्पन्न आहे. मी माझ्या कुटुंबाला सुरक्षित भविष्य दिले आहे आणि मी दरवर्षी किमान एक महिना जगाची सहल करतो."*

१. **तुमचे व्हिजन स्टेटमेंट (३ P वापरून):**

२. **हे व्हिजन साध्य करण्यासाठी लागणारा अंदाजित आकडा: ₹**

____

आजची कृती: तुमचे व्हिजन स्टेटमेंट एका लहान कार्डवर लिहा आणि तुमच्या पाकिटात (Wallet) ठेवा. जेव्हा जेव्हा तुम्ही पैसे खर्च कराल किंवा कमवाल, तेव्हा हे कार्ड एकदा वाचा.

५. माझी टिपणे

(हे व्हिजन स्टेटमेंट लिहिताना तुमच्या मनात कोणती भावना आली? तुम्हाला खरोखरच ते साध्य होईल असं वाटत आहे का?)

आजची शपथ: "माझ्याकडे माझ्या भविष्याचे स्पष्ट व्हिजन आहे. मी केवळ पैसे कमवण्यासाठी जगत नाही, तर मी माझे स्वप्नातील आयुष्य प्रत्यक्षात आणण्यासाठी समृद्धी निर्माण करत आहे. माझे व्हिजन हेच माझे सामर्थ्य आहे."

दिवस २३: स्मार्ट ध्येय (SMART Goals)

१. प्रस्तावना: "मला खूप पैसे हवेत" हे ध्येय का नाही?

जेव्हा आपण देवाला किंवा नशिबाला सांगतो की "मला खूप पैसे हवेत", तेव्हा आपण नेमकी किती रक्कम मागत असतो? १ हजार? १० हजार? की १ कोटी? 'खूप' हा कोणताही निश्चित आकडा नाही. जोपर्यंत तुमच्या मेंदूला नेमका आकडा, कारण आणि तारीख माहीत नसते, तोपर्यंत तो कामाला लागत नाही. "मला श्रीमंत व्हायचंय" ही एक **इच्छा** आहे, पण "मला ५ वर्षांत १० लाख रुपये साठवायचे आहेत" हे एक **ध्येय** आहे. आज आपण आपल्या इच्छांना 'स्मार्ट' ध्येयांमध्ये रूपांतरित करणार आहोत.

२. माझी गोष्ट: 'इच्छा' आणि 'ध्येय' यातील ७ वर्षांचे अंतर

मी ७ वर्षे फक्त एकच गोष्ट म्हणत होतो - "मला स्वतःचं घर घ्यायचंय." पण माझं घर कधीच झालं नाही, कारण माझं नियोजन शून्य होतं. PGP मध्ये मला समजलं की "घर घ्यायचंय" हे ध्येय नसून ती माझी एक ओढ आहे.

ज्या दिवशी मी ते ध्येय 'स्मार्ट' पद्धतीने लिहिलं - **"मला ३१ डिसेंबर २०२५ पर्यंत घराच्या डाऊनपेमेंटसाठी १५ लाख रुपये रोख जमवायचे आहेत"** - त्या दिवशी गणिते बदलली. मला समजलं की आता मला महिन्याला २५,००० रुपये वाचवावे लागतील. जेव्हा आकडा आणि तारीख समोर आली, तेव्हा माझ्या खर्चावर आपोआप नियंत्रण आलं. जे काम ७ वर्षे झालं नव्हतं, ते ध्येय लिहिल्यावर पुढच्या २ वर्षांत पूर्ण झालं. स्पष्टता असेल तरच प्रगती शक्य आहे.

३. आजचे शिक्षण : SMART ध्येयाचा फॉर्म्युला

तुमचे ध्येय 'स्मार्ट' (SMART) करण्यासाठी ते खालील निकषांवर तपासा:

- **S - Specific (स्पष्ट):** ध्येय अगदी नेमके असावे. (उदा. फक्त 'गाडी' नाही, तर '८ लाखांची लाल रंगाची हॅचबॅक कार')
- **M - Measurable (मोजता येण्याजोगे):** त्याचा आकडा ठरलेला असावा. (उदा. ₹ ५,००,०००)
- **A - Achievable (प्राप्य):** ते तुमच्या क्षमतेनुसार असावे, पण थोडे आव्हानात्मकही असावे.

- **R - Realistic (वास्तववादी):** ते शक्य असावे. (उदा. २ दिवसात करोडपती होणे वास्तववादी नाही.)
- **T - Time-bound (वेळेची मर्यादा):** ते ध्येय कोणत्या तारखेपर्यंत पूर्ण करायचे आहे, हे निश्चित करा.

४. कृती आराखडा : तुमचे ध्येय 'स्मार्ट' करा

आज तुम्हाला तुमच्या एका आर्थिक स्वप्नाला 'SMART' पद्धतीने लिहायचे आहे. (३ P चा नियम विसरू नका: वर्तमानकाळ, सकारात्मक आणि वैयक्तिक).

नमुना: *"मी, [तुमचे नाव], ३१ मार्च २०२७ पर्यंत माझ्या निवृत्ती फंडसाठी १० लाख रुपये यशस्वीपणे गुंतवले आहेत."*

१. **तुमचे SMART ध्येय:**

____

२. **या ध्येयासाठी लागणारी एकूण रक्कम: ₹** ____________________

३. **अंतिम तारीख (Target Date):** ___ / ___ / ______

आजची कृती: तुमचे हे स्मार्ट ध्येय तुमच्या बेडरूमच्या अशा भिंतीवर लावा जिथे तुमची नजर रोज सकाळी पडेल.

५. माझी टिपणे

(आज ध्येयाचा नेमका आकडा आणि तारीख ठरवल्यावर तुम्हाला दडपण आलं की मार्ग सापडल्याचं समाधान मिळालं?)

आजची शपथ: "मी अस्पष्ट स्वप्नांच्या मागे धावणार नाही. मी माझ्या ध्येयांना 'स्मार्ट' बनवले आहे. माझी शिस्त आणि माझी स्पष्टता मला माझ्या उद्दिष्टापर्यंत नक्कीच घेऊन जाईल."

दिवस २४: तुमचे 'आर्थिक वय' काय आहे?

१. प्रस्तावना: तुमचे 'आर्थिक वय' काय आहे?

तुमचे जैविक वय (Biological Age) हे तुमच्या जन्मदाखल्यावरून ठरते, पण तुमचे 'आर्थिक वय' हे तुमच्याकडे असलेल्या बचतीवरून आणि गुंतवणुकीवरून ठरते. जर तुमचे वय ४० वर्षे असेल पण तुमच्याकडे १ रुपयाचीही बचत नसेल, तर तुमचे आर्थिक वय हे एका 'नवजात बालकासारखे' (Newborn) आहे. याउलट, जर एखादा २५ वर्षांचा मुलगा ५ वर्षांचा खर्च भागेल इतकी पुंजी साठवून असेल, तर त्याचे आर्थिक वय जास्त प्रगल्भ आहे. आज आपण हे मोजणार आहोत की आर्थिकदृष्ट्या तुम्ही कुठे उभे आहात.

२. माझी गोष्ट: जेव्हा माझं वय ३५ होतं, पण आर्थिक वय शून्य!

मी जेव्हा ३५ वर्षांचा होतो, तेव्हा माझ्याकडे चांगली नोकरी होती, मोठी गाडी होती आणि राहिला घर होतं. पण PGP प्रवासात जेव्हा सरांनी मला माझं 'आर्थिक वय' काढायला सांगितलं, तेव्हा मला धक्का बसला. माझ्याकडे जितकी मालमत्ता होती, त्यापेक्षा जास्त माझ्यावर 'कर्ज' (Liability) होतं. जर आज माझी नोकरी गेली असती, तर मी १५ दिवसही माझा खर्च भागवू शकलो नसतो.

माझं जैविक वय ३५ होतं, पण आर्थिकदृष्ट्या मी अजूनही 'पंगू' होतो. ज्या दिवशी मी माझी ही खरी परिस्थिती स्वीकारली, त्या दिवसापासून मी आकडेमोडीला सुरुवात केली. आज माझं आर्थिक वय माझ्या जैविक वयापेक्षाही पुढे गेलं आहे, कारण आज मी काम केलं नाही तरी माझी गुंतवणूक माझं घर चालवू शकते. हीच खरी आर्थिक प्रगल्भता आहे.

३. आजचे शिक्षण : आर्थिक वय काढण्याचे सूत्र

तुमचे आर्थिक वय हे तुमच्या **'नेट वर्थ' (Net Worth)** आणि तुमच्या **'मासिक खर्चा'वर** अवलंबून असते.

सूत्र (The Formula):

तुमची एकूण बचत आणि गुंतवणूक ÷ तुमचा मासिक खर्च = तुमचे आर्थिक वय (महिन्यात)

- **० ते ३ महिने:** तुम्ही आर्थिकदृष्ट्या 'नवजात' आहात. (अत्यंत धोकादायक स्थिती)

- **६ ते १२ महिने:** तुम्ही 'रांगायला' शिकला आहात. (सुरक्षिततेची पहिली पायरी)
- **५ वर्षे+ :** तुम्ही आर्थिकदृष्ट्या 'प्रौढ' आहात.
- **२० वर्षे+ :** तुम्ही आर्थिकदृष्ट्या 'स्वतंत्र' (Financial Freedom) झाला आहात.

४. कृती आराखडा : तुमचे आर्थिक वय मोजा

आज तुम्हाला स्वतःच्या सध्याच्या परिस्थितीचा प्रामाणिकपणे हिशोब करायचा आहे.

1. **तुमची एकूण रोख बचत/गुंतवणूक (सोनं, एफडी, म्युच्युअल फंड इ.):** ₹ ___________
2. **तुमचा सध्याचा मासिक खर्च (सर्व हप्ते धरून):** ₹ ___________
3. **कॅल्क्युलेशन (Step 1 ÷ Step 2):** ___________ (महिने)

निष्कर्ष: "मी आजपासून काम करणे थांबवले, तर मी पुढचे _______ महिने/वर्षे जगू शकतो."

आजची कृती: तुमचा हा आकडा लिहून काढा. तो कितीही कमी असला तरी घाबरू नका, कारण आजपासून आपण तो वाढवण्याच्या प्रवासाला सुरुवात करत आहोत.

५. माझी टिपणे

(तुमचे आर्थिक वय पाहून तुम्हाला काय वाटले? तुम्हाला हे वय किती वर्षांपर्यंत न्यायला आवडेल?)

आजची शपथ: "मी माझे आर्थिक वय वाढवण्यासाठी कटिबद्ध आहे. मी केवळ उत्पन्नासाठी नाही, तर माझ्या संपत्तीच्या वाढीसाठी काम करेन. माझी आर्थिक प्रगल्भता हीच माझी खरी श्रीमंती आहे."

दिवस २५: इन्फ्लेशन ॲडजस्टेड गोल्स

१. प्रस्तावना: २० वर्षांनंतर १ लाखाची किंमत काय असेल?

आज तुम्हाला १ लाख रुपयांत जेवढ्या वस्तू विकत घेता येतात, तेवढ्याच वस्तू २० वर्षांनंतर १ लाख रुपयांत येतील का? नक्कीच नाही. यालाच आपण 'महागाई' (Inflation) म्हणतो. महागाई म्हणजे तुमच्या पैशांची 'खरेदी करण्याची शक्ती' (Purchasing Power) कमी होणे. जर तुम्ही तुमच्या भविष्यातील ध्येयांसाठी आजच्या किमतीनुसार नियोजन करत असाल, तर तुम्ही भविष्यात आर्थिक अडचणीत येऊ शकता. श्रीमंत होण्यासाठी तुम्हाला केवळ पैसे साठवायचे नाहीत, तर ते महागाईपेक्षा जास्त वेगाने वाढवायचे आहेत.

२. माझी गोष्ट: ५० पैशांचा वडापाव आणि आजचा हिशोब

मला आठवतंय, माझ्या लहानपणी वडापाव ५० पैशांना किंवा १ रुपयाला मिळायचा. आज तोच वडापाव १५ ते २० रुपयांना मिळतो. वस्तू तीच आहे, पण तिची किंमत २० पटीने वाढली आहे.

PGP प्रवासात जेव्हा मी माझ्या निवृत्तीचा (Retirement) हिशोब केला, तेव्हा मला वाटलं होतं की महिन्याला ५०,००० रुपये पेन्शन मिळाली तरी माझं आयुष्य आरामात जाईल. पण सरांनी मला महागाईचा हिशोब शिकवला. ७% महागाई दर पकडला, तर आजचे ५०,००० रुपये २० वर्षांनंतर जवळजवळ २ लाख रुपयांच्या बरोबरीचे असतील! जर मी फक्त ५० हजारांचे नियोजन केले असते, तर २० वर्षांनंतर मी 'गरीब' झालो असतो. त्या दिवशी मला समजलं की, ध्येय ठरवताना 'आजची किंमत' नाही, तर 'भविष्यातील किंमत' (Future Value) मोजणे का गरजेचे आहे.

३. आजचे शिक्षण : 'नियम ७२' आणि महागाई

महागाई तुमच्या बचतीला उधईसारखी हळूहळू खात असते. जर महागाईचा दर ६% असेल, तर दर १२ वर्षांनी तुमच्या पैशांची किंमत निम्मी होते.

महत्त्वाचे सूत्र:

- **आजचे १ लाख = १० वर्षांनंतरचे २ लाख** (७% महागाई दराने).
- **शिक्षणाचा खर्च:** शिक्षणाची महागाई १०% ते १२% दराने वाढते. म्हणजे आज जर मुलाच्या शिक्षणाला १० लाख लागत असतील, तर १० वर्षांनंतर त्यासाठी २५ ते ३० लाख रुपये लागतील.

नियम: गुंतवणुकीचा परतावा (Returns) नेहमी महागाईपेक्षा किमान ३-४% जास्त असावा. (उदा. महागाई ६% असेल, तर तुमची गुंतवणूक किमान १०% दराने वाढली पाहिजे).

४. कृती आराखडा : तुमच्या ध्येयाला 'महागाईचा चष्मा' लावा

आज तुम्हाला तुमच्या एका मोठ्या ध्येयाची भविष्यातील किंमत काढायची आहे. (७% महागाईचा सरासरी दर गृहीत धरा).

1. **तुमचे ध्येय:** (उदा. मुलाचे लग्न / उच्च शिक्षण) ________________________
2. **आजची किंमत (आज तो खर्च किती आहे?):** ₹ ________________________
3. **किती वर्षांनंतर हा खर्च येणार आहे?** _____________ वर्षे.
4. **भविष्यातील अंदाजित किंमत (Future Value):** * (१० वर्षांनंतर - आजच्या किमतीच्या दुप्पट करा)
    - (२० वर्षांनंतर - आजच्या किमतीच्या चौपट करा)

      अंदाजित रक्कम: ₹ ________________________

आजची कृती: तुमच्या ध्येयाचा आकडा आजच अपडेट करा. "मला २० लाख हवेत" ऐवजी "मला २० वर्षांनंतर ८० लाख हवेत" असे लिहा.

५. माझी टिपणे

(महागाईचा हा हिशोब पाहिल्यावर तुम्हाला तुमच्या सध्याच्या बचतीबद्दल काय वाटले? तुम्हाला गुंतवणुकीचा वेग वाढवण्याची गरज वाटते का?)

आजची शपथ: "मी महागाईच्या राक्षसाला घाबरणार नाही, तर मी त्याचा सामना करण्यासाठी सज्ज राहीन. मी अशा ठिकाणी गुंतवणूक करेन जिथे माझा पैसा महागाईपेक्षा जास्त वेगाने वाढेल. मी भविष्यातील किमतींचे नियोजन आजच करत आहे."

दिवस २६: फॅमिली फायनान्शिअल मिटिंग

१. प्रस्तावना: जोडीदाराला आणि मुलांना प्रवासात सामील करा.

आर्थिक नियोजन हे केवळ घरच्या कर्त्या पुरुषाचे किंवा स्त्रीचे काम नाही, तर ते संपूर्ण कुटुंबाचे मिशन असायला हवे. अनेकदा घरातील एका व्यक्तीला सर्व आर्थिक ओझं माहित असतं, तर इतरांना फक्त 'खर्च' माहित असतो. यामुळे गैरसमज आणि वाद निर्माण होतात. 'फॅमिली फायनान्शिअल मिटिंग' म्हणजे कुटुंबातील सर्वांनी एकत्र बसून उत्पन्नावर, खर्चावर आणि भविष्यातील स्वप्नांवर सकारात्मक चर्चा करणे. जेव्हा संपूर्ण कुटुंब एकाच दिशेने विचार करते, तेव्हा समृद्धी वेगाने येते.

२. माझी गोष्ट: जेव्हा माझं कुटुंब माझं 'बळ' बनलं

सुरुवातीला मी माझे आर्थिक प्रश्न कोणाशीच शेअर करत नसे. मला वाटायचं की मी कशाला त्यांना टेन्शन देऊ? पण यामुळे माझ्या पत्नीला आणि मुलांना माझ्या मर्यादा कधीच समजल्या नाहीत. मी गुंतवणुकीसाठी पैसे वाचवायचा प्रयत्न करायचो आणि घरातून एखादा नवीन खर्चाचा हट्ट व्हायचा. यामुळे चिडचिड वाढायची.

PGP मध्ये सरांनी मला 'फॅमिली मिटिंग' घ्यायला सांगितली. मी एकदा रविवारी सर्वांना एकत्र बसवलं. मी त्यांना माझे स्वप्न, आपली ध्येय आणि आपली सध्याची परिस्थिती स्पष्टपणे सांगितली. मला आश्चर्य वाटलं की, माझ्या मुलाने स्वतःहून त्याचे काही अनावश्यक हट्ट कमी करण्याची तयारी दर्शवली आणि पत्नीने घरखर्चात बचतीचे नवीन मार्ग सुचवले. आता आमचे वाद होत नाहीत, कारण आम्ही सर्वजण एकाच टीममध्ये आहोत. आर्थिक पारदर्शकता ही कुटुंबातील शांततेची गुरुकिल्ली आहे.

३. आजचे शिक्षण : मिटिंगचे ३ मुख्य नियम

कुटुंबासोबत पैशावर चर्चा करणे सुरुवातीला कठीण वाटू शकते, पण या नियमांचे पालन केल्यास ती आनंददायी ठरेल:

- **सकारात्मक वातावरण:** मिटिंगची सुरुवात वादाने न करता "आपल्याला एकत्र काय साध्य करायचे आहे?" या प्रश्नाने करा.

- **पारदर्शकता:** जोडीदाराला इन्शुरन्स, गुंतवणुकीचे कागदपत्रे आणि पासवर्ड्स (किमान कुठे आहेत ते) यांची माहिती द्या.
- **मुलांचा सहभाग:** मुलांना त्यांच्या वयानुसार छोटे आर्थिक निर्णय घेऊ द्या (उदा. सहलीचे बजेट ठरवणे). यामुळे त्यांना पैशाचे मूल्य समजते.

नियम: महिन्यातून एकदा 'फॅमिली फायनान्शिअल डेट' किंवा मिटिंग निश्चित करा.

४. कृती आराखडा : पहिली फॅमिली मिटिंग

आज तुम्हाला तुमच्या कुटुंबासोबत किमान १५ ते २० मिनिटे चर्चा करायची आहे.

1. **उत्पन्न आणि बचत:** या महिन्यात आपण किती बचत केली, हे सर्वांना आनंदाने सांगा.
2. **येणारा मोठा खर्च:** पुढच्या महिन्यात कोणता मोठा खर्च येणार आहे का? (उदा. मुलांची फी, विमा हप्ता).
3. **एक स्वप्न:** पुढच्या १ वर्षात कुटुंबाला एकत्र काय साध्य करायचे आहे? (उदा. नवीन टीव्ही किंवा सहल).
4. **कागदपत्रांची माहिती:** तुमच्या 'मास्टर फाईल' बद्दल जोडीदाराला माहिती द्या (जी आपण दिवस १८ मध्ये तयार केली होती).

आजची कृती: आज रात्री जेवताना किंवा चहाच्या वेळी ही चर्चा करा. कोणालाही दोष देऊ नका, फक्त भविष्याबद्दल बोला.

५. माझी टिपणे

(घरात पैशाबद्दल चर्चा करताना सर्वांच्या प्रतिक्रिया काय होत्या? तुम्हाला या चर्चेनंतर हलकं वाटलं का?)

आजची शपथ: "माझे कुटुंब ही माझी सर्वात मोठी शक्ती आहे. मी माझ्या आर्थिक प्रवासात माझ्या जोडीदाराला आणि मुलांना सोबत घेईन. आम्ही एक संघ म्हणून आर्थिक स्वातंत्र्य मिळवू."

दिवस २७: ज्ञानातील गुंतवणूक

१. प्रस्तावना: माहितीसाठी पैसे खर्च करायला घाबरू नका.

जगातील सर्वात मोठा 'ॲसेट' (Asset) हा तुम्ही स्वतः आहात. लोक १० लाखांची कार घेताना विचार करत नाहीत, पण स्वतःचे कौशल्य वाढवण्यासाठी १० हजारांचा कोर्स करायचा असेल, तर त्याला 'खर्च' समजतात. लक्षात ठेवा, 'कलम' आणि 'कौशल्य' (Skill) ही अशी दोन शस्त्रे आहेत, जी तुमच्याकडून कोणीही चोरू शकत नाही. जर तुम्हाला तुमचे उत्पन्न वाढवायचे असेल, तर तुम्हाला तुमची 'लर्निंग कपॅसिटी' (शिकण्याची क्षमता) वाढवावी लागेल. माहितीवर खर्च केलेला १ रुपया भविष्यात १०० रुपयांचा परतावा देऊ शकतो.

२. माझी गोष्ट: तो एक 'कोर्स' आणि माझं बदललेलं आयुष्य

काही वर्षांपूर्वी माझी आर्थिक स्थिती स्थिर होती, पण प्रगती थांबली होती. मी खूप कष्ट करत होतो, पण रिझल्ट मिळत नव्हता. तेव्हा मला PGP बद्दल समजलं. त्याची फी भरायची वेळ आली तेव्हा माझं मन म्हणालं, "एवढे पैसे कशाला खर्च करायचे? गुगलवर सगळं फ्री मिळतं की!" पण तरीही मी धाडस केलं आणि त्या कोर्समध्ये गुंतवणूक केली.

त्या कोर्समुळे मला जे ज्ञान आणि जी 'नेटवर्क' मिळाली, ती मला गुगलवर कधीच मिळाली नसती. त्या ज्ञानाचा वापर करून मी माझ्या गुंतवणुकीतून आणि लेखनातून कोर्सच्या फीच्या १० पटीने जास्त पैसे पहिल्या वर्षातच कमावले. मला समजलं की, आपण 'फ्री' माहितीच्या शोधात आपला सर्वात मौल्यवान वेळ वाया घालवतो. तज्ज्ञांकडून शिकल्यामुळे आपला वेळ वाचतो आणि आपण चुका करणे टाळतो. स्वतःवर खर्च केलेला पैसा हा कधीच 'खर्च' नसतो, ती सर्वात मोठी 'इन्व्हेस्टमेंट' असते.

३. आजचे शिक्षण : ROI ऑन नॉलेज

गुंतवणुकीच्या जगात आपण नेहमी 'ROI' (Return on Investment) पाहतो. ज्ञानातील गुंतवणुकीचा ROI सर्वात जास्त असतो.

ज्ञानाचे ३ प्रकार:

- **अकादमिक ज्ञान:** जे आपल्याला शाळेत मिळतं (नोकरी मिळवण्यासाठी).
- **व्यावसायिक ज्ञान:** जे आपल्याला कामात प्रगत करतं (पगार वाढवण्यासाठी).

- **आर्थिक ज्ञान:** जे आपल्याला पैसा कसा खेळवायचा हे शिकवतं (श्रीमंत होण्यासाठी).

नियम: तुमच्या वार्षिक उत्पन्नातील किमान ३% ते ५% हिस्सा हा स्वतःच्या शिक्षणावर, पुस्तकांवर किंवा सेमिनारवर खर्च करा.

४. कृती आराखडा : स्वतःसाठी बजेट ठरवा

आज तुम्हाला तुमच्या प्रगतीसाठी एक छोटा 'लर्निंग प्लॅन' तयार करायचा आहे.

1. **असे एक कौशल्य जे शिकल्यामुळे तुमचे उत्पन्न वाढू शकते:**
   ____
2. **त्या विषयावरचे एक सर्वोत्तम पुस्तक:**
   ____
3. **एक कोर्स किंवा मार्गदर्शक (Mentor) ज्यांच्याकडून तुम्हाला शिकायला आवडेल:** _______

आजची कृती: आज एखादे नवे पुस्तक विकत घ्या किंवा एखाद्या ऑनलाइन कोर्सची माहिती काढा. आजच स्वतःच्या मेंदूसाठी काहीतरी 'खरेदी' करा.

५. माझी टिपणे

(स्वतःवर पैसे खर्च करताना तुम्हाला अपराधी वाटते का? जर हो, तर ही मानसिकता बदलण्यासाठी तुम्ही काय कराल?)

आजची शपथ: "मी माझा सर्वात मोठा गुंतवणूकदार आहे. मी माझे ज्ञान आणि कौशल्य वाढवण्यासाठी कधीही मागे हटणार नाही. माझ्या मेंदूतील गुंतवणूक मला सर्वोत्तम परतावा देईल आणि माझे भविष्य उज्ज्वल करेल."

दिवस २८: शिस्त (Discipline) हीच खरी स्वातंत्र्य मिळवण्याची चावी

१. प्रस्तावना: शिस्त (Discipline) हीच खरी स्वातंत्र्य मिळवण्याची चावी आहे.

बहुतेक लोकांना वाटतं की 'शिस्त' म्हणजे बंधने किंवा स्वतःवर लादलेली सक्ती. पण आर्थिक जगात शिस्त म्हणजे 'स्वातंत्र्य'. जर तुम्ही आज तुमच्या खर्चावर आणि सवयींवर शिस्त लावली, तरच उद्या तुम्हाला हवे ते करण्याचे स्वातंत्र्य मिळेल. शिस्त म्हणजे "तुम्हाला आत्ता काय हवे आहे" (उदा. चैनीची वस्तू) आणि "तुम्हाला आयुष्यात सर्वात जास्त काय हवे आहे" (उदा. आर्थिक स्वातंत्र्य) यातील निवड करणे. ज्याच्याकडे शिस्त आहे, तोच स्वतःच्या नशिबाचा निर्माता असतो.

२. माझी गोष्ट: विस्कळीत आयुष्य ते शिस्तबद्ध श्रीमंती

काही वर्षांपूर्वी माझं आर्थिक आयुष्य एखाद्या वादळात सापडलेल्या जहाजासारखं होतं. पगार झाला की खर्च करायचा, राहिला तर वाचवायचा, कधीतरी आठवण आली की डायरी लिहायची. मला वाटायचं की एवढ्या बंधनात राहून काय मजा? पण त्या 'मजेपायी' माझ्यावर कर्जाचा डोंगर उभा राहिला.

जेव्हा मी PGP प्रवासात शिस्तीचं महत्त्व अनुभवलं, तेव्हा मला समजलं की, शिस्त ही तुम्हाला अडकवत नाही, तर ती तुम्हाला सुरक्षित करते. मी रोज खर्च लिहिण्याची, पगार होताच आधी गुंतवणूक करण्याची आणि प्रलोभनांना 'नाही' म्हणण्याची शिस्त लावली. सुरुवातीला हे कठीण गेलं, पण आज याच शिस्तीमुळे माझ्याकडे 'वेळेचं स्वातंत्र्य' आहे. शिस्त पाळणं म्हणजे स्वतःला दिलेल्या शब्दाची किंमत राखणं होय.

३. आजचे शिक्षण : शिस्तीचा 'चक्रवाढ' परिणाम (Compound Effect)

आर्थिक यश हे कोणत्याही एका मोठ्या निर्णयावर अवलंबून नसते, तर ते रोजच्या छोट्या आणि शिस्तबद्ध कृतींचे फळ असते.

- **शिस्तबद्ध बचत:** दरमहा १,००० रुपये वाचवण्याची शिस्त तुम्हाला २० वर्षांत लाखो रुपये मिळवून देऊ शकते.
- **शिस्तबद्ध खर्च:** खरेदीपूर्वी '७२ तासांचा नियम' पाळण्याची शिस्त तुम्हाला कर्जापासून वाचवू शकते.

- **शिस्तबद्ध शिक्षण:** रोज २० मिनिटे आर्थिक विषयावर वाचन करण्याची शिस्त तुम्हाला तज्ज्ञ बनवू शकते.

नियम: प्रेरणा (Motivation) तुम्हाला सुरुवात करून देते, पण शिस्त (Discipline) तुम्हाला ध्येयापर्यंत पोहोचवते.

४. कृती आराखडा : तुमच्या शिस्तीची चाचणी

आज तुम्हाला तुमच्या आयुष्यातील 'शिस्तीचा अभाव' असलेल्या एका गोष्टीवर ताबा मिळवायचा आहे.

1. **अशी एक आर्थिक सवय जी तुम्ही गेल्या २७ दिवसांत पाळण्याचा प्रयत्न केला पण त्यात खंड पडला:**

   ____

2. **ही सवय पुन्हा सुरू करण्यासाठी तुम्ही कोणती वेळ किंवा 'ट्रिगर' निवडाल?** (उदा. रात्री ९ वाजता अलार्म वाजला की हिशोब लिहीन).

   ____

3. **आज तुम्ही स्वतःला दिलेला कोणता शब्द पाळला?**

   ____

आजची कृती: गेल्या २७ दिवसांतील या डायरीतील तुमच्या नोंदी पुन्हा एकदा चाळा. जिथे खंड पडला असेल, तिथे आजच पूर्ण करा. आजचा दिवस ही तुमची 'री-सेट' बटण दाबण्याची संधी आहे.

५. माझी टिपणे

(शिस्त पाळणे तुमच्यासाठी कठीण का जाते? जेव्हा तुम्ही एखादा नियम पाळता, तेव्हा तुम्हाला स्वतःबद्दल कसं वाटतं?)

आजची शपथ: "शिस्त हीच माझ्या आर्थिक स्वातंत्र्याची गुरुकिल्ली आहे. मी माझ्या भावनांना नाही, तर माझ्या ध्येयांना महत्त्व देईन. मी स्वतःला दिलेले शब्द पूर्ण करण्याची आणि शिस्त पाळण्याची जबाबदारी स्वीकारत आहे."

दिवस २९: अपयशाचा स्वीकार

१. प्रस्तावना: जुन्या आर्थिक चुकांना आता माफ करा.

अनेक लोक त्यांच्या भविष्याचं नियोजन करू शकत नाहीत, कारण त्यांचं मन अजूनही भूतकाळातील चुकांमध्ये अडकलेलं असतं. "मी त्या शेअर्समध्ये पैसे का गमावले?", "मी ते फालतू कर्ज का घेतलं?", "मी वेळेत बचत का सुरू केली नाही?" - हे विचार तुम्हाला मागे खेचतात. लक्षात ठेवा, आर्थिक चुका हे गुन्हे नसून ते 'धडे' आहेत. जोपर्यंत तुम्ही स्वतःला जुन्या चुकांसाठी माफ करत नाही, तोपर्यंत तुम्ही नव्या समृद्धीचे स्वागत करू शकणार नाही. आजचा दिवस आहे त्या ओझ्यातून मुक्त होण्याचा.

२. माझी गोष्ट: माझ्या चुकीच्या निर्णयांची 'पेनल्टी'

एक वेळ अशी होती की मी एका मित्राच्या सांगण्यावरून विचार न करता एका स्कीममध्ये ५ लाख रुपये गुंतवले आणि ते सर्व बुडाले. कित्येक महिने मी स्वतःला दोष देत होतो. त्या त्रासामुळे मी पुढच्या अनेक चांगल्या संधी गमावल्या. मला वाटायचं की मी 'बॅड लक' घेऊन जन्माला आलोय.

PGP मध्ये मला समजलं की, जगात असा कोणताही यशस्वी माणूस नाही ज्याने कधी आर्थिक चूक केली नाही. फरक इतकाच आहे की, यशस्वी लोक त्या चुकांतून शिकतात आणि पुढे जातात. ज्या दिवशी मी स्वतःला सांगितलं की, "ती ५ लाखांची गुंतवणूक बुडाली नाही, तर ती माझ्या शिक्षणाची फी होती," त्या दिवशी माझ्या मनावरचं ओझं उतरलं. आज माझ्याकडे जे यश आहे, ते त्या चुकांतून मिळालेल्या अनुभवामुळेच आहे. तुमची चूक तुम्हाला संपवण्यासाठी नाही, तर तुम्हाला प्रगल्भ करण्यासाठी आलेली असते.

३. आजचे शिक्षण : चुकांचे 'लर्निंग' मध्ये रूपांतर

आर्थिक चुकांचे विश्लेषण करताना अपराधी भावनेपेक्षा शिकण्यावर भर द्या.

- **स्वीकार करा:** "हो, माझ्याकडून चूक झाली आणि ती मान्य आहे."
- **धडा शोधा:** त्या चुकीमागचं कारण काय होतं? (उदा. लोभ, भीती, की ज्ञानाचा अभाव?)
- **सुधारणा करा:** तीच चूक पुन्हा होणार नाही यासाठी आता मी कोणती 'सिस्टिम' लावली आहे?

नियम: भूतकाळ हा तुमचा 'तुरुंग' नसून तो तुमचा 'गुरु' (Teacher) आहे.

४. कृती आराखडा : माफी आणि मुक्ती

आज तुम्हाला तुमच्या अशा एका चुकीबद्दल लिहायचे आहे, ज्याबद्दल तुम्हाला अजूनही वाईट वाटते.

१. **ती आर्थिक चूक कोणती होती?** ________________________________

२. **त्यातून मी काय शिकलो?** ________________________________

३. **स्वतःला उद्देशून लिहा:** "मी, [तुमचे नाव], स्वतःला या चुकीसाठी पूर्णपणे माफ करत आहे. मी आता यातून मिळालेला अनुभव घेऊन पुढे जाण्यास तयार आहे."

आजची कृती: तुमच्या जुन्या आर्थिक चुकांच्या आठवणींना आज मनातल्या मनात एका बंद पेटीत ठेवा आणि ती पेटी समुद्रात फेकून दिली आहे अशी कल्पना करा. आजपासून तुम्ही एक नवीन कोरी पाटी घेऊन सुरुवात करत आहात.

५. माझी टिपणे

(स्वतःला माफ केल्यावर तुम्हाला कसं वाटतंय? आता तुमच्या मनात भविष्याबद्दल कोणती नवीन आशा निर्माण झाली आहे?)

आजची शपथ: "माझा भूतकाळ माझ्या भविष्याचा आरसा नाही. मी माझ्या सर्व आर्थिक चुका स्वीकारत आहे आणि स्वतःला माफ करत आहे. मी अनुभवांनी समृद्ध झालो आहे आणि मी आता आर्थिक यशाकडे झेप घेण्यास सज्ज आहे."

दिवस ३०: महिन्याचा आढावा (Month 1 Review)

१. प्रस्तावना: तुमचा माइंडसेट किती बदलला?

अभिनंदन! तुम्ही तुमच्या ३६५ दिवसांच्या आर्थिक क्रांतीचा पहिला आणि सर्वात महत्त्वाचा टप्पा पूर्ण केला आहे. हा महिना 'पायाभरणी'चा होता. आपण गणितापेक्षा मानसिकतेवर जास्त काम केले. कारण जोपर्यंत विचार बदलत नाहीत, तोपर्यंत कृती बदलत नाही आणि जोपर्यंत कृती बदलत नाही, तोपर्यंत तुमची नेट वर्थ बदलत नाही. आजचा दिवस हा मागे वळून पाहण्याचा आहे—तुम्ही कुठून सुरुवात केली होती आणि आज तुमची विचार करण्याची पद्धत किती प्रगल्भ झाली आहे.

२. माझी गोष्ट: ३० दिवसांचा हा 'दुसरा जन्म'

जेव्हा मी या प्रवासाला सुरुवात केली, तेव्हा मला वाटलं होतं की मी फक्त काही गुंतवणुकीचे फंडे शिकेन. पण ३० दिवसांनंतर माझ्या लक्षात आलं की, मी बदललो आहे. आता मला बाहेर जाताना 'सेल' दिसत नाही, तर मला 'अनावश्यक खर्च' दिसतो. पगार झाल्यावर मला 'पार्टी' आठवत नाही, तर मला 'पे युवरसेल्फ फर्स्ट' आठवतं.

हा बदल एका रात्रीत झाला नाही. रोज थोडं थोडं वाचल्यामुळे आणि लिहिण्यामुळे माझ्या मेंदूची वायरिंग बदलली. ३० दिवसांपूर्वीचा मी आणि आजचा मी यांच्यात जमीन-अस्मानाचा फरक आहे. आज मला माझ्या भविष्याची भीती वाटत नाही, कारण माझ्याकडे एक 'प्लॅन' आहे. हा आत्मविश्वासच माझा या महिन्याचा सर्वात मोठा परतावा आहे.

३. आजचे शिक्षण : प्रगतीचा अहवाल (Progress Report)

कोणताही मोठा बदल मोजण्यासाठी आपल्याला काही निकष लावावे लागतात. या महिन्यात आपण खालील गोष्टींवर काम केले आहे:

1. **माइंडसेट:** गरिबीच्या मानसिकतेतून समृद्धीकडे.
2. **शिस्त:** रोजचा खर्च लिहिणे आणि ऑटोमेशन.
3. **स्पष्टता:** व्हिजन स्टेटमेंट आणि SMART ध्येये.
4. **जाणीव:** महागाई आणि आर्थिक वयाची ओळख.

नियम: प्रगती ही रेषीय (Linear) नसते. जर तुम्ही ३० पैकी २० दिवस जरी प्रामाणिकपणे दिले असतील, तरी तुम्ही ९०% लोकांच्या पुढे आहात.

४. कृती आराखडा : महिना १ चे रिपोर्ट कार्ड

आज तुम्हाला स्वतःचे मूल्यमापन करायचे आहे (प्रामाणिकपणे):

१. **मी या महिन्यात किती दिवस डायरी पूर्ण केली?** [_____ / ३०]

२. **माझी सर्वात मोठी 'आर्थिक जाणीव' (Realization) कोणती?**

----

३. **मी या महिन्यात किती पैसे 'अनावश्यक' खर्चातून वाचवले? ₹** ____________

४. **माझे 'व्हिजन स्टेटमेंट' आता माझ्या तोंडपाठ आहे का?** [हो / नाही]

आजची कृती: ३० दिवस पूर्ण केल्याबद्दल स्वतःचे कौतुक करा. आज स्वतःला एक छोटे बक्षीस द्या (जे बजेटमध्ये असेल!) कारण तुम्ही तुमच्या आयुष्याची सर्वात महत्त्वाची पायरी चढला आहात.

५. माझी टिपणे

(या ३० दिवसांच्या प्रवासात तुम्हाला स्वतःबद्दल काय नवीन समजले? पुढील महिन्यासाठी तुम्ही किती उत्सुक आहात?)

आजची शपथ: "मी यशस्वीरीत्या माझा पाया रचला आहे. माझ्या आर्थिक क्रांतीची ही फक्त सुरुवात आहे. मी नवीन ज्ञान घेण्यासाठी आणि पुढील महिन्यातील आव्हानांसाठी पूर्णपणे सज्ज आहे. मी श्रीमंत होण्यासाठीच जन्माला आलो आहे."

महिना २: कर्जमुक्तीचा प्रवास

DEBT: MODERN SLAVERY

प्रस्तावना: आर्थिक गुलामगिरीतून स्वातंत्र्याकडे

१. कर्ज: एक आधुनिक गुलामगिरी

पहिल्या महिन्यात आपण आपली मानसिकता (Mindset) बदलली आणि पायाभरणी केली. आता वेळ आहे आपल्या प्रगतीला रोखून धरणाऱ्या सर्वात मोठ्या अडथळ्याला दूर करण्याची— आणि तो अडथळा म्हणजे 'कर्ज' (Debt).

आजच्या काळात बँका आणि क्रेडिट कार्ड कंपन्या आपल्याला "आत्ता खरेदी करा, नंतर पैसे द्या" असे सांगून लोभ दाखवतात. पण लक्षात ठेवा, जोपर्यंत तुमच्या डोक्यावर कर्जाचा डोंगर आहे, तोपर्यंत तुम्ही तुमच्या पैशांचे मालक नसून गुलाम आहात. कर्ज हे केवळ पैशांचे ओझे नसते, तर ते तुमच्या मानसिक शांततेचे आणि भविष्यातील संधींचे शत्रू असते. हा संपूर्ण महिना आपण अशा 'सिस्टिम'वर काम करणार आहोत, ज्यामुळे तुम्ही केवळ कर्जमुक्त होणार नाही, तर पुन्हा कधीही कर्जाच्या सापळ्यात अडकणार नाही.

२. माझी गोष्ट: हप्त्यांच्या चक्रव्यूहातून सुटका

एकेकाळी माझं आयुष्य फक्त 'EMI' भोवती फिरायचं. गाडीचा हप्ता, घराचा हप्ता, क्रेडिट कार्डचं मिनिमम बॅलन्स आणि पर्सनल लोन. पगार व्हायच्या आधीच तो कोणाला द्यायचा याची यादी तयार असायची. मला वाटायचं की "सगळेच कर्ज घेतात, यात काय नवीन आहे?" पण यामुळे मी कधीच नवीन गुंतवणूक करू शकलो नाही.

PGP प्रवासात मला समजलं की, कर्जाचं व्याज हे 'रिव्हर्स कंपाउंडिंग' सारखं काम करतं—ते तुम्हाला हळूहळू गरिबीकडे ढकलतं. मी ठरवलं की आता बस झालं! मी 'डेब्ट स्नोबॉल' (Debt Snowball) पद्धत वापरली आणि एकामागून एक कर्ज संपवायला सुरुवात केली. ज्या दिवशी माझं शेवटचं कर्ज फिटलं, त्या दिवशी मला जे स्वातंत्र्य जाणवलं, ते मी शब्दांत सांगू शकत नाही. कर्जमुक्त झाल्यावरच तुमची संपत्ती खऱ्या अर्थाने वेगाने वाढू लागते.

३. या महिन्याचे उद्दिष्ट: ३० दिवसांचा आराखडा

या महिन्यात आपण खालील महत्त्वाच्या टप्प्यांवर काम करणार आहोत:

- **कर्जाचा आरसा:** तुमच्या सर्व लहान-मोठ्या कर्जांची एक प्रामाणिक यादी तयार करणे.
- **चांगले कर्ज विरुद्ध वाईट कर्ज:** कोणत्या कर्जातून आधी बाहेर पडायचे, याची निवड करणे.
- **इमर्जन्सी फंड (Emergency Fund):** पुन्हा कर्ज घेण्याची वेळ येऊ नये म्हणून सुरक्षा कवच तयार करणे.
- **कर्जमुक्तीच्या पद्धती:** 'स्नोबॉल' आणि 'अॅव्हलांच' यांसारख्या जागतिक स्तरावरील यशस्वी पद्धतींचा वापर करणे.
- **मानसिक शक्ती:** कर्जाचा हप्ता भरताना होणारा त्रास कमी करून ध्येयावर लक्ष केंद्रित करणे.

४. कृती आराखडा : तुमची सध्याची स्थिती

आज तुम्हाला कोणत्याही आकडेमोडीची भीती न बाळगता, तुमच्याकडे असलेल्या सर्व कर्जांची फक्त नावे लिहायची आहेत.

१. **क्रेडिट कार्ड्स:** ____________________

२. **वैयक्तिक कर्ज (Personal Loan):** ____________________

३. **गाडी/घर/इतर कर्ज:** ____________________

४. **मित्रांकडून किंवा नातेवाईकांकडून घेतलेले पैसे:** ____________________

आजची कृती: आरशासमोर उभे राहा आणि स्वतःला सांगा—"मी या कर्जापेक्षा मोठा आहे. मी या गुलामीतून मुक्त होण्यासाठी सज्ज आहे."

५. माझी टिपणे

(कर्ज या शब्दाचा विचार केल्यावर तुमच्या मनात पहिली भावना कोणती येते? भीती, ताण की जिद्द?)

महिन्याची शपथ: "मी माझ्या कष्टाचा पैसा व्याजाच्या रूपात इतरांना देणार नाही. मी शिस्तबद्ध पद्धतीने माझ्या प्रत्येक कर्जाची परतफेड करेन. महिना २ च्या शेवटी, मी माझ्या आर्थिक स्वातंत्र्याच्या दिशेने एक मोठे पाऊल उचललेले असेल."

महिना २: कर्जमुक्तीचा प्रवास (Debt Free Life)

दिवस ३१: क्रेडिट कार्ड: सोय की तुमच्या पायातील बेडी?

१. प्रस्तावना: क्रेडिट कार्ड: सोय की तुमच्या पायातील बेडी?

क्रेडिट कार्ड हे दुधारी तलवारीसारखे आहे. जर तुम्ही ते वेळेवर वापरले, तर ती एक 'सोय' आहे. पण जर तुम्ही फक्त 'मिनिमम ड्यु' (Minimum Due) भरून खर्च करत राहिलात, तर ती तुमच्या पायातील 'बेडी' बनते. बँका तुम्हाला "रिवॉर्ड पॉइंट्स" आणि "कॅशबॅक"चे आमिष दाखवतात, कारण त्यांना माहित आहे की सरासरी माणूस त्याच्या खिशात असलेल्या पैशांपेक्षा क्रेडिट कार्डवर ३०% जास्त खर्च करतो. आज आपण या प्लास्टिकच्या पैशांचे सत्य उलगडणार आहोत.

२. माझी गोष्ट: 'रिवॉर्ड पॉइंट्स'च्या नादात गमावलेले हजारो रुपये

मला आठवतंय, सुरुवातीला मला क्रेडिट कार्ड मिळालं तेव्हा मला खूप 'पॉवरफुल' वाटायचं. मी हॉटेलची बिलं, पेट्रोल आणि शॉपिंगसाठी कार्ड वापरायचो, कारण मला वाटायचं की मला खूप रिवॉर्ड पॉइंट्स मिळतायत. पण महिना अखेरीस जेव्हा बिल यायचं, तेव्हा माझ्या लक्षात यायचं की मी माझ्या बजेटपेक्षा जास्त खर्च केला आहे.

एकदा तर मी फक्त 'मिनिमम अमाऊंट' भरली आणि उरलेल्या पैशांवर बँकेने ३६% ते ४२% दराने व्याज लावलं. माझे हजारो रुपये फक्त व्याजात गेले. तेव्हा मला PGP मध्ये शिकवलं गेलं की, बँका तुमच्या रिवॉर्ड पॉइंट्समधून नाही, तर तुमच्या 'उशिरा भरलेल्या बिलावरच्या व्याजातून' श्रीमंत होतात. ज्या दिवशी मी क्रेडिट कार्डचा वापर फक्त आपत्कालीन कामापुरता मर्यादित केला आणि पूर्ण बिल भरण्याची सवय लावली, त्या दिवशी माझी खरी आर्थिक प्रगती सुरू झाली.

३. आजचे शिक्षण : क्रेडिट कार्डचे 'डेथ ट्रॅप' (Death Trap)

क्रेडिट कार्ड कंपन्या कशा प्रकारे तुमच्या मानसिकतेशी खेळतात, हे समजून घ्या:

- **मिनिमम ड्यु (Minimum Due):** हे सर्वात मोठे जाळे आहे. जर तुम्ही फक्त ५% बिल भरले, तर उरलेल्या ९५% वर बँक चक्रवाढ व्याज लावते. यामुळे तुमचे छोटे कर्ज कधीही न संपणाऱ्या डोंगरासारखे वाढते.

- **कॅशबॅक आणि सेल:** तुम्हाला ५०० रुपयांचा कॅशबॅक मिळवण्यासाठी बँका ५,००० रुपयांचा अनावश्यक खर्च करायला प्रवृत्त करतात.
- **व्याजदर:** वैयक्तिक कर्जाचा व्याजदर १०-१२% असतो, तर क्रेडिट कार्डचा ४०% पर्यंत असू शकतो. हे जगातील सर्वात महागडे कर्ज आहे.

नियम: जर तुमच्याकडे बिल पूर्ण भरण्यासाठी पैसे नसतील, तर क्रेडिट कार्ड वापरणे बंद करा.

४. कृती आराखडा : तुमच्या कार्डचे विश्लेषण

आज तुम्हाला तुमच्या क्रेडिट कार्डच्या मागील ३ महिन्यांच्या बिलांचे निरीक्षण करायचे आहे.

१. **तुमच्याकडे किती क्रेडिट कार्ड्स आहेत?** ________

२. **एकूण थकीत रक्कम (Total Outstanding): ₹** ____________

३. **गेल्या महिन्यात तुम्ही किती व्याज भरले? ₹** ____________

४. **कार्ड वापरण्याचे मुख्य कारण काय होते?** (गरज / विनाकारण शॉपिंग / रिवॉर्ड्स) ____________

आजची कृती: जर तुमच्यावर क्रेडिट कार्डचे कर्ज असेल, तर आजपासून ते कार्ड तुमच्या पाकिटातून काढून घरी कपाटात ठेवा. जोपर्यंत ते कर्ज फिटत नाही, तोपर्यंत नवीन खरेदीसाठी डेबिट कार्ड किंवा रोख (Cash) वापरा.

५. माझी टिपणे

(क्रेडिट कार्ड स्वाइप करताना तुम्हाला कसं वाटतं? ते बिल भरताना होणारा त्रास तुम्हाला भविष्यातील खर्चापासून वाचवू शकतो का?)

आजची शपथ: "मी क्रेडिट कार्डच्या सापळ्यात अडकणार नाही. मी रिवॉर्ड पॉइंट्सपेक्षा माझ्या आर्थिक स्वातंत्र्याला जास्त महत्त्व देईन. माझे पैसे माझे आहेत आणि मी ते व्याजाच्या रूपात बँकांना देणार नाही."

दिवस ३२: पाच क्रेडिट कार्ड्स कापून टाकल्यावर मिळणारा श्वास

१. प्रस्तावना: पाच क्रेडिट कार्ड्स कापून टाकल्यावर मिळणारा श्वास.

अनेकदा आपल्याला वाटतं की जास्त क्रेडिट कार्ड्स असणं म्हणजे आपण 'बडे लोक' आहोत. पण वास्तवात, प्रत्येक नवीन कार्ड हे तुमच्या भविष्यातील उत्पन्नावर मारलेला एक डल्ला असतो. जेव्हा तुमच्याकडे पाच-पाच कार्ड्स असतात, तेव्हा तुम्ही एकाचं बिल भरण्यासाठी दुसऱ्यातून पैसे काढता आणि या 'चक्रव्यूहात' अडकता. आजचा दिवस हा मानसिक गुलामीतून मुक्त होण्याचा आहे. ती प्लास्टिकची कार्डे जेव्हा कात्रीने कापली जातात, तेव्हा फक्त प्लास्टिक तुटत नाही, तर तुमच्या मनावरचं वर्षानुवर्षांचं ओझं हलकं होतं.

२. माझी गोष्ट: तो 'कचकच' आवाज आणि मिळालेली मुक्ती

माझ्याकडे एकेकाळी नामांकित बँकेची पाच वेगळी कार्डे होती. प्रत्येक कार्डवर एक विशिष्ट ऑफर असायची—एकावर जेवणावर सूट, दुसऱ्यावर प्रवासावर सूट. पण या सूटच्या नादात मी कधी 'ओव्हरलिमिट' गेलो हे मला समजलंच नाही. दर महिन्याला पाच वेगवेगळ्या तारखांना बिलं भरणं म्हणजे एक मानसिक छळ असायचा.

PGP मध्ये जेव्हा मला 'कर्जमुक्त' होण्याचं महत्त्व उमजलं, तेव्हा मी एक कठोर निर्णय घेतला. मी कात्री घेतली आणि एकामागून एक पाचही कार्ड्स कापून टाकली. तो 'कचकच' आवाज होताना माझ्या काळजात धस्स झालं होतं, पण शेवटचा तुकडा कापल्यावर मला जो दीर्घ श्वास घेता आला, तो शब्दांत सांगता येणार नाही. त्या रात्री मी अनेक वर्षांनंतर शांत झोपलो. आता मला कोणतीही जाहिरात किंवा ऑफर्स भुरळ घालू शकत नाहीत, कारण माझ्या खर्चावर आता माझा ताबा आहे.

३. आजचे शिक्षण : 'प्लास्टिक'ची माया तोडा

संशोधन असं सांगतं की, जेव्हा आपण 'कॅश' (Cash) मध्ये पैसे देतो, तेव्हा आपल्या मेंदूला 'पेन' (Pain) जाणवतो, ज्यामुळे आपण कमी खर्च करतो. पण कार्ड स्वाइप करताना तो पेन जाणवत नाही.

कार्ड कापण्याचे फायदे:

- **ट्रॅकिंगची गरज नाही:** पाच वेगवेगळ्या बिलांच्या तारखा लक्षात ठेवण्याचं टेन्शन संपतं.
- **अनावश्यक खर्च बंद:** "कार्ड आहेच ना" या भावनेतून होणारी शॉपिंग थांबते.
- **व्याजमुक्त आयुष्य:** रोलिंग क्रेडिट आणि चक्रवाढ व्याजाच्या सापळ्यातून तुमची सुटका होते.

नियम: जर तुम्ही तुमच्या खर्चावर नियंत्रण ठेवू शकत नसाल, तर 'क्रेडिट' तुमचं मित्र नसून शत्रू आहे.

४. कृती आराखडा : कार्डांचा त्याग करा

आज तुम्हाला तुमच्या आर्थिक स्वातंत्र्यासाठी एक मोठे पाऊल उचलायचे आहे.

१. **तुमच्याकडील सर्वात जास्त व्याजाचे कार्ड निवडा:** ______________________

२. **त्या कार्डाचा 'क्लोजर रिपोर्ट' बँकेकडून घ्या (किंवा ॲपमधून ब्लॉक करा).**

३. **प्रत्यक्ष कृती:** ते कार्ड हातात घ्या आणि त्याचे दोन तुकडे करा. (किंवा ते पाकिटातून काढून एका सुरक्षित जागी लॉक करून ठेवा जिथून ते सहज काढता येणार नाही).

आजची कृती: तुमच्या पाकिटात आता फक्त एकच 'डेबिट कार्ड' ठेवा. पुढचे ७ दिवस फक्त तुमच्या खात्यात असलेल्या पैशातूनच व्यवहार करा.

५. माझी टिपणे

(कार्ड कापताना किंवा बाजूला ठेवताना तुमच्या मनात कोणती भीती आली? हे पाऊल उचलल्यावर तुम्हाला स्वतःबद्दल अभिमान वाटतोय का?)

आजची शपथ: "माझी श्रीमंती माझ्या पाकिटातील कार्डांवर नाही, तर माझ्या बँक बॅलन्सवर अवलंबून आहे. मी प्लास्टिकच्या पैशांचा गुलाम नाही. मी माझ्या खर्चाचा मालक आहे आणि मी आजपासून कर्जमुक्त आयुष्याची सुरुवात करत आहे."

दिवस ३३: बॅड लोन (Bad Debt) आणि गुड लोन (Good Debt) कसे ओळखायचे?

१. प्रस्तावना: प्रत्येक कर्ज सारखे नसते.

बऱ्याचदा लोक म्हणतात, "कर्ज म्हणजे वाईटच!" पण आर्थिक जगात सर्वच कर्ज एकाच मापात तोलता येत नाहीत. काही कर्ज तुम्हाला गरिबीच्या खाईत लोटतात, तर काही कर्ज तुम्हाला श्रीमंत होण्यासाठी शिडीसारखे काम करतात. आज आपण 'बॅड लोन' (वाईट कर्ज) आणि 'गुड लोन' (चांगले कर्ज) यातील सूक्ष्म फरक समजून घेणार आहोत. कर्जमुक्तीच्या प्रवासात कोणत्या कर्जाचा आधी बळी द्यायचा, हे समजण्यासाठी ही वर्गवारी अत्यंत आवश्यक आहे.

२. माझी गोष्ट: जेव्हा 'क्रेझी' शॉपिंग आणि 'होम लोन'ची तुलना झाली

सुरुवातीला मी लग्नासाठी वैयक्तिक कर्ज (Personal Loan) घेतलं आणि घरासाठी होम लोन. मला वाटलं दोन्ही कर्जच आहेत, हप्तेच भरायचे आहेत. पण ५ वर्षांनंतर मला समजलं की, लग्नासाठी घेतलेल्या कर्जाचा फक्त 'हिशोब' शिल्लक होता, पण घराच्या कर्जामुळे माझ्याकडे एक 'मालमत्ता' (Asset) तयार झाली होती जिची किंमत वाढली होती.

PGP मध्ये मला एक सुवर्ण नियम समजला—जे कर्ज तुमच्या खिशातून पैसा बाहेर काढतं आणि ज्या वस्तूची किंमत कालांतराने कमी होते, ते 'बॅड लोन'. जे कर्ज भविष्यात तुमची नेट वर्थ वाढवतं किंवा उत्पन्न मिळवून देतं, ते 'गुड लोन'. ज्या दिवशी मी माझे सर्व 'बॅड लोन्स' (क्रेडिट कार्ड, पर्सनल लोन) संपवले, त्या दिवशी माझं खऱ्या अर्थाने आर्थिक आरोग्य सुधारलं.

३. आजचे शिक्षण : कर्जाचा आरसा

तुमचे कर्ज कोणत्या श्रेणीत बसते, हे खालील निकषांवर तपासा:

वाईट कर्ज (Bad Debt):

- **उपभोग (Consumption):** कपडे, मोबाईल, फिरणे किंवा चैनीच्या वस्तूंसाठी घेतलेले कर्ज.
- **किंमत कमी होणे (Depreciation):** ज्या वस्तूची किंमत शोरूममधून बाहेर पडताच कमी होते (उदा. कार लोन - जरी ती गरज असली तरी ते बॅड डेटच असते).

- **अवाजवी व्याज:** ज्याचा व्याजदर १२% पेक्षा जास्त आहे (क्रेडिट कार्ड, सावकारी कर्ज).

चांगले कर्ज (Good Debt):

- **मालमत्ता निर्मिती (Asset Building):** ज्या वस्तूची किंमत भविष्यात वाढणार आहे (उदा. होम लोन).
- **उत्पन्न वाढवणे (Income Generating):** स्वतःच्या शिक्षणासाठी किंवा व्यवसाय वाढवण्यासाठी घेतलेले कर्ज.
- **कमी व्याज:** ज्याचा व्याजदर महागाई दराच्या आसपास किंवा कमी आहे.

नियम: आधी बॅड डेट संपवा, मगच गुड डेटचा विचार करा.

४. कृती आराखडा : तुमच्या कर्जाचे वर्गीकरण

आज तुम्हाला तुमच्या सर्व कर्जांची विभागणी करायची आहे.

कर्जाचे नाव	रक्कम (₹)	व्याजदर (%)	प्रकार (गुड / बॅड)
१. ________	______	_____	_________
२. ________	______	_____	_________
३. ________	______	_____	_________
४. ________	______	_____	_________

आजची कृती: तुमच्या यादीतील सर्वात 'बॅड' आणि सर्वात जास्त व्याजाचे कर्ज कोणते आहे? त्याला आज 'लाल रंगाने' मार्क करा. हेच आपले पहिले टार्गेट आहे.

५. माझी टिपणे

(आजच्या वर्गीकरणानंतर तुमच्या लक्षात आलं का की तुम्ही नकळत किती 'बॅड डेट' जमा केलं आहे? हे ओझं उतरवण्यासाठी तुम्ही किती तयार आहात?)

आजची शपथ: "मी उपभोगासाठी कर्ज घेणार नाही. मी आधी माझे सर्व बॅड डेट संपवेन आणि माझ्या भविष्यातील उत्पन्नावर इतरांचा ताबा राहू देणार नाही. माझी संपत्ती ही माझ्या मालमत्तेतून निर्माण होईल, कर्जातून नाही."

दिवस ३४: हप्ते (EMI) भरण्यात आयुष्य जाणार असेल तर स्वप्नं कधी जगणार?

१. प्रस्तावना: ईएमआय (EMI) - तुमच्या स्वातंत्र्याचा लिलाव.

बँका आपल्याला 'इझी मंथली इन्स्टॉलमेंट' (EMI) म्हणतात, पण प्रत्यक्षात तो तुमच्या भविष्यातील वेळेचा आणि मेहनतीचा लिलाव असतो. जेव्हा तुम्ही एखादी वस्तू हप्त्यावर घेता, तेव्हा तुम्ही तुमच्या आयुष्यातील पुढचे काही महिने किंवा वर्षे त्या बँकेसाठी काम करण्याचे मान्य करता. जर तुमच्या पगाराचा ६०-७०% हिस्सा फक्त हप्ते भरण्यात जात असेल, तर तुम्ही जगत नाही आहात, तुम्ही फक्त 'सर्व्हाइव्ह' (Survive) करत आहात. आज आपल्याला स्वतःला विचारायचे आहे - मी बँकेचे घर भरण्यासाठी जगतोय की माझी स्वप्नं पूर्ण करण्यासाठी?

२. माझी गोष्ट: 'हॅपी संडे' आणि 'टेन्शन मंडे'

एकेकाळी माझ्याकडे सर्व काही 'लेटेस्ट' होतं. लेटेस्ट फोन, ब्रँडेड कपडे आणि कार. हे सर्व ईएमआयवर होतं. रविवारी सुट्टीच्या दिवशी जेव्हा मी मॉलमध्ये फिरायला जायचो, तेव्हा स्वतःला खूप श्रीमंत समजायचो. पण सोमवारी ऑफिसला जाताना पोटात गोळा यायचा. मला ती नोकरी आवडत नव्हती, पण मी ती सोडू शकत नव्हतो, कारण माझे 'हप्ते' मला थांबवून धरत होते.

PGP प्रवासात मला समजलं की, खऱ्या श्रीमंतीचा अर्थ 'खर्च करण्याची क्षमता' नाही, तर 'निवड करण्याची क्षमता' आहे. ज्या दिवशी मी माझे छोटे छोटे हप्ते संपवले आणि माझा ईएमआय पगाराच्या १०% च्या खाली आणला, त्या दिवशी मला खऱ्या अर्थाने स्वातंत्र्य मिळालं. आता मी नोकरी करतोय कारण मला ती आवडते, हप्ते भरायचे आहेत म्हणून नाही. स्वप्नं जगण्यासाठी आधी हप्त्यांच्या बेड्या तोडाव्या लागतात.

३. आजचे शिक्षण : ४०-३०-२०-१० नियम

आर्थिक आरोग्यासाठी तुमच्या उत्पन्नाची विभागणी कशी असावी, हे समजून घ्या:

- **४०% - गरजा:** घरखर्च, किराणा, वीज बिल.
- **३०% - गुंतवणूक:** भविष्यातील स्वप्नांसाठी (निवृत्ती, शिक्षण).
- **२०% - जीवनशैली:** फिरणे, छंद, हॉटेलिंग.

- **१०% - ईएमआय (जास्तीत जास्त):** तुमच्या सर्व कर्जांचे हप्ते तुमच्या एकूण उत्पन्नाच्या १०% ते १५% पेक्षा जास्त नसावेत.

नियम: जर तुमचे हप्ते उत्पन्नाच्या ४०% पेक्षा जास्त असतील, तर तुम्ही 'आर्थिक रेड झोन'मध्ये आहात. अशा वेळी नवीन खर्च पूर्णपणे बंद करून कर्ज फेडण्यावर लक्ष द्या.

४. कृती आराखडा : तुमच्या स्वातंत्र्याचा दर तपासा

आज तुम्हाला तुमच्या हप्त्यांचे एकूण गणित मांडायचे आहे.

१. **माझे सर्व मासिक हप्ते (EMI) एकत्र करा:** ₹ _______________

२. **माझे मासिक एकूण उत्पन्न:** ₹ _______________

३. **हप्त्यांची टक्केवारी (Step 1 ÷ Step 2 × 100):** ___________ %

विश्लेषण:

- **०-१५%:** तुम्ही सुरक्षित आहात.
- **१५-३०%:** सावध व्हा, गुंतवणुकीवर परिणाम होत आहे.
- **३०% पेक्षा जास्त:** तुम्ही तुमच्या स्वप्नांचा बळी देऊन हप्ते भरत आहात.

आजची कृती: आज तुमच्या यादीतील असा एक हप्ता निवडा जो येत्या ३-४ महिन्यांत संपणार आहे. तो संपल्यावर ती रक्कम नवीन खर्च न करता, दुसऱ्या कर्जाची मुद्दल (Principal) भरण्यासाठी वापरा.

५. माझी टिपणे

(आजच्या कॅल्क्युलेशननंतर तुम्हाला काय वाटलं? हप्त्यांच्या ओझ्यामुळे तुम्ही तुमची कोणती स्वप्ने बाजूला ठेवली आहेत?)

आजची शपथ: "मी माझ्या स्वातंत्र्याचा लिलाव करणार नाही. मी माझ्या गरजा मर्यादित ठेवेन आणि माझे हप्ते कमीत कमी स्तरावर आणून माझे स्वप्नातील आयुष्य जगण्यासाठी सज्ज होईन. माझ्या आयुष्याचा ताबा आता माझ्या हातात आहे."

दिवस ३५: कर्जाचा डोंगर फोडण्यासाठी 'स्नोबॉल मेथड' (Debt Snowball)

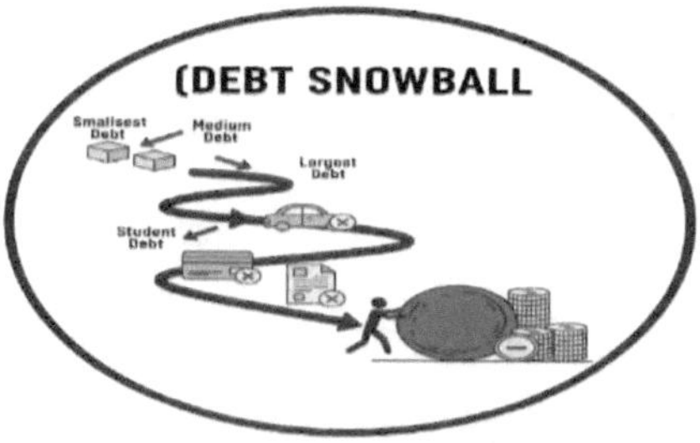

१. प्रस्तावना: कर्जाचा डोंगर फोडण्यासाठी 'स्नोबॉल मेथड' वापरा.

जेव्हा एखादा मोठा डोंगर फोडायचा असतो, तेव्हा आपण एकाच वेळी सर्व ठिकाणी घाव घालत नाही; तर आपण एका छोट्या दगडापासून सुरुवात करतो. कर्जमुक्तीच्या प्रवासात गणितापेक्षा 'मानसशास्त्र' (Psychology) जास्त महत्त्वाचे असते. 'डेब्ट स्नोबॉल' पद्धत म्हणजे व्याजाचा विचार न करता, सर्वात आधी तुमच्या 'लहान' कर्जाचा बळी देणे. जसा डोंगरावरून खाली येणारा बर्फाचा गोळा (Snowball) मोठा होत जातो, तशीच ही पद्धत तुमच्या मनात विजयाची जिद्द निर्माण करून तुम्हाला कर्जमुक्त करते.

२. माझी गोष्ट: ५ लाखांचं कर्ज आणि ५ हजार रुपयांचा विजय

माझ्यावर जेव्हा ५ लाखांचं कर्ज होतं, तेव्हा मी खूप गोंधळलो होतो. मी सगळ्या कर्जांचे फक्त हप्ते भरत होतो, पण कोणतंही कर्ज संपत नव्हतं. मला वाटायचं की मी यातून कधीच बाहेर पडणार नाही. मग PGP मध्ये मला 'स्नोबॉल' पद्धत समजली.

माझ्याकडे एक ५ हजार रुपयांचं छोटं वैयक्तिक कर्ज होतं आणि ४ लाखांचं मोठं कर्ज. मी ठरवलं की आधी ५ हजारांचा हिशोब मिटवायचा. मी पैसे साठवून ते ५ हजार भरले आणि तो कागद फाडून फेकला. तो विजय लहान होता, पण त्यामुळे मला जो 'कॉन्फिडन्स' मिळाला, तो ४ लाखांच्या कर्जावर मात करण्यासाठी पुरेसा होता. ५ हजार संपले, मग १० हजार, मग २५ हजार... आणि बघता बघता मी ५ लाखांच्या डोंगरातून बाहेर पडलो. लक्षात ठेवा, सुरुवात लहान असली तरी शेवट 'विशाल' असतो.

३. आजचे शिक्षण : स्नोबॉल मेथड कशी वापरावी?

ही पद्धत वापरण्यासाठी खालील ४ पायऱ्या फॉलो करा:

1. **यादी तयार करा:** व्याजाचा दर विसरून जा. तुमची सर्व कर्जे 'कमी रकमेकडून जास्त रकमेकडे' अशा क्रमाने लावा.
2. **किमान हप्ते भरा:** सर्व कर्जांचे 'मिनिमम हप्ते' वेळेवर भरा जेणेकरून दंड लागणार नाही.

3. **पहिल्या कर्जावर तुटून पडा:** तुमच्याकडे जो काही जास्तीचा पैसा (Extra Cash) असेल, तो सर्वात लहान असलेल्या कर्जाची मुद्दल (Principal) फेडण्यासाठी वापरा.
4. **स्नोबॉल इफेक्ट:** एकदा का सर्वात लहान कर्ज संपलं, की त्याचा जो हप्ता वाचेल, तो 'प्लस' करून दुसऱ्या क्रमांकाच्या कर्जावर मारा. यामुळे तुमची ताकद वाढत जाईल.

नियम: लहान विजय तुम्हाला मोठ्या युद्धासाठी तयार करतात.

४. कृती आराखडा : तुमचा 'स्नोबॉल' आराखडा

आज तुम्हाला तुमची कर्जे स्नोबॉल क्रमाने लावायची आहेत.

कर्जाचे नाव	**एकूण बाकी रक्कम (₹)**	**मासिक हप्ता (EMI)**	**प्राधान्य (Priority)**
१. (सर्वात लहान)	________	______	**टार्गेट १**
२.	________	______	**टार्गेट २**
३.	________	______	**टार्गेट ३**
४. (सर्वात मोठे)	________	______	**टार्गेट ४**

आजची कृती: तुमच्या यादीतील सर्वात वरच्या (लहान) कर्जाची तारीख ठरवा - हे कर्ज मी 'या' तारखेपर्यंत पूर्णपणे संपवणार आहे.

५. माझी टिपणे

(सर्वात लहान कर्ज डोळ्यासमोर आल्यावर तुम्हाला ते फेडणे सोपे वाटत आहे का? एका कर्जातून मुक्त झाल्यावर तुम्हाला काय वाटेल?)

आजची शपथ: "मी आता कर्जाच्या जाळ्यात अडकून पडणार नाही. मी स्नोबॉल पद्धतीचा वापर करून एकामागून एक माझे सर्व आर्थिक अडथळे दूर करेन. माझा प्रत्येक लहान विजय मला माझ्या पूर्ण स्वातंत्र्याकडे घेऊन जात आहे."

दिवस ३६: डेब्ट ॲव्हलांच (Debt Avalanche) - गणिताचा विजय

१. प्रस्तावना: सर्वात महागड्या कर्जाला आधी संपवा!

काल आपण 'स्नोबॉल' पद्धत पाहिली, जी मनाच्या समाधानासाठी होती. आज आपण 'डेब्ट ॲव्हलांच' (Debt Avalanche) पाहणार आहोत, जी तुमच्या खिशाच्या फायद्यासाठी आहे. ॲव्हलांच म्हणजे 'हिमस्खलन'. ही पद्धत सांगते की, कर्जाच्या रकमेपेक्षा त्याच्या **व्याजदराकडे (Interest Rate)** लक्ष द्या. जे कर्ज तुमच्याकडून सर्वात जास्त व्याज वसूल करतंय, ते तुमच्या संपत्तीचा सर्वात मोठा शत्रू आहे. गणिताच्या भाषेत बोलायचे झाले तर, सर्वात महागडे कर्ज आधी फेडणे हाच सर्वात शहाणपणाचा निर्णय असतो.

२. माझी गोष्ट: ३६% व्याज आणि माझं उशिरा आलेलं शहाणपण

माझ्याकडे एक वैयक्तिक कर्ज (Personal Loan) होतं ज्याचा व्याजदर १२% होता आणि एका क्रेडिट कार्डचं देणं होतं ज्यावर बँक ३६% व्याज लावत होती. मी चुकून आधी वैयक्तिक कर्जाचे जास्तीचे हप्ते भरत होतो कारण त्याचा आकडा मोठा होता.

PGP मध्ये जेव्हा मी 'ॲव्हलांच' पद्धत शिकलो, तेव्हा माझे डोळे उघडले. ३६% व्याज म्हणजे मी दरवर्षी माझ्या मुद्दलाच्या एक तृतीयांश पेक्षा जास्त रक्कम फक्त बँकेला फुकट देत होतो. मी लगेच माझा मोर्चा क्रेडिट कार्डकडे वळवला. जरी क्रेडिट कार्डची रक्कम कमी होती, तरी त्यावर जाणारं व्याज माझं भविष्य खात होतं. ज्या दिवशी मी ते ३६% व्याजाचं कर्ज संपवलं, त्या दिवसापासून माझे पैसे वाचायला खऱ्या अर्थाने सुरुवात झाली. गणित कधीच खोटं बोलत नाही!

३. आजचे शिक्षण : ॲव्हलांच पद्धत कशी वापरावी?

ही पद्धत वापरण्यासाठी या ३ पायऱ्या फॉलो करा:

1. **व्याजदराची यादी:** तुमच्या सर्व कर्जांची यादी करा आणि त्यांच्या समोर त्यांचा **वार्षिक व्याजदर (%)** लिहा.
2. **क्रम लावा:** सर्वात जास्त व्याजदर असलेले कर्ज सर्वात वर ठेवा (उदा. क्रेडिट कार्ड > वैयक्तिक कर्ज > कार लोन > होम लोन).

3. **हल्ला करा:** सर्व कर्जांचे किमान हप्ते भरून, तुमच्याकडे उरलेला सर्व जास्तीचा पैसा सर्वात वरच्या (सर्वात महागड्या) कर्जावर खर्च करा.

फायदा: या पद्धतीमुळे तुम्ही एकूण व्याजापोटी दिली जाणारी हजारो-लाखो रुपयांची रक्कम वाचवता.

४. कृती आराखडा : तुमचे 'महागडे' कर्ज शोधा

आज तुम्हाला तुमच्या कर्जांचे गणितानुसार विश्लेषण करायचे आहे.

कर्जाचे नाव	**एकूण बाकी (₹)**	**व्याजदर (%)**	**मासिक व्याज (अंदाजे)**
१. (सर्वात जास्त व्याज)	______	______	₹ ________
२.	______	______	₹ ________
३.	______	______	₹ ________
४. (सर्वात कमी व्याज)	______	______	₹ ________

आजची कृती: तुमच्या यादीत जे कर्ज 'सर्वात महागडे' (High Interest) आहे, त्यावर आज काहीतरी जास्तीची रक्कम (अगदी ५००-१००० रुपये का असेना) भरा.

५. माझी टिपणे

(आज व्याजदराचा हिशोब केल्यावर तुम्हाला धक्का बसला का? सर्वात महागड्या कर्जातून मुक्त होण्यासाठी तुम्ही कोणता अनावश्यक खर्च टाळू शकता?)

आजची शपथ: "मी माझ्या कष्टाचा पैसा व्याजाच्या रूपात वाया घालवणार नाही. मी गणिताचा आधार घेऊन माझ्या सर्वात महागड्या कर्जावर आधी मात करेन. व्याजाचा हा विळखा तोडून मी माझ्या संपत्तीचे रक्षण करेन."

दिवस ३७: क्रेडिट कार्डचा विळखा

१. प्रस्तावना: सोयीचे साधन की छळवणुकीचे यंत्र?

क्रेडिट कार्ड हे मुळात एक 'पेमेंट टूल' (Payment Tool) किंवा 'सोयीचे साधन' म्हणून तयार करण्यात आले होते. पण मार्केटिंगच्या जाळ्यात आपण त्याला 'उत्पन्नाचे साधन' समजू लागतो. "माझ्या खात्यात पैसे नाहीत, पण क्रेडिट कार्डवर लिमिट आहे," हा विचारच विळख्याची सुरुवात आहे. क्रेडिट कार्ड वापरणे म्हणजे तुमच्या भविष्यातील उत्पन्नाचा आजच वापर करणे. आज आपण या कार्डमधील अशा छुप्या गळतीबद्दल बोलणार आहोत, जी आपल्याला कळतही नाही पण आपला खिसा हळूहळू रिकामा करत असते.

२. माझी गोष्ट: 'ऑटो-डेबिट'चा तो अदृश्य राक्षस

काही महिन्यांपूर्वी मी माझं क्रेडिट कार्ड स्टेटमेंट बारकाईने तपासलं. मला धक्का बसला की दर महिन्याला ३०० रुपयांपासून ते १२०० रुपयांपर्यंत असे अनेक छोटे छोटे खर्च होत होते, जे मी विसरूनच गेलो होतो. एक 'ओटीटी' प्लॅटफॉर्म ज्याचा मी वापरच करत नव्हतो, एक जिमचं जुनं मेंबरशिप आणि एका विनाकारण घेतलेल्या 'प्रिमियम' ॲपचे चार्जेस - हे सर्व 'ऑटो-डेबिट' मोडवर होते.

PGP प्रवासात मला शिकायला मिळालं की, क्रेडिट कार्ड कंपन्यांना अशा 'स्मरणशक्ती विसरलेल्या' ग्राहकांपासून खूप फायदा होतो. हे छोटे छोटे 'Subscriptions' वर्षाकाठी १० ते १५ हजार रुपयांचा फटका देतात. ज्या दिवशी मी हे सर्व नको असलेले दोर कापले, त्या दिवशी मला समजलं की, छोटी गळतीच मोठं जहाज बुडवायला पुरेशी असते.

३. आजचे शिक्षण : सबस्क्रिप्शनचा सापळा (Subscription Trap)

क्रेडिट कार्डवर होणारे खर्च दोन प्रकारचे असतात:

१. **दृश्य खर्च:** जे तुम्ही स्वतः स्वाइप करून करता (उदा. किराणा, पेट्रोल).

२. **अदृश्य खर्च:** जे 'ऑटो-रिन्यूअल' किंवा 'सबस्क्रिप्शन' च्या नावाखाली दर महिन्याला कापले जातात.

बँका आणि ॲप्स तुम्हाला 'फ्री ट्रायल' देतात आणि तुमच्या कार्डची माहिती घेतात. ट्रायल संपल्यावर तुम्ही विसरता आणि पैसे कापले जायला सुरुवात होते. यालाच 'अदृश्य विळखा' म्हणतात.

नियम: जर तुम्ही एखाद्या सेवेचा गेल्या ३० दिवसांत एकदाही वापर केला नसेल, तर तिचे सबस्क्रिप्शन लगेच बंद करा.

४. कृती आराखडा : कार्ड स्टेटमेंटची 'शस्त्रक्रिया'

आज तुम्हाला तुमच्या क्रेडिट कार्डचे मागील महिन्याचे स्टेटमेंट (Statement) हातात घ्यायचे आहे.

१. **सर्व व्यवहारांची यादी करा:** जे तुम्हाला माहीत नाहीत किंवा ज्यांचा वापर तुम्ही करत नाही.

२. **अनावश्यक सबस्क्रिप्शन्स ओळखा:** (उदा. विनाकारण घेतलेले ॲप्स, मॅगझिन्स, स्ट्रीमिंग सर्व्हिसेस).

३. **रद्द करा:** यातील किमान ३ अनावश्यक सेवा आजच्या आज 'कॅन्सल' करा.

आजची कृती: तुमच्या बँकेच्या ॲपमध्ये जाऊन 'Manage Recurring Payments' तपासा आणि अनावश्यक ऑटो-डेबिट बंद करा.

५. माझी टिपणे

(आज स्टेटमेंट तपासल्यावर तुम्हाला कोणते 'छुप्या' खर्चाचे धक्के बसले? हे पैसे वाचवून तुम्ही कोणत्या कर्जाचा हप्ता भरू शकता?)

आजची शपथ: "मी माझ्या क्रेडिट कार्डचा गुलाम होणार नाही. मी प्रत्येक रुपयाचा हिशोब ठेवीन आणि अनावश्यक सबस्क्रिप्शन्सचा विळखा तोडून टाकीन. माझी सोय ही माझ्या प्रगतीसाठी असेल, माझ्या नाशासाठी नाही."

दिवस ३८: ईएमआय (EMI) मुक्त जीवन

१. प्रस्तावना: 'No Cost EMI' - एक गोड विष

जेव्हा आपण दुकानात जातो, तेव्हा सेल्समन आपल्याला म्हणतो, "सर, हा ५० हजारांचा फोन फक्त ५ हजार रुपयांच्या हप्त्यावर न्या, तेही 'नो कॉस्ट ईएमआय'वर!" हे ऐकायला खूप छान वाटतं, पण वास्तवात हे एक 'गोड विष' आहे. 'नो कॉस्ट' असा जगात कोणताही प्रकार नसतो. कंपन्या हा सापळा यासाठी लावतात जेणेकरून तुम्ही तुमची ऐपत नसलेली वस्तू विकत घ्यावी. ईएमआय (EMI) म्हणजे तुमच्या भविष्यातील स्वातंत्र्याचे तुकडे करून ते बँकांना विकणे होय. आज आपण ठरवणार आहोत की आपण या हप्त्यांच्या चक्रव्यूहातून बाहेर पडणार.

२. माझी गोष्ट: तो 'मोफत' वाटणारा फ्रीज आणि महागातील धडा

काही वर्षांपूर्वी मी एक मोठा फ्रिज 'नो कॉस्ट ईएमआय'वर घेतला. मला वाटलं की व्याज तर लागत नाहीये, मग काय हरकत आहे? पण नंतर माझ्या लक्षात आलं की, त्या ईएमआयमुळे माझ्या महिन्याच्या बजेटची शिस्त बिघडली. त्या हप्त्यामुळे मी त्या काळात येणाऱ्या इतर गुंतवणुकीच्या संधी गमावल्या.

शिवाय, 'नो कॉस्ट ईएमआय' मध्ये बँका प्रोसेसिंग फी (Processing Fee) आणि जीएसटी (GST) च्या नावाखाली आपल्याकडून छुप्या पद्धतीने पैसे वसूल करतातच. सर्वात महत्त्वाचं म्हणजे, हप्ता आहे म्हणून मी असा फ्रीज घेतला जो मला खरोखर तेव्हा परवडणारा नव्हता. PGP प्रवासात मला समजलं की, "जर तुम्ही एखादी वस्तू दोनदा रोख (Cash) विकत घेऊ शकत नसाल, तर ती तुम्हाला परवडत नाही." ज्या दिवशी मी शेवटचा हप्ता भरला, त्या दिवशी मी ठरवलं की आता इथून पुढे 'रोख' व्यवहार करायचा किंवा ती वस्तू घ्यायचीच नाही.

३. आजचे शिक्षण : 'नो कॉस्ट' चा पर्दाफाश

बँका आणि कंपन्या 'No Cost EMI' कशा चालवतात?

- **सवलतीचा त्याग:** अनेकदा रोख पैसे दिल्यावर मिळणारी १०-१५% सवलत (Discount) तुम्हाला ईएमआय घेतल्यावर मिळत नाही. ती सवलत म्हणजेच तुमचे अप्रत्यक्ष व्याज असते.
- **प्रोसेसिंग फी:** फाइल चार्जेस किंवा प्रोसेसिंग फीच्या नावाखाली काही रक्कम कापली जाते.

- **खर्चाची मानसिकता:** हप्ता छोटा वाटल्यामुळे आपण गरजेपेक्षा जास्त महागडी वस्तू घेतो.

नियम: बचत करा आणि मगच खरेदी करा (Save and Buy), खरेदी करा आणि मग फेडत बसा (Buy and Pay) हे सूत्र टाळा.

४. कृती आराखडा : ३ महिन्यांचे व्रत

आज तुम्हाला तुमच्या आर्थिक आरोग्यासाठी एक कडक 'डाएट' सुरू करायचा आहे.

१. **आजची शपथ:** "पुढील ३ महिने मी कोणतीही नवीन वस्तू (गॅजेट, कपडे, इलेक्ट्रॉनिक्स) ईएमआयवर घेणार नाही."

२. **पर्याय शोधा:** जर एखादी वस्तू घ्यायचीच असेल, तर त्यासाठी दरमहा थोडे पैसे बाजूला काढायला सुरुवात करा.

३. **हप्त्यांची मोजणी:** सध्या तुमचे किती हप्ते चालू आहेत आणि ते कधी संपणार आहेत, याची तारीख कॅलेंडरवर मार्क करा.

आजची कृती: तुमच्या ई-कॉमर्स ॲप्स (उदा. Amazon, Flipkart) मधून तुमचे सेव्ह केलेले कार्ड डिटेल्स काढून टाका, जेणेकरून 'One-Click EMI' चे प्रलोभन टाळता येईल.

५. माझी टिपणे

(पुढील ३ महिने हप्ता न घेण्याच्या निर्णयामुळे तुम्हाला तुमच्या भविष्याबद्दल अधिक सुरक्षित वाटतंय का? एखादी वस्तू 'रोख' घेतल्यावर मिळणारा आनंद हप्त्यावर घेतल्यापेक्षा वेगळा असतो का?)

आजची शपथ: "मी माझ्या भविष्याचा लिलाव करणार नाही. हप्ता ही सोय नाही, तर ती एक बेडी आहे. मी आधी पैसे साठवेन आणि मगच हक्काने खरेदी करेन. माझे आयुष्य 'ईएमआय मुक्त' असेल!"

दिवस ३९: घरातील 'कचरा' आणि 'पैसा'

१. प्रस्तावना: तुमच्या कपाटात पैसे लपलेले आहेत!

आपल्यापैकी प्रत्येकाच्या घरात अशा अनेक वस्तू असतात ज्या आपण गेल्या १-२ वर्षांपासून वापरलेल्या नाहीत. जुना मोबाईल, कधीतरी आवडीने घेतलेले पण आता न वापरले जाणारे व्यायाम साधन (Gym Equipment), जुने फर्निचर किंवा कपाटाच्या कोपऱ्यात पडलेली इलेक्ट्रॉनिक्स गॅजेट्स. या वस्तू तुमच्या घरात फक्त जागा अडवत नाहीत, तर ते तुमचे 'अडकलेले पैसे' आहेत. याला 'Dead Capital' म्हणतात. आज आपण हा 'कचरा' बाहेर काढून त्याचे रूपांतर 'रोख रकमेत' करणार आहोत, जेणेकरून तुमचे कर्ज थोडे तरी कमी होईल.

२. माझी गोष्ट: तो धूळ खाणारा लॅपटॉप आणि माझा एक हप्ता

माझ्या घरी एक जुना लॅपटॉप होता जो मी नवीन घेतल्यापासून कपाटात पडून होता. मला वाटायचं की "कधीतरी कामात येईल", पण ते 'कधीतरी' दोन वर्षे आलं नाही. PGP मध्ये मला समजलं की वस्तूची किंमत वेळनुसार कमी होत जाते. मी तो लॅपटॉप काढला, साफ केला आणि एका सेकंड-हँड प्लॅटफॉर्मवर विकायला टाकला.

मला आश्चर्य वाटलं, तो ८ हजार रुपयांना विकला गेला. त्या ८ हजार रुपयांतून मी माझ्या एका छोट्या कर्जाचा पूर्ण हिशोब चुकता केला. मला फक्त जागाच मोकळी मिळाली नाही, तर एका कर्जाच्या कटकटीतून मुक्तता मिळाली. तेव्हापासून माझा नियम आहे - जर एखादी वस्तू १ वर्ष वापरली नसेल, तर ती घरात ठेवण्याचा मला अधिकार नाही. ती वस्तू विकून आलेला पैसा हा 'बोनस' असतो जो तुमची कर्जमुक्ती वेगवान करतो.

३. आजचे शिक्षण : 'मिनिमालिझम' आणि आर्थिक नफा

घरातील वस्तू कमी करणे (Decluttering) हे केवळ मानसिक शांतीसाठी नाही, तर ते आर्थिक शिस्तीसाठीही महत्त्वाचे आहे.

- **वस्तूची घसरण (Depreciation):** इलेक्ट्रॉनिक्स आणि फर्निचरची किंमत दर महिन्याला कमी होते. आज विकल्यास जे पैसे मिळतील, ते सहा महिन्यांनी मिळणार नाहीत.

- **जागेची किंमत:** तुम्ही ज्या घरात राहता, त्यातील प्रत्येक स्केअर फूटची एक किंमत आहे. न वापरलेल्या वस्तूंसाठी महागडी जागा अडवणे हा तोटा आहे.
- **कर्जफेड:** या वस्तूंमधून मिळणारे ५०० किंवा ५००० रुपये तुमच्या 'स्नोबॉल' पद्धतीत मोठी मदत करू शकतात.

नियम: "Use it, or Lose it" (वापरा किंवा विकून टाका).

४. कृती आराखडा : 'कॅश' शोध मोहीम

आज तुम्हाला तुमच्या घरातील अशा ५ वस्तू शोधायच्या आहेत ज्या तुम्ही गेल्या १ वर्षापासून वापरलेल्या नाहीत आणि ज्यांची काही किंमत मिळू शकते.

१. **वस्तू १:** ______________ (उदा. जुना मोबाईल) - अंदाजित किंमत: ₹ _______

२. **वस्तू २:** ________(उदा. सायकल/व्यायाम साहित्य) - अंदाजित किंमत: ₹ _______

३. **वस्तू ३:** ____________ (उदा. जुने कॅमेरे/गॅजेट्स) - अंदाजित किंमत: ₹ _______

४. **वस्तू ४:** _______________(उदा. फर्निचर/कपाट) - अंदाजित किंमत: ₹ _______

५. **वस्तू ५:** _________(उदा. न वापरलेले कपडे/भांडी) - अंदाजित किंमत: ₹ _______

आजची कृती: यातील किमान एका वस्तूचा फोटो काढा आणि तो OLX, Facebook Marketplace किंवा तुमच्या ओळखीच्या ग्रुपवर विकण्यासाठी टाका. यातून जो पैसा येईल, तो थेट कर्ज फेडण्यासाठी वापरा.

५. माझी टिपणे

(घरातील वस्तू कमी केल्यावर तुम्हाला मानसिकदृष्ट्या कसं वाटतंय? या 'कचऱ्या'तून मिळणारा पैसा तुमच्या कोणत्या कर्जाचा बोजा हलका करेल?)

आजची शपथ: "मी वस्तूंना चिटकून बसणार नाही. जे माझ्या उपयोगाचे नाही, ते मी विकून टाकेन. माझ्या घरातील मोकळी जागा आणि माझे कर्जमुक्त आयुष्य हे माझ्यासाठी वस्तूंपेक्षा जास्त मौल्यवान आहे."

दिवस ४०: सण आणि अनावश्यक खर्च

१. प्रस्तावना: सण आनंदासाठी की दिखाव्यासाठी?

आपल्या संस्कृतीत सण-उत्सवांना खूप महत्त्व आहे. सण हे कुटुंब आणि आनंदासाठी असतात, पण दुर्दैवाने आजच्या काळात सण हे 'खर्चाचे प्रदर्शन' बनले आहेत. "शेजाऱ्यांनी नवीन सोफा घेतला, मग आपणही घेऊ", "मित्राने महागडा फोन घेतला, मग आपणही घेऊ" या सामाजिक दबावाखाली (Social Pressure) आपण कर्ज काढतो आणि सण साजरे करतो. लक्षात ठेवा, जो सण तुम्हाला कर्जबाजारी करतो, तो तुम्हाला सुख देऊ शकत नाही. खऱ्या सुखासाठी खिशावर ताण देण्याची गरज नसते.

२. माझी गोष्ट: तो दिवाळीचा बोनस आणि कर्जाचा हप्ता

मला आठवतंय, एका दिवाळीला मला १० हजार बोनस मिळाला होता. मला वाटलं होतं की यातून मी माझं एक छोटं कर्ज संपवेन. पण जशी दिवाळी जवळ आली, तसं जाहिरातींनी आणि सोशल मीडियाने मला भुरळ घातली. मी बोनस तर खर्च केलाच, पण वरून क्रेडिट कार्डवर २० हजारांची शॉपिंग केली. दिवाळी तर साजरी झाली, पण पुढचे सहा महिने मी त्या आनंदाची 'पेनल्टी' व्याजाच्या रूपात भरत होतो.

PGP मध्ये मला शिकायला मिळालं की, "लोक काय म्हणतील" या विचारात आपण आपले भविष्य विकत असतो. ज्या दिवशी मी सण साजरे करण्यासाठी 'बजेट' ठरवायला सुरुवात केली, त्या दिवशी माझी खरी दिवाळी साजरी झाली. आता मी सणासाठी आधीपासून बचत करतो, कर्ज काढत नाही. कोणालाही इम्प्रेस (Impress) करण्यासाठी स्वतःला डिस्ट्रेस (Distress) करू नका.

३. आजचे शिक्षण : 'दिखावा' टॅक्स (The Ego Tax)

जेव्हा आपण आपली ऐपत नसताना दुसऱ्याला दाखवण्यासाठी खर्च करतो, तेव्हा आपण प्रत्यक्षात 'इगो टॅक्स' (Ego Tax) भरत असतो.

- **बजेटिंग:** सण येण्यापूर्वी ३ महिने आधी ठरवा की किती खर्च करायचा आहे.
- **कॅश व्यवहार:** सणासुदीला क्रेडिट कार्ड घरी ठेवा. जेवढी रोख रक्कम खिशात आहे, तेवढीच खरेदी करा.
- **अनुभव विरुद्ध वस्तू:** नवीन कपडे किंवा गॅजेट्स घेण्यापेक्षा कुटुंबासोबत वेळ घालवणे किंवा एखादा छोटा प्रवास करणे याला प्राधान्य द्या.

नियम: सण 'साजरा' करा, 'सावकारी' करू नका.

४. कृती आराखडा : आगामी सणाचे नियोजन

येणाऱ्या मोठ्या सणासाठी (उदा. दिवाळी, गणपती किंवा वाढदिवस) आजच नियोजन करा.

१. **आगामी सणाचे नाव:** ________________________________

२. **त्यासाठी लागणारी एकूण अंदाजित रक्कम:** ₹ ________________

३. **आज माझ्याकडे असलेली रक्कम:** ₹ ________________________

४. **बचत करण्याची गरज:** ₹ ______________________________

आजची कृती: तुमच्या कुटुंबातील सदस्यांशी बोला आणि ठरवा की यावर्षी आपण "दिखाव्यासाठी" कोणता खर्च टाळणार आहोत (उदा. अनावश्यक फटाके, महागड्या भेटवस्तू किंवा सजावट).

५. माझी टिपणे

(सामाजिक दबावामुळे तुम्ही कधी विनाकारण खर्च केला आहे का? त्यावेळ्स तुम्हाला आतून काय वाटत होतं? आता तुमची विचार करण्याची पद्धत कशी बदलली आहे?)

आजची शपथ: "मी माझ्या आनंदासाठी सण साजरे करेन, जगाला दाखवण्यासाठी नाही. मी कोणत्याही सामाजिक दबावाखाली येऊन कर्ज काढणार नाही. माझे आर्थिक स्वातंत्र्य हाच माझ्यासाठी सर्वात मोठा उत्सव आहे."

दिवस ४१: वैयक्तिक कर्जाचे पुनर्गठन (Debt Restructuring)

१. प्रस्तावना: अनेक शत्रूंपेक्षा एकाशी लढणे सोपे!

जेव्हा आपल्यावर अनेक प्रकारची कर्जे असतात—उदा. दोन क्रेडिट कार्ड्स, एक वैयक्तिक कर्ज (Personal Loan) आणि एखादे ग्राहकोपयोगी वस्तूंचे कर्ज—तेव्हा त्या प्रत्येकाचा हिशोब ठेवणे आणि प्रत्येकाचे अवाढव्य व्याज भरणे मानसिक आणि आर्थिकदृष्ट्या थकवणारे असते. 'कर्ज पुनर्गठन' (Debt Restructuring) म्हणजे या सर्व लहान आणि महागड्या कर्जांना एकत्र करून एका अशा कर्जात रूपांतरित करणे, ज्याचा व्याजदर कमी आहे. हे म्हणजे अनेक लहान शत्रूंना सोडून एका मोठ्या पण कमकुवत शत्रूशी लढण्यासारखे आहे.

२. माझी गोष्ट: ५ हप्ते आणि एक सुटकेचा निश्वास

माझ्या आयुष्यात एक वेळ अशी होती की महिन्याच्या १० तारखेला एक हप्ता, १५ ला दुसरा आणि २० ला तिसरा असे ५ वेगवेगळे हप्ते जात होते. प्रत्येक हप्त्यावर बँक वेगवेगळे चार्जेस लावत होती आणि कोणत्या कर्जाचे किती मुद्दल उरले आहे हेच मला समजत नव्हते. क्रेडिट कार्डवर तर मी ३६% व्याज भरत होतो.

PGP मध्ये मला 'बॅलन्स ट्रान्सफर' (Balance Transfer) आणि 'डेट कन्सोलिडेशन' (Debt Consolidation) ही संकल्पना समजली. मी बँकेत गेलो आणि माझ्या सर्व लहान कर्जांच्या एकूण रकमेएवढे एकच 'पर्सनल लोन' घेतले, ज्याचा व्याजदर क्रेडिट कार्डपेक्षा खूपच कमी (१२%) होता. त्या पैशातून मी आधीची सर्व डोकेदुखी संपवून टाकली. आता मला महिन्यातून फक्त एकच हप्ता भरायचा होता आणि माझे दरमहा व्याजापोटी जाणारे ३-४ हजार रुपये वाचू लागले.

३. आजचे शिक्षण : 'बॅलन्स ट्रान्सफर' आणि 'कन्सोलिडेशन'

कर्जाचे ओझे कमी करण्याचे दोन तांत्रिक मार्ग:

- **डेट कन्सोलिडेशन (Debt Consolidation):** अनेक महागड्या कर्जांना फेडण्यासाठी एक कमी व्याजाचे मोठे कर्ज घेणे. यामुळे हप्त्यांची संख्या कमी होते आणि व्याजाची बचत होते.
- **बॅलन्स ट्रान्सफर (Balance Transfer):** एका बँकेतील कर्जाची उर्वरित रक्कम दुसऱ्या बँकेत ट्रान्सफर करणे, जिथे व्याजदर कमी आहे. अनेक बँका क्रेडिट कार्डच्या थकबाकीवर 'बॅलन्स ट्रान्सफर'ची सोय देतात.

नियम: पुनर्गठन करताना नवीन कर्जाचा कालावधी (Tenure) खूप वाढवू नका, अन्यथा तुम्ही व्याजाच्या रूपात पुन्हा जास्त पैसे द्याल.

४. कृती आराखडा : बँकेशी संवाद

आज तुम्हाला तुमच्या कर्जाच्या गणिताची व्याप्ती तपासायची आहे.

१. **सर्व कर्जांची एकूण बेरीज करा:** ₹ ______________

२. **सर्वात जास्त व्याजदर किती आहे?** _______ %

३. **कमी व्याजाच्या कर्जाचा दर तपासा:** (उदा. सध्या १०-१३% दराने पर्सनल लोन मिळते का?)

४. **बँकेला भेट द्या किंवा कॉल करा:** तुमच्या बँकेला विचारा की "माझे क्रेडिट कार्ड बिल मी पर्सनल लोनमध्ये रूपांतरित करू शकतो का?" किंवा "दुसऱ्या बँकेचे कर्ज तुमच्याकडे ट्रान्सफर केल्यास किती दर मिळेल?"

आजची कृती: तुमच्या किमान ३ बँकांच्या ॲपमध्ये जाऊन 'Pre-approved Personal Loan' चे दर तपासा आणि त्यांची तुलना तुमच्या क्रेडिट कार्डच्या व्याजाशी करा.

५. माझी टिपणे

(अनेक हप्ते भरताना तुम्हाला मानसिक ताण येतो का? जर हे सर्व हप्ते एकाच हप्त्यात बदलले, तर तुमच्या बजेटमध्ये किती शिस्त येईल?)

आजची शपथ: "मी माझ्या कर्जाचे व्यवस्थापन हुशारीने करेन. मी गणिताचा वापर करून व्याजाचा बोजा कमी करेन. माझे उद्दिष्ट केवळ हप्ते भरणे नाही, तर लवकरात लवकर पूर्णपणे कर्जमुक्त होणे हे आहे."

दिवस ४२: 'गुंतवणूक की कर्जफेड?' हा संभ्रम

१. प्रस्तावना: गणित की भावना?

अनेकांना प्रश्न पडतो, "माझ्याकडे १०,००० रुपये शिल्लक आहेत, तर मी त्याची एसआयपी (SIP) करू की माझ्या कर्जाचा एक्स्ट्रा हप्ता भरू?" शेअर बाजार वाढताना पाहिला की गुंतवणूक करण्याची इच्छा होणे स्वाभाविक आहे. पण आर्थिक गणितात एक साधा नियम आहे—तुमची गुंतवणूक तुम्हाला जितका परतावा (Returns) मिळवून देते, त्यापेक्षा जास्त व्याज जर तुम्ही कर्जावर भरत असाल, तर तुम्ही प्रत्यक्षात नुकसान करून घेत आहात. आज आपण या संभ्रमातून बाहेर पडण्यासाठी गणिताचा आधार घेणार आहोत.

२. माझी गोष्ट: जेव्हा माझी १२% ची गुंतवणूक ३६% च्या कर्जाला हरवू शकली नाही

सुरुवातीला मी दरमहा ५,००० रुपयांची म्युच्युअल फंडात गुंतवणूक करायला सुरुवात केली. मला खूप अभिमान वाटायचा की मी 'गुंतवणूकदार' झालो आहे. फंड वर्षाला १२-१५% परतावा देत होता. पण त्याच वेळी माझ्या क्रेडिट कार्डवर ५०,००० रुपयांचे कर्ज होते, ज्यावर बँक वर्षाला ३६% व्याज वसूल करत होती.

PGP मध्ये मला एका मेंटॉरनी विचारलं, "तू एका बाजूला 12 रुपये कमवतोयस आणि दुसऱ्या बाजूला ३६ रुपये देतोयस, मग तू श्रीमंत कसा होणार?" मला धक्का बसला. मी गुंतवणूक करून जो नफा मिळवत होतो, त्यापेक्षा तिप्पट रक्कम मी व्याजाच्या रूपात बँकेला देत होतो. ज्या दिवशी मी माझी गुंतवणूक थांबवून आधी ते ३६% व्याजाचं कर्ज संपवलं, त्या दिवशी मी खऱ्या अर्थाने श्रीमंत व्हायला सुरुवात केली.

३. आजचे शिक्षण : व्याजाची तुलना (Interest Comparison)

गुंतवणूक करण्यापूर्वी खालील तक्ता लक्षात घ्या:

- **जर कर्जाचे व्याज > गुंतवणुकीचा परतावा:** डोळे झाकून आधी कर्ज फेडा. (उदा. क्रेडिट कार्ड, वैयक्तिक कर्ज).

- **जर कर्जाचे व्याज < गुंतवणुकीचा परतावा:** तुम्ही गुंतवणूक चालू ठेवू शकता. (उदा. होम लोन जे ८-९% वर आहे आणि शेअर बाजार १२-१५% देऊ शकतो).
- **गॅरंटीड रिटर्न:** कर्ज फेडल्यावर वाचणारे व्याज हा तुमचा 'गॅरंटीड' नफा असतो, तर शेअर बाजारातील परतावा हा अनिश्चित असतो.

नियम: जोपर्यंत तुमच्याकडे १०% पेक्षा जास्त व्याजाचे 'बॅड डेट' (Bad Debt) आहे, तोपर्यंत मोठ्या गुंतवणुकीचे स्वप्न पाहू नका.

४. कृती आराखडा : तुमच्या 'नफ्याचा' हिशोब

आज तुम्हाला तुमच्या कर्जाच्या व्याजाची आणि गुंतवणुकीच्या संभाव्य परताव्याची तुलना करायची आहे.

१. **सर्वात जास्त व्याजदर असलेले कर्ज:** __________ (दर: ___ %)

२. **गुंतवणुकीतून मिळणारा अंदाजित परतावा:** (उदा. मुदत ठेव ६%, म्युच्युअल फंड १२%) ___ %

३. **तुलना:** (स्टेप १ - स्टेप २) = ___ % (हा तुमचा निव्वळ तोटा आहे जर तुम्ही कर्ज न फेडता गुंतवणूक केली तर).

आजची कृती: जर तुमच्याकडे असे कर्ज असेल ज्याचा दर १२% पेक्षा जास्त आहे, तर या महिन्याची तुमची जास्तीची बचत गुंतवणुकीत न टाकता त्या कर्जाच्या 'प्रिन्सिपल' (Principal) पेमेंटसाठी वापरा.

५. माझी टिपणे

(आजच्या तुलनेनंतर तुमच्या लक्षात आले का की तुमची गुंतवणूक प्रत्यक्षात तुम्हाला तोटा करून देत होती? कर्ज फेडल्यावर तुम्हाला जो 'निश्चित परतावा' मिळणार आहे, त्याबद्दल तुम्हाला काय वाटते?)

आजची शपथ: "मी गणिताला भावनेपेक्षा जास्त महत्त्व देईन. मी आधी माझ्या महागड्या कर्जांचा विळखा तोडीन आणि मगच शिस्तबद्ध पद्धतीने माझी संपत्ती निर्माण करण्यासाठी गुंतवणुकीकडे वळेल. कर्जमुक्त होणे हीच माझी पहिली मोठी गुंतवणूक आहे."

दिवस ४३: कर्जमुक्त होण्याचा आनंद (Visualization)

१. प्रस्तावना: स्वप्न जे सत्यात उतरणार आहे!

गेल्या काही दिवसांपासून आपण कर्जाचे आकडे, व्याजदर आणि तांत्रिक पद्धतींवर काम करत आहोत. हे सर्व करताना कधीकधी थकवा जाणवू शकतो. म्हणूनच आजचा दिवस आपण 'मानसिक शक्ती' वाढवण्यासाठी देणार आहोत. 'व्हिज्युअलायझेशन' (Visualization) म्हणजे डोळे मिटून त्या क्षणाची कल्पना करणे, जेव्हा तुमच्या डोक्यावर १ रुपयाचेही कर्ज नसेल. जेव्हा तुमच्या मोबाईलवर हप्त्याचा मेसेज येणार नाही, जेव्हा तुमच्या पगाराचा प्रत्येक रुपया फक्त तुमचा असेल. हा केवळ विचार नाही, तर हे तुमचे भविष्य आहे.

२. माझी गोष्ट: तो शेवटचा हप्ता आणि रडवेलं हसू

मला आठवतंय, ज्या दिवशी मी माझ्या शेवटच्या कर्जाचा 'No Dues Certificate' बँकेतून आणला, त्या दिवशी मी अर्धा तास फक्त त्या कागदाकडे बघत बसलो होतो. इतकी वर्षे माझ्या छातीवर जे ओझं होतं, ते अचानक नाहीसं झालं होतं. आता मला कोणालाही उत्तर द्यायचं नव्हतं. मी घराबाहेर पडलो आणि मला आकाश अधिक निळं आणि हवा अधिक शुद्ध वाटू लागली. तो आनंद कोणत्याही चैनीच्या वस्तू विकत घेण्यापेक्षा हजार पटीने मोठा होता.

PGP प्रवासात मला समजलं की, मन ज्या गोष्टीची स्पष्ट प्रतिमा पाहू शकतं, शरीर ती गोष्ट साध्य करण्यासाठी अधिक वेगाने काम करतं. जेव्हा तुम्हाला हप्ता भरताना त्रास होईल, तेव्हा त्या 'मुक्तीच्या दिवसाची' आठवण करा. तो दिवस दूर नाही, फक्त तुमची जिद्द हवी.

३. आजचे शिक्षण : मानसिक प्रतिमा आणि यशाचे सूत्र

आपला मेंदू वास्तव आणि कल्पनेतला फरक ओळखू शकत नाही. जेव्हा आपण यशाची कल्पना करतो, तेव्हा आपले शरीर 'डोपामाइन' (Dopamine) सोडते, जे आपल्याला कठीण काम करण्यासाठी ऊर्जा देते.

- **कर्जमुक्तीचा अर्थ:** फक्त 'शून्य' बॅलन्स नाही, तर 'वेळेवरचा ताबा' आणि 'मानसिक शांतता' आहे.

- **नकारात्मकता दूर करा:** "मी कधीच कर्जमुक्त होणार नाही" या विचाराला "मी दररोज स्वातंत्र्याकडे जात आहे" या विचाराने बदला.
- **इंधन:** तुमचे स्वप्न हे तुमच्या कृतीचे इंधन आहे.

नियम: जर तुम्ही ते पाहू शकता, तर तुम्ही ते मिळवू शकता.

४. कृती आराखडा : माझे कर्जमुक्त आयुष्य

आज तुम्हाला शांतपणे बसून तुमच्या भविष्यातील एका दिवसाचे चित्र शब्दांत मांडायचे आहे.

तुमच्या डायरीत खालील विषयावर एक परिच्छेद लिहा:

"ज्या दिवशी माझे सर्व कर्ज संपलेले असेल, त्या दिवशी माझी सकाळ कशी असेल? मी कोणाला फोन करून हे सांगेन? माझ्या पगाराच्या पैशातून मी पहिली कोणती गोष्ट स्वतःसाठी किंवा कुटुंबासाठी आनंदाने करेन? त्यावेळेस माझ्या मनावरची भीती कशी नाहीशी झाली असेल?"

आजची कृती: वरील परिच्छेद लिहिल्यानंतर, डोळे मिटून २ मिनिटे तो प्रसंग प्रत्यक्ष अनुभवण्याचा प्रयत्न करा. तो आनंद आणि ती शांतता मनात साठवून ठेवा.

५. माझी टिपणे

(परिच्छेद लिहिल्यावर तुम्हाला कसं वाटतंय? तुमच्या चेहऱ्यावर एक छोटं स्मितहास्य आलं का?)

आजची शपथ: "मी केवळ हप्ते भरण्यासाठी जन्मलेलो नाही. मी कर्जमुक्त होण्यासाठी आणि मानाने जगण्यासाठी सज्ज आहे. माझ्या कष्टाचे फळ आता फक्त माझ्या कुटुंबासाठी आणि माझ्या स्वप्नांसाठी असेल. मी लवकरच पूर्णपणे मुक्त होईन!"

दिवस ४४: उत्पन्नाचे दुसरे साधन (Side Hustle)

१. प्रस्तावना: केवळ पगार पुरेसा नाही!

जर तुमचा पगार केवळ हप्ते भरण्यात आणि घरखर्च चालवण्यात संपत असेल, तर कर्ज फेडण्यासाठी तुमच्याकडे 'जास्तीचा पैसा' उरणार नाही. अशा वेळी फक्त खर्च कमी करून भागणार नाही, तर तुम्हाला तुमचे उत्पन्न वाढवावे लागेल. 'Side Hustle' म्हणजे तुमच्या मुख्य नोकरी किंवा व्यवसायाव्यतिरिक्त फावल्या वेळेत केलेले काम. आजच्या डिजिटल युगात पैसे कमवण्याच्या संधी अफाट आहेत. तुमच्याकडे असलेल्या कौशल्याचा वापर करून तुम्ही दरमहा थोडे जरी जास्तीचे पैसे कमवले, तरी तुमच्या कर्जमुक्तीचा वेग दुप्पट होऊ शकतो.

२. माझी गोष्ट: फावल्या वेळेतील 'ट्युशन्स' आणि माझी कर्जमुक्ती

जेव्हा मी कर्जफेडीचे गणित मांडले, तेव्हा माझ्या लक्षात आले की माझ्या सध्याच्या पगाराने मला कर्जमुक्त व्हायला १० वर्षे लागतील. मला इतका काळ वाट पाहायची नव्हती. मी विचार केला, "माझ्याकडे असं काय आहे जे मी जगाला देऊ शकतो?" मला गणित चांगलं जमायचं. मी रोज रात्री एक तास आणि रविवारी सकाळी शेजारच्या दोन मुलांना गणित शिकवायला सुरुवात केली.

सुरुवातीला त्यातून फक्त ३,००० रुपये मिळायचे. पण मी ठरवलं होतं की हे ३,००० रुपये मी घरासाठी वापरणार नाही, तर ते थेट माझ्या सर्वात मोठ्या व्याजाच्या कर्जात भरणार. त्या 'साईड इन्कम'मुळे माझं १० वर्षांचं कर्ज फक्त ६ वर्षात फिटलं. तुमची छोटीशी 'एक्स्ट्रा' मेहनत तुमच्या भविष्यातील अनेक वर्षांची गुलामी वाचवू शकते.

३. आजचे शिक्षण : कौशल्याचे रूपांतर पैशात (Skill Monetization)

तुमचे 'Side Hustle' शोधण्यासाठी खालील तीन प्रश्न स्वतःला विचारा:

1. **मी कशात चांगला आहे?** (उदा. टायपिंग, शिकवणे, स्वयंपाक, ग्राफिक डिझाइन, दुरुस्ती, विक्री).

2. **लोकांना कशाची गरज आहे?** (तुमच्या आजूबाजूला अशा कोणत्या समस्या आहेत ज्या तुम्ही सोडवू शकता?).
3. **मी फावल्या वेळेत (शनिवार-रविवार किंवा रात्री) हे करू शकतो का?**

नियम: साईड हसलचा उद्देश चैनीच्या वस्तू घेणे नसून, ते पैसे थेट 'Debt Snowball' मध्ये टाकणे हा असावा.

४. कृती आराखडा : तुमचे 'इन्कम इंजिन' शोधा

आज तुम्हाला तुमचे एक असे कौशल्य शोधायचे आहे ज्यातून किमान १,००० ते ५,००० रुपये जास्तीचे मिळू शकतात.

१. **माझी ३ महत्त्वाची कौशल्ये (Skills):**

- अ) ____________________
- ब) ____________________
- क) ____________________

२. **कोणते कौशल्य मी त्वरित वापरू शकतो?** ____________________

३. **या कामातून मिळणारे अंदाजित उत्पन्न:** ₹ __________ प्रति महिना.

आजची कृती: फेसबुक, व्हॉट्सॲप किंवा तुमच्या ओळखीच्या लोकांमध्ये आज जाहीर करा की तुम्ही 'ही' सेवा किंवा मदत देऊ शकता. पहिले काम मिळवण्यासाठी प्रयत्न करा.

५. माझी टिपणे

(जास्तीचे पैसे कमवण्याचा विचार केल्यावर तुम्हाला भीती वाटते की उत्साह? तुमच्या वेळेचा कोणता भाग तुम्ही सध्या वाया घालवत आहात जो पैशात बदलता येईल?)

आजची शपथ: "मी केवळ एकाच उत्पन्नावर अवलंबून राहणार नाही. मी माझ्या कौशल्यांचा वापर करून उत्पन्नाचा दुसरा स्त्रोत निर्माण करेन. माझी मेहनत ही माझ्या कर्जमुक्तीचा वेग वाढवेल आणि मी लवकरच आर्थिकदृष्ट्या स्वतंत्र होईन."

दिवस ४५: महिन्याचा आढावा (Review)

१. प्रस्तावना: तुम्ही युद्धाच्या मैदानात उतरला आहात!

गेला महिना तुमच्यासाठी खूप आव्हानात्मक आणि डोळे उघडणारा होता. तुम्ही तुमच्या कर्जाचा आरसा पाहिला, क्रेडिट कार्ड्स कापून टाकली, महागड्या व्याजाचा हिशोब केला आणि 'स्नोबॉल' किंवा 'ॲव्हलांच' सारख्या युद्धनीती आखल्या. आजचा दिवस हे मोजण्यासाठी आहे की तुम्ही गेल्या ३० दिवसांत या शत्रूला (कर्जाला) किती मागे ढकलले आहे. आर्थिक क्रांतीत सर्वात कठीण काम म्हणजे 'सुरुवात करणे' आणि ती तुम्ही यशस्वीरीत्या केली आहे.

२. माझी गोष्ट: तो पहिला छोटा विजय

जेव्हा मी माझ्या पहिल्या महिन्याचा आढावा घेतला होता, तेव्हा माझ्या लक्षात आलं की मी माझ्या मोठ्या कर्जाचा डोंगर अजून फोडू शकलो नाही, पण मी माझी दोन छोटी कर्जे पूर्णपणे संपवली होती. त्या दोन कर्जांचे हप्ते जेव्हा माझ्या खात्यात उरले, तेव्हा मला पहिल्यांदा "मी हे करू शकतो" असा आत्मविश्वास आला.

PGP मध्ये मला शिकवलं गेलं की, "तुम्ही जे मोजू शकत नाही, ते तुम्ही सुधारू शकत नाही." आज जेव्हा तुम्ही तुमचे आकडे लिहाल, तेव्हा तुम्हाला कदाचित फरक छोटा वाटेल, पण हाच छोटा बदल पुढे जाऊन 'कम्पाऊंड' होणार आहे. तुम्ही किती कर्ज कमी केलं यापेक्षा, तुम्ही किती 'शिस्त' कमावली हे जास्त महत्त्वाचे आहे.

३. आजचे शिक्षण : प्रगतीचा मागोवा (Tracking Progress)

आज आपल्याला केवळ आकडे पाहायचे नाहीत, तर मानसिक बदलही मोजायचे आहेत:

- **जाणीव:** आता तुम्ही खर्च करताना 'हप्त्याचा' विचार करता का?
- **धाडस:** तुम्ही बँकेशी किंवा सावकाराशी बोलून व्याजाबद्दल चर्चा केली का?
- **कृती:** तुम्ही तुमच्या उत्पन्नाचा काही 'एक्स्ट्रा' भाग मुद्दल (Principal) भरण्यासाठी वापरला का?

नियम: जर तुमची थकीत रक्कम गेल्या महिन्यापेक्षा १ रुपयाने जरी कमी झाली असेल, तर तुम्ही विजयाच्या मार्गावर आहात.

४. कृती आराखडा : महिना २ चे रिपोर्ट कार्ड

आज तुमचे 'स्नोबॉल' कोष्टक पुन्हा एकदा समोर ठेवा आणि खालील माहिती भरा:

१. **गेल्या ३० दिवसांत मी किती 'एक्स्ट्रा' मुद्दल भरली? ₹** ______________

२. **मी पूर्णपणे बंद केलेली कर्जे (संख्या):** ______________

३. **माझ्या एकूण कर्जाचा आकडा आता किती आहे? ₹** ______________

४. **माझ्या खर्चात झालेली कपात (अंदाजे): ₹** ______________

आजची कृती: तुमच्या 'स्नोबॉल' तक्त्यामध्ये ज्या कर्जाची पूर्ण परतफेड झाली आहे, त्यावर हिरव्या पेनने मोठी टिक करा किंवा 'PAID' असे लिहा. हा हिरवा रंग तुम्हाला पुढील महिन्यासाठी ऊर्जा देईल.

५. माझी टिपणे

(या महिन्यात तुम्हाला सर्वात कठीण काय वाटलं? कोणत्या एका सवयीमुळे तुमचे पैसे वाचले?)

आजची शपथ: "मी कर्जाच्या साखळदंडांना तोडत आहे. माझी प्रत्येक कृती मला स्वातंत्र्याकडे घेऊन जात आहे. मी आता मागे वळून पाहणार नाही. तिसऱ्या महिन्यात मी अधिक सुरक्षित आणि अधिक समृद्ध होण्यासाठी सज्ज आहे."

महिना ३: संरक्षणात्मक आर्थिक नियोजन (Defense Wins Games)

दिवस ४६: आपत्कालीन निधी (Emergency Fund) - भाग १

१. प्रस्तावना: संकटाच्या वेळी मदतीला येणारा तुमचा 'पक्का मित्र'.

आर्थिक नियोजन हे एखाद्या खेळासारखे असते. जर तुम्ही फक्त 'अ‍ॅटॅक' (गुंतवणूक) केला आणि 'डिफेन्स' (संरक्षण) कडे दुर्लक्ष केले, तर एखादा छोटा आर्थिक धक्का तुम्हाला पुन्हा शून्यावर आणू शकतो. आयुष्य हे अनिश्चित आहे. उद्या अचानक नोकरी जाणे, दवाखान्याचा मोठा खर्च येणे किंवा व्यवसायात मंदी येणे अशा घटना घडू शकतात. अशा वेळी पुन्हा कोणासमोर हात पसरावे लागू नयेत किंवा कर्ज काढावे लागू नये, यासाठी 'आपत्कालीन निधी' (Emergency Fund) असणे अनिवार्य आहे. हा निधी म्हणजे तुमच्या आर्थिक स्वातंत्र्याचे 'सुरक्षा कवच' आहे.

२. माझी गोष्ट: तो पावसाचा दिवस आणि माझी रिकामी बँक

मला आठवतंय, काही वर्षांपूर्वी माझ्या गाडीचा मोठा अपघात झाला होता. सुदैवाने मला काही झालं नाही, पण गाडीच्या दुरुस्तीसाठी तातडीने ४०,००० रुपयांची गरज होती. माझ्याकडे कोणतीही बचत नव्हती. मला पुन्हा एकदा क्रेडिट कार्डचा आधार घ्यावा लागला आणि मी पुन्हा कर्जाच्या चक्रव्यूहात अडकलो.

PGP प्रवासात मला समजलं की, जर माझ्याकडे 'इमर्जन्सी फंड' असता, तर मला व्याजाचा भुर्दंड बसला नसता आणि मानसिक ताणही आला नसता. आपत्कालीन निधी हा गुंतवणुकीसाठी नसतो, तर तो 'शांत झोप' मिळवण्यासाठी असतो. ज्या दिवशी मी माझ्या पहिल्या महिन्याचा खर्च बाजूला ठेवला, त्या दिवसापासून मला भविष्याची भीती वाटणं बंद झालं. कारण आता माझ्याकडे कोणत्याही संकटाशी लढण्यासाठी स्वतःची 'आर्थिक ढाल' होती.

३. आजचे शिक्षण : आपत्कालीन निधीचे महत्त्व

आपत्कालीन निधी का असावा?

- **कर्जमुक्ती टिकवण्यासाठी:** संकट आल्यावर पुन्हा कर्ज घेण्याची वेळ येऊ नये म्हणून.
- **मानसिक शांतता:** बँक खात्यात पैसे आहेत हे माहीत असेल, तर तुम्ही कामावर जास्त लक्ष केंद्रित करू शकता.
- **चर्चा करण्याची ताकद:** तुमच्याकडे बॅकअप असेल, तर तुम्ही चुकीच्या कामाला किंवा चुकीच्या वागणुकीला 'नाही' म्हणण्याचे धाडस करू शकता.

नियम: हा निधी फक्त 'आणिबाणीच्या' (Emergency) वेळीच वापरायचा आहे. मोबाईल घेणे किंवा फिरायला जाणे ही आणीबाणी नाही!

४. कृती आराखडा : १ महिन्याचा सुरक्षित पाया

आज तुम्हाला तुमच्या पहिल्या मोठ्या ध्येयावर काम करायचे आहे.

१. **माझा मासिक अनिवार्य खर्च (भाडे, किराणा, बिले, ईएमआय): ₹** ______________

२. **सध्या माझ्याकडे तातडीने उपलब्ध असलेली रक्कम: ₹** ______________

३. **मला अजून किती पैसे साठवायचे आहेत? (Step 1 - Step 2): ₹** ______________

आजची कृती: आज तुमच्या बँक खात्यात अशी एक छोटी रक्कम (उदा. ५००, १००० किंवा ५००० रुपये) बाजूला ठेवा, जिला तुम्ही आजपासून 'आपत्कालीन निधी' म्हणणार आहात. हा आकडा जोपर्यंत तुमच्या एका महिन्याच्या घरखर्चा एवढा होत नाही, तोपर्यंत दरमहा यात भर टाकत राहा.

५. माझी टिपणे

(आज १ महिन्याचा खर्च बाजूला काढण्याचे ध्येय ठरवल्यावर तुम्हाला किती सुरक्षित वाटतंय? या निधीमुळे भविष्यातील कोणती भीती कमी झाली आहे?)

आजची शपथ: "मी माझ्या भविष्याला नशिबाच्या हवाली करणार नाही. मी आजपासून माझा आपत्कालीन निधी तयार करण्यास सुरुवात करत आहे. कोणतेही संकट मला माझ्या आर्थिक क्रांतीच्या मार्गावरून ढळवू शकणार नाही. मी स्वतःचे आणि माझ्या कुटुंबाचे रक्षण करण्यास समर्थ आहे."

दिवस ४७: आपत्कालीन निधी कुठे ठेवावा?

१. प्रस्तावना: सुरक्षेचा अर्थ केवळ 'साठवणूक' नाही, तर 'उपलब्धता' आहे.

आपत्कालीन निधीबद्दलची सर्वात मोठी चूक म्हणजे लोक तो पैसा अशा ठिकाणी गुंतवतात जिथून तो काढायला वेळ लागतो किंवा जिथे तो कमी होण्याची भीती असते. लक्षात ठेवा, आपत्कालीन निधी (Emergency Fund) हा नफा कमवण्यासाठी नसून 'गरजेच्या वेळी हजर राहण्यासाठी' असतो. संकटाच्या वेळी जर तुमचे पैसे शेअर्समध्ये अडकले असतील आणि बाजार खाली असेल, तर तुम्हाला तोटा सहन करावा लागेल. म्हणूनच हा निधी 'लिक्विड' (Liquid) म्हणजेच सहज उपलब्ध असणे अत्यंत आवश्यक आहे.

२. माझी गोष्ट: तो शनिवार आणि बंद पडलेलं एटीएम

माझ्या एका मित्राने त्याचा आपत्कालीन निधी एका पाच वर्षांच्या एफडी (FD) मध्ये ठेवला होता. एके दिवशी शनिवारी रात्री उशिरा त्याच्या घरात मेडिकल इमर्जन्सी आली. त्याला ५०,००० रुपयांची गरज होती. बँक बंद होती, ऑनलाईन एफडी तोडायला काही तांत्रिक अडचण येत होती आणि त्याच्या मुख्य खात्यात पैसे नव्हते. त्या रात्री त्याला मित्रांकडून पैसे उसने मागावे लागले.

PGP मध्ये मला शिकायला मिळालं की, आपत्कालीन निधीचे दोन भाग असावेत. एक भाग जो तुमच्या खिशात किंवा घरात असावा आणि दुसरा भाग अशा खात्यात असावा जो तुम्ही रोजच्या खर्चासाठी वापरत नाही. ज्या दिवशी मी माझ्या इमर्जन्सी फंडसाठी एक वेगळं बचत खाते उघडलं आणि त्याचा डेबिट कार्ड कपाटात लॉक करून ठेवलं, त्या दिवशी मला खऱ्या अर्थाने 'बॅकअप' मिळाल्याची जाणीव झाली.

३. आजचे शिक्षण : 'लिक्विडिटी'चे नियम

आपत्कालीन निधी ठेवण्यासाठी आदर्श जागा:

- **स्वतंत्र बचत खाते (Separate Savings Account):** अशा बँकेत खाते उघडा जिथे तुमचे पगार खाते नाही. यामुळे रोजचा खर्च करताना हा पैसा खुणावणार नाही.
- **डेबिट कार्ड कपाटात ठेवा:** या खात्याचे डेबिट कार्ड पाकिटात ठेवू नका, जेणेकरून मॉलमध्ये किंवा शॉपिंग करताना चुकूनही तो पैसा खर्च होणार नाही.
- **स्वीप-इन एफडी (Sweep-in FD):** काही बँका बचत खात्यावर एफडीइतके व्याज देतात आणि गरज पडल्यास तो पैसा त्वरित वापरता येतो.
- **लिक्विड फंड्स (Liquid Mutual Funds):** ज्यांना थोडं जास्त ज्ञान आहे, ते म्युच्युअल फंडांच्या लिक्विड फंडात पैसे ठेवू शकतात जिथे २४ तासांत पैसे मिळतात.

नियम: हा पैसा 'डोळ्यांपासून दूर' पण 'हाताच्या जवळ' असावा.

४. कृती आराखडा : 'अलिप्त' खाते तयार करा

आज तुम्हाला तुमच्या आपत्कालीन निधीसाठी एक सुरक्षित 'घर' शोधायचे आहे.

१. **बँक निवड:** तुमच्या सध्याच्या बँकेव्यतिरिक्त दुसरी कोणती बँक तुमच्या घराच्या जवळ आहे? ____________________

२. **शून्य बॅलन्स खाते:** शक्य असल्यास 'झिरो बॅलन्स' किंवा कमी मिनिमम बॅलन्स असणारे खाते निवडा.

३. **ऑनलाईन बँकिंग:** त्या खात्यावर यूपीआय (UPI) किंवा ॲप नको असेल तर उत्तम, जेणेकरून सहज पैसे खर्च करण्याची प्रवृत्ती थांबेल.

आजची कृती: आज तुमच्याकडे असलेल्या आपत्कालीन निधीपैकी किमान ५०० ते १,००० रुपये एका वेगळ्या खात्यात ट्रान्सफर करा किंवा नवीन खाते उघडण्याची प्रक्रिया सुरू करा. या खात्याला 'शांती खाते' (Peace Account) असे नाव द्या.

५. माझी टिपणे

(वेगळे खाते उघडण्याचा विचार केल्यावर तुम्हाला शिस्त लागेल असे वाटते का? रोजच्या खर्चाच्या पैशांपासून हे पैसे लांब ठेवल्यामुळे तुमच्या मनावरचा ताण कमी होईल का?)

आजची शपथ: "माझा आपत्कालीन निधी ही माझी सुरक्षा भिंत आहे. मी हा पैसा कधीही अनावश्यक गोष्टींसाठी किंवा गुंतवणुकीच्या लालसेपोटी वापरणार नाही. हे खाते केवळ आणि केवळ माझ्या संकटाच्या काळातील सोबती असेल."

दिवस ४८: विम्याचे महत्त्व (Insurance vs Investment)

१. प्रस्तावना: विमा ही गुंतवणूक नाही, ते 'सुरक्षा कवच' आहे.

आपल्याकडे अनेकदा विमा (Insurance) हा 'गुंतवणूक' म्हणून विकला जातो. "एवढे पैसे भरा आणि २० वर्षांनंतर दुप्पट मिळवा," असे सांगून आपल्याला 'Endowment' किंवा 'Money Back' पॉलिसी दिल्या जातात. पण लक्षात ठेवा, विम्याचा खरा उद्देश नफा कमवणे नसून 'जोखीम' (Risk) व्यवस्थापित करणे हा आहे. जेव्हा आपण विमा आणि गुंतवणूक यांची सरमिसळ करतो, तेव्हा आपल्याला ना पुरेसे संरक्षण मिळते, ना चांगला परतावा. आज आपण ही मानसिकता बदलणार आहोत: विमा हा एक 'खर्च' आहे जो आपल्या कुटुंबाला आर्थिक उद्ध्वस्त होण्यापासून वाचवतो.

२. माझी गोष्ट: तो 'परतावा' देणारा विमा आणि माझं अपुरं संरक्षण

सुरुवातीला मी एका नातेवाईकाच्या सांगण्यावरून एक पॉलिसी घेतली होती, ज्याचे मी वर्षाला २५,००० रुपये भरत होतो. मला सांगण्यात आलं होतं की मला ५ लाख रुपयांचं विमा संरक्षण मिळेल आणि शेवटी पैसे परत मिळतील. मला वाटलं माझं काम झालं.

पण PGP प्रवासात जेव्हा मी माझ्या कुटुंबाच्या गरजांचा हिशोब केला, तेव्हा मला समजलं की जर मला काही झालं, तर माझ्या कुटुंबाला ५ लाख रुपये फक्त ६ महिने पुरले असते. मी 'गुंतवणुकीच्या' नादात माझं 'संरक्षण' कमी ठेवलं होतं. मी लगेच ती पॉलिसी तपासली आणि समजलं की विम्याचा खरा अर्थ 'कमी प्रीमियममध्ये जास्तीत जास्त कव्हर' मिळवणे हा आहे. ज्या दिवशी मी गुंतवणूक आणि विमा वेगळे केले, त्या दिवशी मला खऱ्या अर्थाने आर्थिक सुरक्षितता मिळाली.

३. आजचे शिक्षण : विमा निवडतानाचे ३ नियम

विमा खरेदी करताना खालील गोष्टी लक्षात ठेवा:

- **हेतू (Purpose):** विम्याचा उद्देश तुमच्या अनुपस्थितीत तुमच्या कुटुंबाचे राहणीमान टिकवून ठेवणे हा असावा, पैसे दुप्पट करणे नाही.

- **पुरेसे संरक्षण (Sum Assured):** तुमचे विमा संरक्षण तुमच्या वार्षिक उत्पन्नाच्या किमान १० ते १५ पट असावे. (उदा. जर पगार ५ लाख असेल, तर विमा किमान ५० ते ७५ लाखांचा हवा).
- **गुंतवणुकीपासून वेगळे ठेवा:** LIC च्या जुन्या पॉलिसी किंवा ULIP पेक्षा 'शुद्ध विमा' (Pure Term Insurance) अधिक चांगला असतो, कारण त्यात कमी पैशात मोठे संरक्षण मिळते.

नियम: ज्या पॉलिसीमध्ये शेवटी पैसे परत मिळतात, तिथे सहसा विमा संरक्षण कमी असते.

४. कृती आराखडा : तुमच्या पॉलिसींचे ऑडिट

आज तुम्हाला तुमच्याकडे असलेल्या सर्व विमा पॉलिसींचा हिशोब मांडायचा आहे.

१. **पॉलिसीचे नाव:** ______________________________

२. **वार्षिक प्रीमियम (हप्ता):** ₹ ______________________

३. **विमा संरक्षण (Sum Assured - मला काही झाल्यास किती मिळतील?):** ₹ ____________

४. **परतावा मिळणार का? (हो/नाही):** ____________________

आजची कृती: तुमच्या विमा पॉलिसींचे कागदपत्रे बाहेर काढा. जर तुम्हाला काही झाले, तर मिळणारी रक्कम तुमच्या कुटुंबाचे कर्ज फेडण्यासाठी आणि पुढील १० वर्षे घर चालवण्यासाठी पुरेशी आहे का? हे तपासा.

५. माझी टिपणे

(आजच्या ऑडिटनंतर तुम्हाला काय समजले? तुमचे विमा संरक्षण पुरेसे आहे का की तुम्ही केवळ 'पैसे परत मिळतील' या आशेने गुंतवणूक करत आहात?)

आजची शपथ: "मी विम्याकडे गुंतवणूक म्हणून पाहणार नाही. माझ्या कुटुंबाचे रक्षण करणे ही माझी पहिली जबाबदारी आहे. मी भावनिक होऊन नाही, तर तार्किक विचार करून माझ्या विम्याचे नियोजन करेन. माझे कुटुंब आर्थिकदृष्ट्या सदैव सुरक्षित राहील याची मी खात्री करेन."

दिवस ४९: टर्म इन्शुरन्स (Term Insurance) - सर्वात स्वस्त आणि चांगले

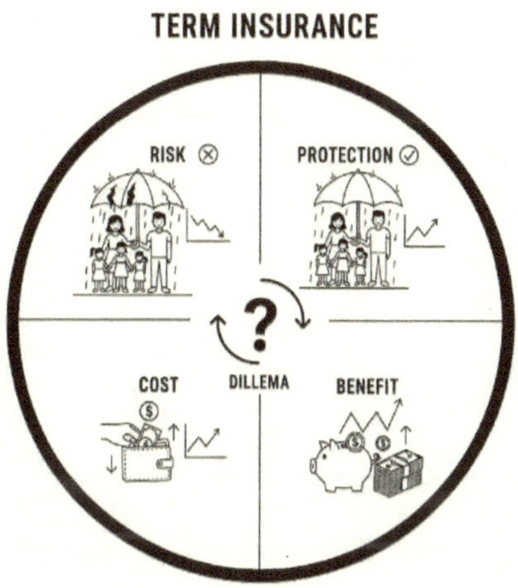

१. प्रस्तावना: तुमच्या कुटुंबासाठी एक अभेद्य भिंत.

जेव्हा आपण विम्याचा विचार करतो, तेव्हा आपल्याला वाटते की पैसे परत मिळणार नसतील तर तो विमा कसला? पण 'टर्म इन्शुरन्स' (Term Insurance) ही संकल्पना याच्या उलट आहे. हा विम्याचा सर्वात शुद्ध आणि स्वस्त प्रकार आहे. यात तुम्ही ठराविक मुदतीसाठी (उदा. वयाच्या ६० किंवा ६५ वर्षांपर्यंत) विमा उतरवता. दुर्दैवाने या काळात विमाधारकाचा मृत्यू झाल्यास, त्याच्या कुटुंबाला एक 'खूप मोठी' रक्कम मिळते. जर विमाधारक जिवंत राहिला, तर काहीही परत मिळत नाही. म्हणूनच याला 'शुद्ध विमा' म्हणतात. तुमच्या पश्चात तुमचे कुटुंब रस्त्यावर येऊ नये, यासाठी ही सर्वात महत्त्वाची गुंतवणूक आहे.

२. माझी गोष्ट: ५ लाखांची पॉलिसी आणि १ कोटीचे स्वप्न

सुरुवातीला मी पारंपारिक विमा पॉलिसीत वर्षाला ३०,००० रुपये भरत होतो आणि मला विमा संरक्षण (Life Cover) मिळालं होतं फक्त ७ लाखांचं. मला वाटायचं मी सुरक्षित आहे. पण जेव्हा मी PGP मध्ये बसलो, तेव्हा मला समजलं की माझ्या कुटुंबाचा खर्च आणि मुलांचं शिक्षण यासाठी ७ लाख रुपये म्हणजे समुद्रात थेंब टाकण्यासारखं आहे.

मी लगेच एका 'टर्म प्लॅन'चा शोध घेतला. मला धक्का बसला की, वर्षाला फक्त १२,००० ते १५,००० रुपयांत मला **१ कोटी रुपयांचं** कव्हर मिळत होतं. याचा अर्थ, आधीच्या पॉलिसीपेक्षा निम्म्या पैशात मला १० पटीहून जास्त संरक्षण मिळालं. ज्या दिवशी मी टर्म प्लॅन घेतला, त्या दिवशी खऱ्या अर्थाने माझ्या मनातली भीती संपली. आता मला माहीत आहे की, उद्या मी नसलो तरी माझ्या कुटुंबाचं आर्थिक भविष्य कोलमडणार नाही.

३. आजचे शिक्षण : टर्म प्लॅनचे गणित

टर्म इन्शुरन्स का निवडावा?

- **कमी प्रीमियम, मोठे कव्हर:** हा विम्याचा सर्वात स्वस्त प्रकार आहे. तरुण वयात घेतल्यास प्रीमियम खूपच कमी असतो.
- **आर्थिक स्थैर्य:** तुमच्या पश्चात ही रक्कम तुमचे गृहकर्ज फेडण्यासाठी आणि कुटुंबाच्या गरजा पूर्ण करण्यासाठी पुरेशी असते.
- **सोपी प्रक्रिया:** यात कोणतेही गुंतागुंतीचे बोनस किंवा परताव्याचे नियम नसतात.

नियम (Thumb Rule): तुमचे विमा संरक्षण (Sum Assured) तुमच्या वार्षिक उत्पन्नाच्या किमान **१० ते १५ पट** असावे. (उदा. जर तुमचे वार्षिक उत्पन्न ८ लाख असेल, तर किमान १ कोटी ते १.२० कोटी रुपयांचा टर्म प्लॅन असावा).

४. कृती आराखडा : तुमच्या 'सुरक्षा कवचा'ची गणना

आज तुम्हाला तुमच्या कुटुंबासाठी किती मोठ्या रकमेची गरज आहे, हे ठरवायचे आहे.

१. **माझे वार्षिक उत्पन्न:** ₹ ______________

२. **गरज (उत्पन्न × १२):** ₹ ______________ (किमान संरक्षण)

३. **माझ्यावर असलेले एकूण कर्ज (Home Loan + Personal Loan):** ₹ ______________

४. **आदर्श टर्म प्लॅन रक्कम (Step 2 + Step 3):** ₹ ______________

आजची कृती: एखादी ऑनलाईन विमा तुलना करणारी वेबसाईट (उदा. PolicyBazaar) उघडा. तुमच्या वयानुसार १ कोटीच्या टर्म प्लॅनचा प्रीमियम किती येतोय ते तपासा. जर तुमच्याकडे टर्म प्लॅन नसेल, तर या आठवड्यात तो घेण्याचे नियोजन करा.

५. माझी टिपणे

(१ कोटीचे संरक्षण फक्त काही हजार रुपयांत मिळते हे ऐकून तुम्हाला काय वाटले? तुमच्या कुटुंबाची सुरक्षा ही 'रिटर्न' मिळवण्यापेक्षा जास्त महत्त्वाची आहे का?)

आजची शपथ: "मी माझ्या कुटुंबाच्या भविष्याशी खेळणार नाही. मी गुंतवणुकीचा विचार करण्यापूर्वी माझे टर्म इन्शुरन्सचे संरक्षण पूर्ण करेन. माझ्या पश्चातही माझ्या कुटुंबाचे डोळे सन्मानाने वर राहतील, याची जबाबदारी मी आजच घेत आहे."

दिवस ५०: आरोग्य विमा (Health Insurance)

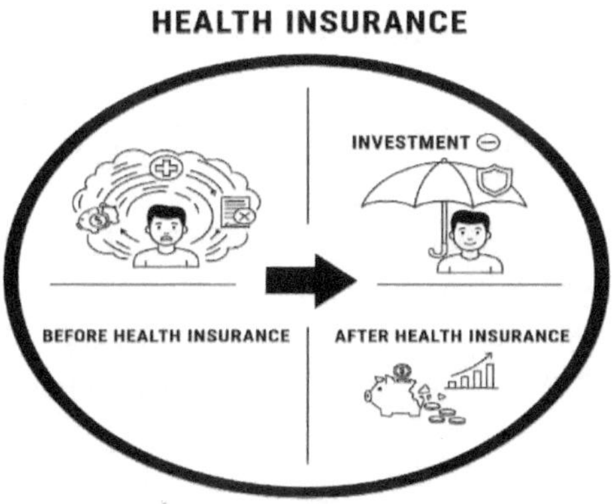

१. प्रस्तावना: एका आजारपणामुळे आयुष्यभराची पुंजी जाऊ शकते.

तुम्ही कितीही मोठी बचत केली किंवा गुंतवणूक केली, तरी एक गंभीर आजार किंवा अपघातामुळे होणारा दवाखान्याचा मोठा खर्च तुमची सर्व स्वप्ने धुळीस मिळवू शकतो. आजच्या काळात वैद्यकीय खर्च ज्या वेगाने वाढत आहेत, ते पाहता 'आरोग्य विमा' (Health Insurance) असणे ही चैन नसून ती एक मूलभूत गरज आहे. आरोग्य विमा म्हणजे केवळ आजारपणाचा खर्च नाही, तर तो तुमच्या कष्टाच्या बचतीचे रक्षण करणारा पहारेकरी आहे. आज आपण ठरवणार आहोत की, आपण दवाखान्यासाठी कर्ज कधीच काढणार नाही!

२. माझी गोष्ट: ५ लाखांची बचत आणि एका शस्त्रक्रियेचा फटका

माझ्या एका जवळच्या मित्राने ५ वर्षे कष्ट करून आपल्या मुलीच्या लग्नासाठी ५ लाख रुपये साठवले होते. पण दुर्दैवाने त्याच्या वडिलांना अचानक हृदयविकाराचा झटका आला. १० दिवस आयसीयू आणि शस्त्रक्रियेचे बिल ५.५ लाख रुपये आले. त्याच्याकडे आरोग्य विमा नव्हता. त्याला साठवलेले सर्व पैसे तर द्यावेच लागले, पण वरून ५० हजार कर्जही काढावे लागले. एका झटक्यात त्याची ५ वर्षांची मेहनत शून्य झाली.

PGP प्रवासात मला समजले की, जर त्याने वर्षाला फक्त १०-१२ हजार रुपयांचा आरोग्य विमा काढला असता, तर त्याची ती ५ लाखांची पुंजी वाचली असती. विमा म्हणजे पैसे वाया घालवणे नाही, तर मोठ्या जोखमीचे हस्तांतरण विमा कंपनीकडे करणे आहे. ज्या दिवशी मी माझ्या संपूर्ण कुटुंबासाठी 'फॅमिली फ्लोटर' प्लॅन घेतला, त्या दिवशी मला समजले की आता दवाखान्याच्या बिलाची भीती माझ्या बचतीला स्पर्श करू शकणार नाही.

३. आजचे शिक्षण : आरोग्य विमा घेतानाचे महत्त्वाचे निकष

आरोग्य विमा निवडताना खालील गोष्टी तपासा:

- **फॅमिली फ्लोटर (Family Floater):** एकाच प्लॅनमध्ये पती, पत्नी आणि मुलांचे संरक्षण मिळते. हे स्वतंत्र विम्यापेक्षा स्वस्त पडते.
- **कॅशलेस सुविधा (Cashless):** तुमच्या घराजवळील मोठ्या हॉस्पिटल्समध्ये कॅशलेस सुविधा आहे का, हे तपासा.
- **को-पेमेंट (Co-payment) टाळा:** शक्यतो असा प्लॅन निवडा जिथे तुम्हाला बिलाचा काही हिस्सा स्वतः भरावा लागणार नाही.
- **वेटिंग पिरीयड (Waiting Period):** जुन्या आजारांसाठी (उदा. बीपी, शुगर) किती काळ वाट पाहावी लागेल, हे जाणून घ्या.

नियम: महागाई पाहता, किमान ५ ते १० लाख रुपयांचे संरक्षण (Sum Insured) असणे अनिवार्य आहे.

४. कृती आराखडा : तुमच्या कुटुंबाचे आरोग्य कवच

आज तुम्हाला तुमच्या कुटुंबाच्या संरक्षणाची खात्री करायची आहे.

१. **विमा घ्यायच्या सदस्यांची नावे आणि वय:** ____________________

२. **आदर्श विमा रक्कम (Sum Insured):** किमान ५ ते १० लाख रुपये.

३. **सध्याचा विमा:** (जर ऑफिसने दिला असेल, तर तो पुरेसा आहे का?) ₹ __________

४. **वैयक्तिक विम्याची गरज:** ₹ _____________

आजची कृती: तुमच्या कुटुंबासाठी एका चांगल्या 'फॅमिली फ्लोटर' प्लॅनचा शोध घ्या. स्टार हेल्थ, एचडीएफसी अर्गो किंवा निवा बुपा सारख्या कंपन्यांचे प्लॅन ऑनलाईन तपासा. जर तुमच्याकडे ऑफिसचा विमा असेल, तर त्या व्यतिरिक्त स्वतःचा एक 'सुपर टॉप-अप' (Super Top-up) प्लॅन घेण्याचा विचार करा.

५. माझी टिपणे

(दवाखान्याच्या खर्चाची चिंता मिटल्यावर तुम्हाला किती निवांत वाटेल? तुमच्या बचतीचे रक्षण करण्यासाठी वर्षाला काही हजार रुपये खर्च करणे तुम्हाला योग्य वाटते का?)

आजची शपथ: "मी माझ्या कुटुंबाच्या आरोग्याशी तडजोड करणार नाही. मी आजच एक चांगला आरोग्य विमा निवडून माझी आणि माझ्या कुटुंबाची आर्थिक सुरक्षा निश्चित करेन. कोणत्याही वैद्यकीय संकटात माझी बचत सुरक्षित राहील, याची जबाबदारी मी आजच घेत आहे."

दिवस ५१: सरकारी विमा योजना (Government Insurance Schemes)

१. प्रस्तावना: गरिबातल्या गरिबासाठी सरकारचे कवच

खाजगी विमा कंपन्यांचे प्रीमियम कधीकधी सर्वांना परवडणारे नसतात. अशा वेळी भारत सरकारने सामान्य नागरिकांसाठी अशा काही योजना आणल्या आहेत, ज्यांचा खर्च चहाच्या एका कपाच्या किंमतीपेक्षाही कमी आहे, पण त्यातून मिळणारे संरक्षण लाखो रुपयांचे आहे. या योजना तुमच्या बँकेच्या खात्याशी जोडल्या जातात आणि दरवर्षी आपोआप नूतनीकरण होतात. जर तुमच्याकडे अजूनही या योजना नसतील, तर तुम्ही एका मोठ्या संधीला मुकत आहात. आज आपण या 'लो-कॉस्ट' (Low-cost) पण 'हाय-इम्पॅक्ट' (High-impact) योजनांची माहिती घेणार आहोत.

२. माझी गोष्ट: वर्षाला फक्त १२ रुपये आणि मिळालेली साथ

माझ्या ओळखीतले एक काका होते, जे रिक्षा चालवायचे. त्यांच्या मुलाने त्यांच्या बँक खात्यात 'प्रधानमंत्री सुरक्षा विमा योजना' (PMSBY) सुरू केली होती. त्या काळी त्याचे वर्षाचे प्रीमियम फक्त १२ रुपये होते (जे आता २० रुपये झाले आहे). दुर्दैवाने त्यांचा एका अपघातात मृत्यू झाला. त्यांच्या कुटुंबाकडे कोणतीही मोठी बचत नव्हती. पण त्या मुलाने वेळीच बँकेत जाऊन कागदपत्रे दिली आणि त्या २० रुपयांच्या बदल्यात कुटुंबाला २ लाख रुपये मिळाले. त्या रकमेने त्यांच्या कुटुंबाला सावरण्यासाठी मोठा आधार दिला.

PGP प्रवासात मला समजलं की, सरकारी योजनांकडे आपण 'कमी पैसे' म्हणून दुर्लक्ष करतो, पण संकटाच्या वेळी हेच छोटे पैसे डोंगर उभं करण्याचं काम करतात. ज्या दिवशी मी माझ्या घरातील काम करणाऱ्या मावशींना आणि ड्रायव्हरला या योजनेबद्दल सांगितलं आणि त्यांचे फॉर्म भरून दिले, त्या दिवशी मला खऱ्या समाधानाची जाणीव झाली.

३. आजचे शिक्षण : महत्त्वाच्या ३ सरकारी योजना

तुम्ही आजच तुमच्या बँकेत या तीन योजनांबद्दल चौकशी करायला हवी:

1. **प्रधानमंत्री सुरक्षा विमा योजना (PMSBY):**
    - **खर्च:** फक्त २० रुपये **प्रति वर्ष**.

    - **फायदा:** अपघाती मृत्यू किंवा पूर्ण अपंगत्व आल्यास २ लाख रुपये.
2. **प्रधानमंत्री जीवन ज्योती विमा योजना (PMJJBY):**
    - **खर्च:** ४३६ रुपये **प्रति वर्ष**.
    - **फायदा:** कोणत्याही कारणाने मृत्यू झाल्यास कुटुंबाला २ लाख रुपये. (हा एक प्रकारचा टर्म प्लॅनच आहे).
3. **आयुष्मान भारत (PM-JAY):**
    - **फायदा:** ठराविक उत्पन्न गटातील लोकांसाठी ५ लाख रुपयांपर्यंतचा मोफत आरोग्य विमा.

नियम: या योजनांचा लाभ घेण्यासाठी तुमचे बँक खाते असणे आवश्यक आहे आणि फॉर्म भरून 'ऑटो-डेबिट' (Auto-debit) सुविधा सुरू करणे गरजेचे आहे.

४. कृती आराखडा : तुमच्या बँकेत आजच 'चेक' करा

आज तुम्हाला तुमच्या बँक पासबुकमध्ये किंवा नेटबँकिंगमध्ये या योजना सुरू आहेत का, हे तपासायचे आहे.

१. **बँक खात्याचे नाव:** ____________________

२. **PMSBY सुरू आहे का? (हो/नाही):** ______ (वर्षाला ₹२० कापले जातात का?)

३. **PMJJBY सुरू आहे का? (हो/नाही):** ______ (वर्षाला ₹४३६ कापले जातात का?)

४. **वारसदार (Nominee) अपडेट आहे का?:** ______

आजची कृती: तुमच्या बँकेच्या शाखेत जा किंवा त्यांच्या ॲपमध्ये 'Insurance' सेक्शनमध्ये जाऊन या दोन्ही योजनांसाठी नोंदणी करा. तसेच तुमच्या घरात काम करणाऱ्या मदनीसांना (उदा. मदतनीस, धोबी, सुरक्षा रक्षक) या योजनेबद्दल सांगा आणि शक्य असल्यास त्यांचे फॉर्म भरण्यास मदत करा.

५. माझी टिपणे

(वर्षाला ५०० रुपयांपेक्षा कमी खर्चात ४ लाख रुपयांचे संरक्षण मिळते, हे ऐकून तुम्हाला काय वाटते? सामाजिक जबाबदारी म्हणून तुम्ही किती जणांना या योजनेची माहिती द्याल?)

आजची शपथ: "मी सरकारी योजनांचा पूर्ण लाभ घेईन आणि माझ्या कुटुंबाला आर्थिक कवच प्रदान करेन. मी केवळ स्वतःचीच नाही, तर माझ्या संपर्कात येणाऱ्या गरजू लोकांचीही विमा सुरक्षा निश्चित करण्यासाठी प्रयत्न करेन. कमी खर्चात मिळणारे हे मोठे संरक्षण माझ्या आर्थिक क्रांतीचा भाग असेल."

दिवस ५२: वारसदार (Nomination) अपडेट करा

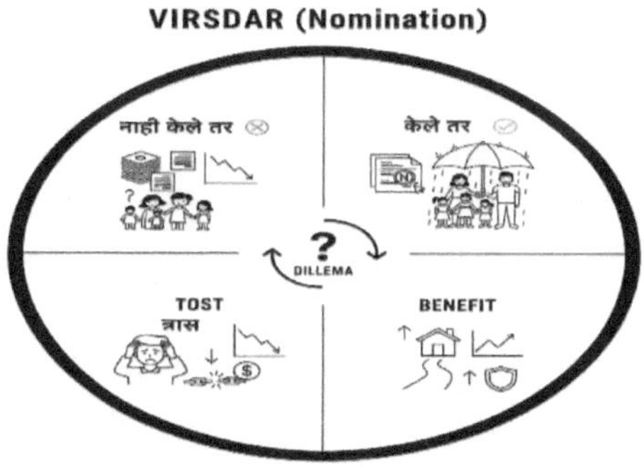

१. प्रस्तावना: तुमच्या कष्टाचा पैसा कोणाला मिळावा?

आपण दिवस-रात्र कष्ट करून पैसे कमवतो, विमा घेतो आणि मालमत्ता उभी करतो. पण आपण ज्यांच्यासाठी हे सर्व करतो, त्यांना ते पैसे सहजासहजी मिळावेत यासाठी एक साधी पण महत्त्वाची प्रक्रिया करायला विसरतो—ती म्हणजे 'वारसदार' (Nominee) नेमणे. जर तुमच्या बँक खात्यात किंवा विम्यात नॉमिनी नसेल, तर तुमच्या पश्चात तुमचेच पैसे मिळवण्यासाठी तुमच्या कुटुंबाला कोर्टाच्या फेऱ्या माराव्या लागतील आणि हजारो रुपये खर्च करावे लागतील. 'नॉमिनी' असणे म्हणजे तुमच्या कुटुंबाला दिलेल्या प्रेमाची आणि सुरक्षिततेची अंतिम पावती आहे.

२. माझी गोष्ट: तो 'अनक्लेम्ड' पैसा आणि एका कुटुंबाचा संघर्ष

माझ्या एका परिचितांचा अचानक मृत्यू झाला. त्यांच्या बँक खात्यात ३ लाख रुपये होते आणि त्यांनी एक जुनी विमा पॉलिसीही घेतली होती. पण घाईगडबडीत त्यांनी कोणाचेही नाव 'वारसदार' म्हणून लावले नव्हते. त्यांच्या पत्नीला ते पैसे काढण्यासाठी 'सक्सेशन सर्टिफिकेट' (Succession Certificate) आणायला सांगण्यात आले. त्यासाठी त्यांना दोन वर्षे वकील आणि कोर्टाचे उंबरठे झिजवावे लागले. ज्या पैशांची गरज त्यांना पतीच्या निधनानंतर लगेच होती, ते पैसे त्यांना दोन वर्षांनी मिळाले.

PGP प्रवासात मला समजले की, भारतात बँकांमध्ये हजारो कोटी रुपये 'अनक्लेम्ड' (Unclaimed) पडून आहेत कारण त्यांचा कोणी वारसदारच नाही. ज्या दिवशी मी माझ्या प्रत्येक बँक खात्यात, शेअर मार्केटच्या डिमॅट खात्यात आणि विम्यात माझ्या पत्नीचे आणि मुलांचे नाव 'नॉमिनी' म्हणून अपडेट केले, त्या दिवशी मला खऱ्या अर्थाने शांत झोप लागली.

३. आजचे शिक्षण : वारसदार नेमण्याचे नियम

नॉमिनीबद्दल या ३ गोष्टी नेहमी लक्षात ठेवा:

1. **वारसदार हा 'मालक' नसतो:** कायद्यानुसार नॉमिनी हा केवळ 'ट्रस्टी' (Trustee) असतो. तो पैसा शेवटी तुमच्या कायदेशीर वारसांनाच (उदा. पत्नी, मुले, आई-वडील) मिळतो. पण नॉमिनी असल्यामुळे बँकेकडून पैसे मिळण्याची प्रक्रिया सोपी होते.
2. **विम्यात 'बेनिफिशियरी' वारसदार:** विम्याच्या बाबतीत जर तुम्ही आई, वडील, पत्नी किंवा मुले यांना नॉमिनी केले, तर तेच पैशाचे खरे मालक मानले जातात.
3. **अपडेट करणे आवश्यक:** लग्नानंतर किंवा मुलांच्या जन्मानंतर नॉमिनीची नावे अपडेट करणे गरजेचे असते. अनेकजण लग्नानंतरही आई-वडिलांचेच नाव ठेवतात, ज्यामुळे नंतर वाद होऊ शकतात.

नियम: प्रत्येक खात्यात किमान एक 'Nominee' असणे अनिवार्य आहे.

४. कृती आराखडा : तुमच्या 'वारसदार' यादीची तपासणी

आज तुम्हाला तुमच्या सर्व आर्थिक कागदपत्रांचे 'नॉमिनेशन ऑडिट' करायचे आहे.

खाते / गुंतवणूक	**नॉमिनीचे नाव**	**नाते**	**अपडेट आहे का? (हो/नाही)**
१. मुख्य बँक खाते	__________	______	______
२. विमा पॉलिसी (Term/Health)	__________	______	______
३. पीएफ (EPF/PPF)	__________	______	______
४. डिमॅट / म्युच्युअल फंड	__________	______	______

आजची कृती: तुमच्या बँकेच्या 'नेट बँकिंग' ॲपमध्ये लॉगिन करा आणि 'Profile' किंवा 'Account Details' मध्ये जाऊन नॉमिनीचे नाव तपासा. जर नसेल, तर आजच ऑनलाईन किंवा बँकेत जाऊन 'Nomination Form' भरा.

५. माझी टिपणे

(आज सर्व खाती तपासल्यावर तुम्हाला कोणाचे नाव अपडेट करायची गरज भासली? तुमच्या पश्चात तुमच्या कुटुंबाला त्रास होऊ नये यासाठी ही कृती किती महत्त्वाची वाटते?)

आजची शपथ: "मी माझ्या कुटुंबाचा केवळ आजचाच विचार करणार नाही, तर माझ्या पश्चातही त्यांना कोणताही त्रास होऊ नये याची काळजी घेईन. मी आजच माझ्या सर्व आर्थिक खात्यांमध्ये वारसदार (Nominee) अपडेट करेन. माझी मालमत्ता माझ्या प्रियजनांच्या सुरक्षिततेसाठी असेल, कायदेशीर कटकटींसाठी नाही."

दिवस ५३: आर्थिक फसवणुकीपासून बचाव (Cyber Security)

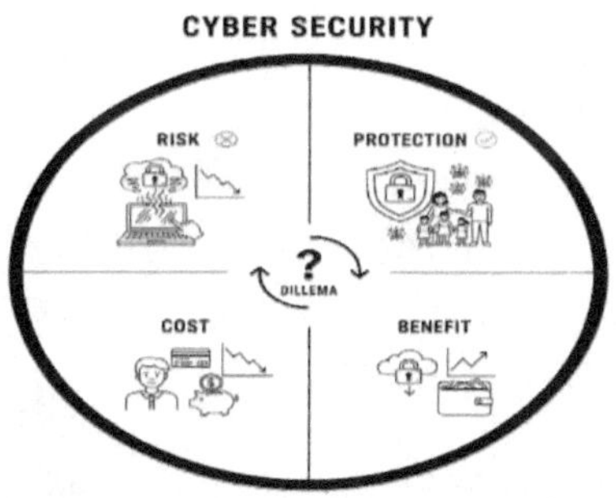

१. प्रस्तावना: डिजिटल युगातला 'खिसेकापू' अदृश्य आहे!

पूर्वी चोर घरात शिरून चोरी करायचे, पण आजचे चोर तुमच्या मोबाईल स्क्रीनवर 'क्लिक' करण्याच्या प्रतीक्षेत असतात. आर्थिक क्रांतीच्या प्रवासात पैसे कमवणे आणि वाचवणे जितके महत्त्वाचे आहे, तितकेच ते 'सुरक्षित' ठेवणेही महत्त्वाचे आहे. सायबर गुन्हेगार रोज नवनवीन युक्त्या वापरतात—कधी लॉटरी लागल्याचे आमिष दाखवतात, तर कधी बँक खाते बंद होण्याची भीती घालतात. लक्षात ठेवा, तुमची एक छोटीशी चूक तुमच्या बँक खात्यातील सर्व रक्कम शून्य करू शकते. आज आपण आपल्या 'डिजिटल तिजोरीला' मजबूत कुलूप लावणार आहोत.

२. माझी गोष्ट: तो 'रिवॉर्ड पॉईंट्स'चा मेसेज आणि माझं थोडक्यात वाचलेलं खातं

काही दिवसांपूर्वी मला एक मेसेज आला, "तुमचे १०,००० रिवॉर्ड पॉईंट्स एक्स्पायर होत आहेत, ते रिडीम करण्यासाठी या लिंकवर क्लिक करा." मी उत्साहात लिंकवर गेलो, तिथे हुबेहूब माझ्या बँकेसारखी वेबसाईट दिसली. तिथे मला माझा पिन (PIN) विचारण्यात आला. सुदैवाने, PGP मध्ये मी शिकलो होतो की, कोणतीही बँक पिन किंवा ओटीपी (OTP) विचारत नाही. मी तिथेच थांबलो आणि सायबर सेलला रिपोर्ट केला.

मला नंतर समजलं की, माझ्या एका मित्राने अशाच एका लिंकवर क्लिक करून स्वतःचे ३०,००० रुपये गमावले होते. सायबर चोरांना फक्त तुमची 'भीती' किंवा 'हाव' (Greed) लागते. ज्या दिवशी मी माझ्या सर्व खात्यांचे 'टू-फॅक्टर ऑथेंटिकेशन' (2FA) सुरू केले, त्या दिवसापासून मला डिजिटल सुरक्षिततेचा खरा अर्थ उमजला.

३. आजचे शिक्षण : सुरक्षिततेचे ५ सुवर्ण नियम

तुमचा पैसा सुरक्षित ठेवण्यासाठी हे नियम कधीही विसरू नका:

1. **OTP म्हणजे 'खाजगी मालमत्ता':** बँक अधिकारी, पोलीस किंवा केवायसी अपडेट करणारा व्यक्ती असे सांगणाऱ्या कोणालाही कधीही ओटीपी (OTP) देऊ नका.

2. **शंकास्पद लिंक (Suspicious Links):** व्हॉट्सॲप किंवा ईमेलवर आलेल्या अज्ञात लिंकवर क्लिक करू नका. मोफत गिफ्ट किंवा लॉटरीच्या आमिषाला बळी पडू नका.
3. **पासवर्डची ताकद:** तुमचे पासवर्ड सोपे (उदा. १२३४ किंवा नाव) ठेवू नका. त्यात अक्षरे, अंक आणि चिन्हांचा (@#$) वापर करा.
4. **पिन (PIN) शेअरिंग:** तुमचा एटीएम किंवा यूपीआय पिन कोणालाही सांगू नका. पैसे मिळवण्यासाठी पिन टाकण्याची गरज नसते, फक्त पैसे पाठवण्यासाठी लागते.
5. **सार्वजनिक वाय-फाय (Public Wi-Fi):** रेल्वे स्टेशन किंवा हॉटेलमधील मोफत वाय-फाय वापरून बँकेचे व्यवहार करणे टाळा.

नियम: संशय आल्यास त्वरित १८००-११०-१९३० किंवा www.cybercrime.gov.in वर तक्रार करा.

४. कृती आराखडा : 'डिजिटल लॉक' मजबूत करा

आज तुम्हाला तुमच्या सर्व डिजिटल खात्यांची सुरक्षा तपासणी करायची आहे.

१. **पासवर्ड अपडेट:** तुमची बँक, ईमेल आणि पेमेंट ॲप्स (GPay, PhonePe) यांचे पासवर्ड आज बदला.

२. **टू-फॅक्टर ऑथेंटिकेशन (2FA):** तुमच्या गुगल आणि बँक खात्यावर 'टू-स्टेप व्हेरिफिकेशन' सुरू आहे का? तपासा.

३. **अनावश्यक ॲप्स:** तुमच्या मोबाईलमधील असे ॲप्स काढून टाका जे तुम्ही वापरत नाही, विशेषतः जे 'स्क्रीन शेअरिंग' (उदा. AnyDesk, TeamViewer) ची परवानगी मागतात.

आजची कृती: तुमच्या सर्व महत्त्वाच्या खात्यांचे पासवर्ड बदलून ते कुठेही लिहून न ठेवता सुरक्षित ॲपमध्ये किंवा कपाटात ठेवा. तसेच, तुमच्या घरातील ज्येष्ठांना आज 'ओटीपी कधीही देऊ नका' हे पुन्हा एकदा पटवून सांगा.

५. माझी टिपणे

(आज पासवर्ड बदलल्यावर तुम्हाला अधिक सुरक्षित वाटत आहे का? तुमच्या आजूबाजूला कधी अशी फसवणूक झाली आहे का, ज्यातून तुम्ही धडा घेतला?)

आजची शपथ: "मी माझ्या कष्टाचा पैसा सुरक्षित ठेवण्यासाठी सदैव जागृत राहीन. मी कधीही कोणाशीही माझा ओटीपी, पिन किंवा पासवर्ड शेअर करणार नाही. मी कोणत्याही आमिषाला बळी पडणार नाही. माझी आर्थिक सुरक्षा ही माझी जबाबदारी आहे."

दिवस ५४: महागाई (Inflation) - तुमचा छुपा शत्रू

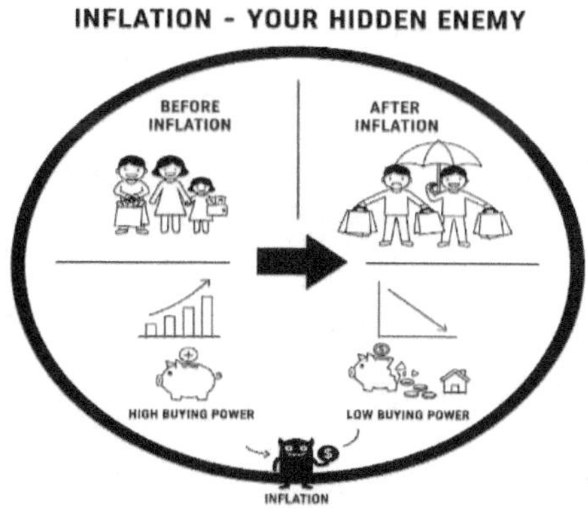

१. प्रस्तावना: आजचे १०० रुपये उद्या १०० राहणार नाहीत!

महागाई (Inflation) हा असा एक छुपा शत्रू आहे जो तुमच्या खिशातील किंवा बँकेतील पैशांची किंमत हळूहळू कमी करत असतो. समजा, आज ५० रुपयांना एक लिटर दूध मिळते, तर १० वर्षांपूर्वी त्याची किंमत खूप कमी होती आणि १० वर्षांनंतर ती खूप जास्त असेल. याचा अर्थ, जर तुम्ही तुमचे पैसे वाढवले नाहीत, तर तुमची 'खरेदी करण्याची शक्ती' (Purchasing Power) कमी होत जाते. आज आपण हे समजून घेणार आहोत की, फक्त पैसे साठवणे पुरेसे नाही, तर ते महागाईच्या दरापेक्षा जास्त वेगाने वाढवणे का गरजेचे आहे.

२. माझी गोष्ट: तो १० रुपयांचा वडापाव आणि आजची किंमत

मला आठवतंय, मी शाळेत असताना १० रुपयांत एक छान वडापाव आणि चहा मिळायचा. आज त्याच वडापावसाठी २०-२५ रुपये मोजावे लागतात. वस्तू तीच आहे, पण तिची किंमत वाढली आहे. याचाच अर्थ पैशाचे मूल्य कमी झाले आहे.

PGP प्रवासात मला समजलं की, जर मी माझे पैसे कपाटात किंवा साध्या बचत खात्यात ठेवले (जिथे ३-४% व्याज मिळते), तर मी श्रीमंत होण्याऐवजी गरीब होत आहे. कारण महागाईचा दर ६-७% आहे. म्हणजेच माझे पैसे ४% ने वाढत आहेत पण खर्च ७% ने वाढत आहे. हा ३% चा फरक म्हणजे माझी 'अदृश्य हानी' आहे. ज्या दिवशी मी 'रूल ऑफ ७२' शिकलो, त्या दिवशी मला समजलं की गुंतवणुकीचा योग्य दर निवडणे किती महत्त्वाचे आहे.

३. आजचे शिक्षण : 'रूल ऑफ ७२' (Rule of 72)

हा एक जादूचा आकडा आहे जो तुम्हाला सांगतो की तुमचे पैसे किती वर्षात दुप्पट होतील.

सूत्र: ७२ ÷ व्याजाचा दर = पैसे दुप्पट होण्यासाठी लागणारी वर्षे.

- **बचत खाते (४% व्याज):** ७२ ÷ ४ = **१८ वर्षे** (तुमचे पैसे दुप्पट व्हायला १८ वर्षे लागतील).
- **मुदत ठेव / FD (७% व्याज):** ७२ ÷ ७ = **१०.२ वर्षे**.
- **म्युच्युअल फंड (१२% व्याज):** ७२ ÷ १२ = **६ वर्षे**.

लक्षात ठेवा: जर महागाईचा दर ७% असेल, तर तुमची गुंतवणूक किमान ८-९% पेक्षा जास्त परतावा देणारी हवी, तरच तुम्ही खऱ्या अर्थाने नफ्यात आहात.

४. कृती आराखडा : तुमच्या पैशांचा वेग तपासा

आज तुम्हाला तुमच्या बचतीचा 'वेग' मोजायचा आहे.

१. **तुमची मुख्य गुंतवणूक कुठे आहे?** (उदा. बचत खाते, एफडी, सोने, शेअर्स) ____________________

२. **तिथून मिळणारा वार्षिक परतावा (V्याज) किती आहे?** ______ %

३. **रूल ऑफ ७२ नुसार तुमचे पैसे किती वर्षात दुप्पट होतील?** (७२ ÷ वरील व्याजदर) = ______ वर्षे.

४. **सध्याचा महागाईचा दर (अंदाजे ६-७%) पाहता, तुमचे पैसे महागाईला हरवत आहेत का?** (हो/नाही) ______

आजची कृती: गेल्या ५ वर्षांतील पेट्रोल, दूध किंवा गॅस सिलिंडरच्या किमती आठवा आणि महागाई तुमच्या आयुष्यावर कसा परिणाम करत आहे याचा विचार करा. तुमची पुढची गुंतवणूक ही किमान महागाईपेक्षा जास्त परतावा देणारी असेल, याचे नियोजन करा.

५. माझी टिपणे

(आज 'रूल ऑफ ७२' समजल्यावर तुम्हाला तुमच्या गुंतवणुकीबद्दल काय वाटतंय? तुमचे पैसे दुप्पट व्हायला खूप वेळ लागतोय का?)

आजची शपथ: "मी महागाईच्या छुप्या धोक्याबद्दल जागरूक राहीन. मी माझे पैसे फक्त साठवणार नाही, तर ते महागाईपेक्षा जास्त वेगाने वाढवण्यासाठी योग्य ठिकाणी गुंतवीन. गणिताच्या आधारे मी माझे आर्थिक भविष्य सुरक्षित करेन."

दिवस ५५: मालमत्तेचे प्रकार (Assets vs Liabilities)

१. प्रस्तावना: तुमच्या खिशात पैसे येतात की जातात?

श्रीमंत लोक आणि सामान्य लोक यांच्यातील सर्वात मोठा फरक हा आहे की, श्रीमंत लोक 'मालमत्ता' (Assets) खरेदी करतात, तर सामान्य लोक 'दायित्व' (Liabilities) खरेदी करतात आणि त्याला मालमत्ता समजतात.

- **मालमत्ता (Asset):** अशी गोष्ट जी तुमच्या खिशात पैसे टाकते. (उदा. भाड्याने दिलेले घर, शेअर्स, व्यवसाय).
- **दायित्व (Liability):** अशी गोष्ट जी तुमच्या खिशातून पैसे बाहेर काढते. (उदा. कर्जावर घेतलेली महागडी कार, क्रेडिट कार्डचे हप्ते, महागडे गॅजेट्स).

आज आपण आपल्या सभोवतालच्या वस्तूंचे या दोन गटांत वर्गीकरण करायला शिकणार आहोत.

२. माझी गोष्ट: ती 'लक्झरी' कार आणि माझा रिकामा खिसा

काही वर्षांपूर्वी मला वाटलं की माझ्याकडे एक महागडी कार असावी, ज्यामुळे समाजात माझं नाव होईल. मी ती कर्जावर घेतली. मला वाटलं ही माझी 'मालमत्ता' आहे. पण लवकरच माझ्या लक्षात आलं की, दर महिन्याला तिचा हप्ता, पेट्रोलचा खर्च, विमा आणि मेंटेनन्स यामुळे माझ्या खिशातून पैसे जातच होते. ती कार चालवण्यासाठी मी अधिक कष्ट करत होतो.

PGP प्रवासात मला समजलं की, कार ही माझ्यासाठी 'Liability' होती. याउलट, त्याच पैशात जर मी एखादा छोटा गाळा घेऊन भाड्याने दिला असता, तर तिथून मला दरमहा पैसे मिळाले असते, जी खरी 'Asset' ठरली असती. ज्या दिवशी मी या दोन शब्दांमधला फरक ओळखला, त्या दिवसापासून मी 'दिखाव्याच्या' वस्तूंऐवजी 'पैसे कमावून देणाऱ्या' गोष्टींमध्ये गुंतवणूक करायला सुरुवात केली.

३. आजचे शिक्षण : वर्गीकरण करा

खरे श्रीमंत होण्यासाठी आपल्याला **Asset Column** वाढवावा लागेल आणि **Liability Column** कमी करावा लागेल.

- **Assets ची उदाहरणे:**
    1. बँक मुदत ठेव (FD) - व्याज मिळते.
    2. म्युच्युअल फंड / शेअर्स - लाभांश आणि किंमत वाढते.
    3. भाड्याने दिलेली जागा - भाडे मिळते.
    4. स्वतःचा व्यवसाय - नफा मिळतो.
- **Liabilities ची उदाहरणे:**
    1. कन्झ्युमर लोन (मोबाईल, टीव्ही ईएमआय).
    2. वैयक्तिक कार (घटणारी किंमत + खर्च).
    3. क्रेडिट कार्डचे थकीत बिल.
    4. न वापरलेले महागडे सबस्क्रिप्शन्स.

नियम: जर एखादी वस्तू तुम्हाला पैसे कमवून देत नसेल, तर ती किमान तुमच्या खिशातून पैसे काढणारी नसावी.

४. कृती आराखडा : तुमच्या 'ॲसेट्स'ची यादी

आज तुम्हाला तुमच्या घरातील आणि गुंतवणुकीतील गोष्टींचे ऑडिट करायचे आहे.

माझ्या गोष्टी	Asset का Liability?	खिशात पैसे येतात की जातात?
१. राहते घर (कर्ज असेल तर)	____________	________________
२. म्युच्युअल फंड / शेअर्स	____________	________________
३. मोबाईल / लॅपटॉप (हप्त्यावर)	____________	________________
४. दागिने / सोने	____________	________________
५. गाडी / बाईक	____________	________________

आजची कृती: तुमच्या यादीतील किमान ३ अशा 'Liabilities' ओळखा ज्या तुम्ही कमी करू शकता किंवा बंद करू शकता. तसेच, पुढील ६ महिन्यांत किमान एक नवीन 'Asset' कशी निर्माण करता येईल, याचा विचार करा.

५. माझी टिपणे

(आज घराची पाहणी केल्यावर तुम्हाला काय जाणवले? तुमच्याकडे 'Assets' जास्त आहेत की 'Liabilities'? श्रीमंत दिसण्यापेक्षा श्रीमंत होणे जास्त महत्त्वाचे वाटते का?)

आजची शपथ: "मी माझे कष्टाचे पैसे 'दायित्व' (Liabilities) गोळा करण्यात वाया घालवणार नाही. मी अशा गोष्टी खरेदी करण्यावर भर देईन ज्या भविष्यात मला उत्पन्न मिळवून देतील. मी श्रीमंत दिसण्यापेक्षा खऱ्या अर्थाने श्रीमंत होण्याकडे लक्ष देईन."

दिवस ५६: सोन्यातील गुंतवणूक (Gold: Digital vs Physical)

१. प्रस्तावना: सोन्याची चमक, पण गुंतवणुकीचा नवा मार्ग!

भारतात सोने खरेदी करणे हे केवळ आर्थिक नाही तर भावनिक देखील आहे. सण, लग्नकार्य किंवा सुरक्षितता म्हणून आपण पिढ्यानपिढ्या सोने साठवत आलो आहोत. पण 'गुंतवणूक' म्हणून पाहिल्यास, प्रत्यक्ष सोने (Physical Gold) खरेदी करण्याचे काही तोटे आहेत—उदा. घडणावळ (Making Charges), शुद्धतेची भीती आणि चोरीची चिंता. आजच्या डिजिटल युगात, सोन्यात गुंतवणूक करण्याचे अधिक स्मार्ट मार्ग उपलब्ध आहेत, जिथे तुम्हाला सोन्याच्या वाढत्या किमतीचा फायदा तर मिळतोच, पण सोन्याची प्रत्यक्ष सुरक्षा करण्याची कटकट नसते.

२. माझी गोष्ट: लॉकरचं भाडं आणि दागिन्यांची झीज

माझ्याकडे काही सोन्याची नाणी आणि दागिने होते. त्यांच्या सुरक्षेसाठी मी बँकेत लॉकर घेतले होते, ज्याचे मला दरवर्षी ४,००० रुपये भाडे भरावे लागायचे. शिवाय, जेव्हा मी ते दागिने मोडायला गेलो, तेव्हा सराफाने १०% 'मेकिंग चार्जेस' आणि ५% 'झीज' कापून घेतली. म्हणजे सोन्याचा भाव वाढूनही मला हवा तसा नफा मिळाला नाही.

PGP प्रवासात मला **Sovereign Gold Bond (SGB)** बद्दल समजले. मी प्रत्यक्ष सोने विकून त्या पैशांचे बॉण्ड्स घेतले. आता मला लॉकरच्या भाड्याची चिंता नाही, चोरीची भीती नाही आणि विशेष म्हणजे, सरकार मला दरवर्षी २.५% व्याजही देते! सोन्याचे भाव वाढले की माझ्या बॉण्डची किंमत वाढते आणि वरून हक्काचे व्याजही मिळते. याला म्हणतात 'स्मार्ट' गुंतवणूक.

३. आजचे शिक्षण : सोन्यात गुंतवणुकीचे ३ आधुनिक पर्याय

१. **सोव्हेरन गोल्ड बॉण्ड (SGB):**

- **फायदा:** हे सरकारी रोखे आहेत. यात मेकिंग चार्जेस नसतात.
- **बोनस:** सोन्याच्या वाढत्या किमतीसोबत तुम्हाला दरवर्षी २.५% व्याज मिळते. ८ वर्षांनंतर नफा पूर्णपणे करमुक्त (Tax-free) असतो.
  २. **गोल्ड ईटीएफ (Gold ETF):**

- **फायदा:** तुम्ही शेअर बाजारातून सोन्याचे 'युनिट्स' खरेदी करू शकता. हे अगदी १ ग्रॅमच्या पटीतही घेता येते.

  ३. **डिजिटल गोल्ड (Digital Gold):**
- **फायदा:** मोबाईल ॲप्सवरून (उदा. GPay, PhonePe) तुम्ही अगदी १ रुपयाचेही सोने खरेदी करू शकता.

नियम: जर तुम्हाला सोने वापरायचे असेल तर दागिने घ्या, पण जर फक्त पैसे वाढवायचे असतील तर 'डिजिटल' किंवा 'SGB' निवडा.

४. कृती आराखडा : तुमच्या 'गोल्ड' पोर्टफोलिओचे नियोजन

आज तुम्हाला तुमच्याकडे असलेल्या सोन्याचा हिशोब करायचा आहे आणि भविष्यातील गुंतवणुकीचा मार्ग ठरवायचा आहे.

१. **माझ्याकडे असलेले एकूण सोने (अंदाजे ग्रॅममध्ये):** _______ ग्रॅम.

२. **त्यापैकी किती सोने फक्त 'गुंतवणूक' म्हणून पडून आहे?** _______ ग्रॅम.

३. **SGB किंवा Gold ETF बद्दल माहिती घेतली का?** (हो/नाही) _______.

आजची कृती: गुगलवर 'Sovereign Gold Bond benefits' किंवा 'Gold ETF vs Physical Gold' सर्च करा. तुमच्या डिमॅट खात्यात किंवा बँक खात्यात SGB चा पर्याय उपलब्ध आहे का ते तपासा. तुमच्या गुंतवणुकीच्या एकूण रकमेपैकी ५% ते १०% रक्कम सोन्यात असणे सुरक्षिततेसाठी चांगले मानले जाते.

५. माझी टिपणे

(सोन्यावर व्याज मिळू शकते हे वाचून तुम्हाला आश्चर्य वाटले का? दागिन्यांऐवजी पेपर फॉर्ममध्ये सोने ठेवणे तुम्हाला सुरक्षित वाटते का?)

आजची शपथ: "मी सोन्याकडे केवळ दागिना म्हणून नाही, तर एक धोरणात्मक गुंतवणूक म्हणून पाहीन. मी मेकिंग चार्जेस आणि चोरीच्या भीतीपासून मुक्त होण्यासाठी डिजिटल सोन्याच्या पर्यायांचा वापर करेन. सोन्याची चमक माझ्या भविष्याला खऱ्या अर्थाने आर्थिक बळ देईल."

दिवस ५७: रिअल इस्टेटचा भ्रम (Real Estate: Asset or Liability?)

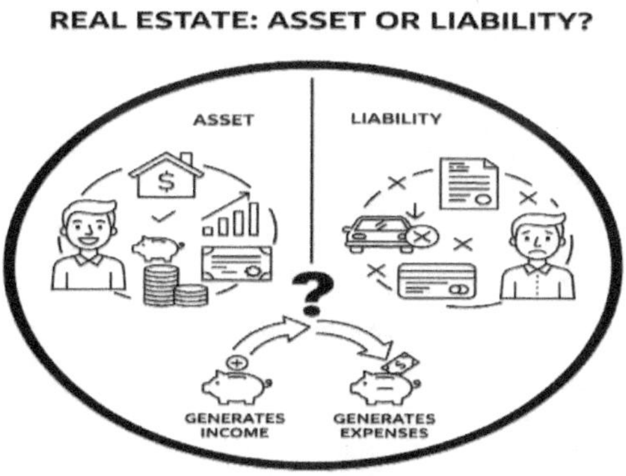

Your home can be both an Asset and Liaballity, depending on how it's used.

१. प्रस्तावना: घर ही तुमची गरज आहे की गुंतवणूक?

भारतात 'स्वतःचे घर' असणे हे यशाचे सर्वोच्च शिखर मानले जाते. "भाडे देण्यापेक्षा हप्ता भरलेला बरा," हा सल्ला आपल्याला पावलोपावली मिळतो. पण आर्थिक गणिताच्या भाषेत, रिअल इस्टेट ही नेहमीच 'सर्वोत्तम गुंतवणूक' नसते. जर तुम्ही राहण्यासाठी घर घेत असाल, तर ती तुमची गरज आणि भावनिक गुंतवणूक आहे. पण जर तुम्ही पैसे वाढवण्यासाठी दुसरे किंवा तिसरे घर घेत असाल, तर तुम्हाला त्याचे गणित अत्यंत बारकाईने तपासावे लागेल. अनेकदा घराची वाढलेली किंमत ही महागाई आणि व्याजाच्या तुलनेत खूपच कमी असते.

२. माझी गोष्ट: ५० लाखांचे घर आणि व्याजाचा विळखा

माझ्या एका मित्राने गुंतवणुकीसाठी ५० लाख रुपयांचे घर कर्ज काढून घेतले. त्याचा महिन्याचा हप्ता (EMI) ४०,००० रुपये होता. त्याला वाटले की १० वर्षांनी घराची किंमत १ कोटी होईल आणि तो श्रीमंत होईल. पण जेव्हा आम्ही हिशोब केला, तेव्हा लक्षात आले की:

- १० वर्षांत त्याने व्याजापोटीच जवळजवळ २५-३० लाख रुपये जास्तीचे भरले होते.
- घराची देखभाल (Maintenance), मालमत्ता कर आणि सोसायटी चार्जेस वेगळेच.
- त्या घरातून त्याला महिना फक्त १०,००० रुपये भाडे मिळत होते.

म्हणजेच, दरमहा तो खिशातून ३०,००० रुपये (४०,००० हप्ता - १०,००० भाडे) बाहेर टाकत होता. १० वर्षांनंतर घराची किंमत वाढली तरी, व्याजाचा हिशोब धरता त्याचा निव्वळ नफा म्युच्युअल फंड किंवा सोन्यापेक्षाही कमी होता. PGP प्रवासात मला समजले की, रिअल इस्टेटमध्ये पैसा 'लॉक' होतो (Liquidity नसते) आणि गरज पडल्यास ते घर एका दिवसात विकता येत नाही.

३. आजचे शिक्षण : रिअल इस्टेटचे वास्तववादी गणित

रिअल इस्टेटमध्ये गुंतवणूक करण्यापूर्वी या ३ गोष्टी तपासा:

1. **रेंटल ईल्ड (Rental Yield):** घराच्या किमतीच्या तुलनेत तुम्हाला वर्षाला किती टक्के भाडे मिळते? भारतात हे प्रमाण सहसा २-३% आहे, जे बचत खात्यापेक्षाही कमी आहे.
2. **मेंटेनन्स आणि टॅक्स:** घराची किंमत वाढली तरी रंगकाम, दुरुस्ती आणि टॅक्स यावर होणारा खर्च तुमच्या नफ्यातून वजा करा.
3. **लिक्विडिटी (Liquidity):** शेअर किंवा सोने तुम्ही १० मिनिटांत विकू शकता, पण घर विकायला ६ महिने किंवा १ वर्षही लागू शकते.

नियम: जर तुमच्या घराचा EMI तुमच्या भाड्यापेक्षा खूप जास्त असेल, तर ती 'गुंतवणूक' नसून तुमच्या खिशातून पैसे काढणारे 'दायित्व' (Liability) आहे.

४. कृती आराखडा : तुमच्या घराचे ऑडिट

आज तुम्हाला तुमच्या घराच्या खर्चाचा आणि उत्पन्नाचा हिशोब करायचा आहे.

१. **घराची आजची अंदाजित किंमत:** ₹ ______________

२. **महिन्याचा खर्च (Maintenance + Tax + EMI):** ₹ ______________

३. **मिळणारे किंवा मिळू शकणारे महिना भाडे:** ₹ ______________

४. **निव्वळ नफा/तोटा (Step 3 - Step 2):** ₹ ______________

आजची कृती: जर तुम्ही गुंतवणुकीसाठी घर घेण्याचा विचार करत असाल, तर 'EMI vs Rent' ची तुलना करा. रिअल इस्टेटमध्ये गुंतवणूक करण्याचा दुसरा स्मार्ट मार्ग म्हणजे **REITs (Real Estate Investment Trusts)**, जिथे तुम्ही लहान रक्कमेत मोठ्या कमर्शियल प्रॉपर्टीजचे मालक बनू शकता.

५. माझी टिपणे

(घराचा हिशोब केल्यावर तुम्हाला काय वाटले? रिअल इस्टेटमध्ये गुंतवलेले पैसे इतरत्र गुंतवले असते तर जास्त परतावा मिळाला असता का?)

आजची शपथ: "मी घर खरेदीकडे केवळ भावनिक दृष्टिकोनातून पाहणार नाही. मी गुंतवणुकीसाठी रिअल इस्टेट निवडताना गणिताचा आधार घेईन. माझे पैसे अशा ठिकाणी गुंतवीन जिथे मला वाढीसोबतच गरज पडल्यास पैसे सहज उपलब्ध होतील."

दिवस ५८: शेअर बाजार - भीती की संधी?

१. प्रस्तावना: जुगार की व्यवसायातील भागीदारी?

अनेकांसाठी 'शेअर बाजार' (Stock Market) हा शब्द ऐकला की डोळ्यासमोर सट्टा किंवा जुगार येतो. "तिथे पैसे बुडतात," असा सल्ला आपल्याला लहानपणापासून दिला जातो. पण वास्तव वेगळे आहे. शेअर बाजार म्हणजे देशातील मोठ्या आणि यशस्वी कंपन्यांच्या व्यवसायात 'भागीदार' होण्याची संधी आहे. जेव्हा तुम्ही टाटा, रिलायन्स किंवा एचडीएफसी सारख्या कंपन्यांचे शेअर्स खरेदी करता, तेव्हा तुम्ही त्या व्यवसायाचे मालक बनता. जर व्यवसाय वाढला, तर तुमचे पैसेही वाढतात. आज आपण या बाजाराला भीती म्हणून नाही, तर संपत्ती निर्मितीची संधी म्हणून पाहणार आहोत.

२. माझी गोष्ट: तो 'टिप' वर घेतलेला शेअर आणि माझा धडा

सुरुवातीला मी एका मित्राच्या सांगण्यावरून (Tip) एका कंपनीचे शेअर्स घेतले होते, ज्याचं नावही मी कधी ऐकलं नव्हतं. मला वाटलं एका रात्रीत पैसे दुप्पट होतील. पण महिनाभरातच त्या कंपनीची किंमत निम्मी झाली आणि मी घाबरून पैसे काढून घेतले. मला वाटलं शेअर बाजार खरंच जुगार आहे.

पण PGP प्रवासात मला 'इंडेक्स' (Index) ही संकल्पना समजली. मला समजलं की एखाद्या अज्ञात कंपनीत पैसे टाकण्यापेक्षा, भारताच्या टॉप ५० कंपन्यांमध्ये (Nifty 50) पैसे टाकणे किती सुरक्षित आहे. भारताची अर्थव्यवस्था जशी वाढेल, तशा या कंपन्या वाढणारच. ज्या दिवशी मी 'टिप्स' ऐकणं बंद केलं आणि 'निफ्टी ५०' मध्ये एसआयपी (SIP) सुरू केली, त्या दिवसापासून माझा शेअर बाजाराकडे बघण्याचा दृष्टिकोन बदलला. आता मी बाजाराच्या पडण्याला 'भीती' नाही तर 'सेल' (संधी) मानतो.

३. आजचे शिक्षण : निफ्टी ५० (Nifty 50) म्हणजे काय?

शेअर बाजार समजून घेण्यासाठी 'निफ्टी ५०' समजणे सर्वात सोपे आहे:

- **व्याख्या:** निफ्टी ५० हा नॅशनल स्टॉक एक्सचेंजचा (NSE) एक निर्देशांक (Index) आहे, जो भारताच्या ५० सर्वात मोठ्या आणि महत्त्वाच्या कंपन्यांचे प्रतिनिधित्व करतो.

- **सुरक्षा:** जर तुम्ही निफ्टी ५० मध्ये गुंतवणूक केली, तर तुमचे पैसे टाटा मोटर्स, इन्फोसिस, रिलायन्स अशा ५० वेगवेगळ्या क्षेत्रात विभागले जातात. एखादी कंपनी बुडाली तरी दुसऱ्या ४९ कंपन्या तुमच्या पैशांचे रक्षण करतात.
- **अर्थव्यवस्थेचा आरसा:** जर भारताची प्रगती होणार असेल, तर निफ्टी ५० मधील कंपन्यांची प्रगती होणे अनिवार्य आहे.

नियम: शेअर बाजार हा 'शॉर्ट टर्म' मध्ये धोकादायक वाटू शकतो, पण 'लॉन्ग टर्म' (५-१० वर्षे) मध्ये तो संपत्ती निर्माण करण्याचा सर्वात शक्तिशाली मार्ग आहे.

४. कृती आराखडा : 'निफ्टी ५०' चा शोध

आज तुम्हाला शेअर बाजाराचा पाया तपासायचा आहे.

१. **गुगलवर सर्च करा:** "Nifty 50 companies list" आणि त्यातील तुम्हाला माहीत असलेल्या कंपन्यांची नावे वाचा.

२. **निफ्टीचा इतिहास:** गेल्या १० वर्षांत निफ्टी ५० ने सरासरी किती परतावा दिला आहे? (सहसा हा १२-१५% च्या दरम्यान असतो).

३. **तुमची ओळख:** तुमच्या घरात तुम्ही या ५० पैकी कोणत्या कंपन्यांची उत्पादने वापरता? (उदा. साबण, सिम कार्ड, बँक, गाडी).

आजची कृती: निफ्टी ५० मधील टॉप १० कंपन्यांची यादी तयार करा. हे समजून घ्या की जेव्हा तुम्ही या कंपन्यांची उत्पादने वापरता, तेव्हा त्या कंपन्यांचे मालक (शेअरहोल्डर्स) श्रीमंत होत असतात. तुम्ही ग्राहक बनण्यासोबतच मालक बनू शकता का?

५. माझी टिपणे

(निफ्टी ५० मधील कंपन्यांची नावे वाचल्यावर तुम्हाला सुरक्षित वाटले का? तुम्हाला रोजच्या वापरातील किती कंपन्या त्या यादीत सापडल्या?)

आजची शपथ: "मी शेअर बाजाराला जुगार मानणार नाही. मी माहिती नसलेल्या कंपन्यांमध्ये पैसे टाकण्यापेक्षा भारताच्या दिग्गज कंपन्यांवर विश्वास ठेवीन. मी 'टिप्स'च्या मागे न धावता अभ्यासाने आणि निष्ठेने माझी संपत्ती निर्माण करेन."

दिवस ५९: पॉवर ऑफ कंपाउंडिंग (Power of Compounding)

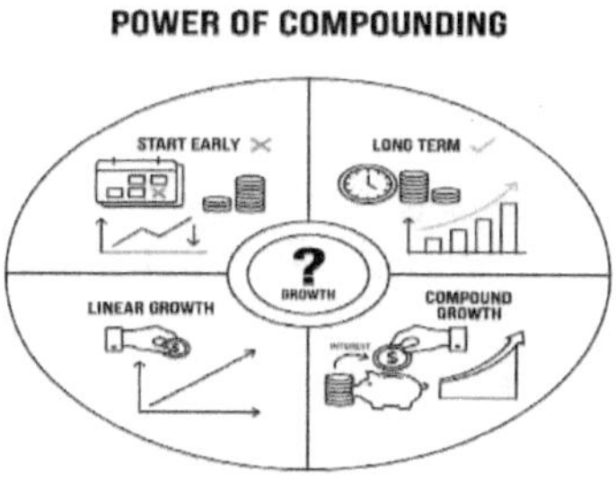

१. प्रस्तावना: वेळ हीच संपत्ती आहे!

'पॉवर ऑफ कंपाउंडिंग' (Power of Compounding) म्हणजे व्याजावर मिळणारे व्याज. ही एक अशी प्रक्रिया आहे जिथे तुमचे पैसे फक्त वाढत नाहीत, तर ते स्वतः पैसे कमवायला लागतात. सुरुवातीला हा वेग खूप मंद वाटतो, पण जसा जसा वेळ जातो, तसा हा वेग इतका प्रचंड होतो की तुमची मूळ गुंतवणूक त्या तुलनेत खूप लहान वाटू लागते. कंपाउंडिंगची सर्वात मोठी अट ही 'पैसा' नसून 'वेळ' आहे. तुम्ही किती लवकर सुरुवात करता, यावर तुमची संपत्ती अवलंबून असते.

२. माझी गोष्ट: ५ वर्षांचा फरक आणि करोडोंचे नुकसान

माझे दोन मित्र होते—राहुल आणि समीर. राहुलने वयाच्या २५ व्या वर्षी दरमहा ५,००० रुपयांची एसआयपी (SIP) सुरू केली. समीरने तीच ५,००० रुपयांची सुरुवात वयाच्या ३० व्या वर्षी केली (फक्त ५ वर्षे उशिरा). दोघांनीही वयाच्या ६० व्या वर्षापर्यंत गुंतवणूक केली आणि दोघांनाही १२% परतावा मिळाला.

जेव्हा त्यांनी ६० व्या वर्षी आपला फंड पाहिला:

- **राहुल (३५ वर्षे गुंतवणूक):** त्याला मिळाले अंदाजे **३.२४ कोटी रुपये**.
- **समीर (३० वर्षे गुंतवणूक):** त्याला मिळाले अंदाजे **१.७६ कोटी रुपये**.

फक्त ५ वर्षांच्या फरकामुळे समीरला जवळजवळ **१.४८ कोटी रुपयांचे** नुकसान झाले. PGP प्रवासात मला समजलं की, कंपाउंडिंगमध्ये 'किती' पैसे गुंतवता यापेक्षा 'किती वेळ' गुंतवलेले राहता, हे जास्त महत्त्वाचे आहे. ज्या दिवशी मी माझी पहिली छोटी एसआयपी सुरू केली, त्या दिवशी मी माझ्या भविष्यातील करोडपती होण्याचं बीज रोवलं होतं.

३. आजचे शिक्षण : कंपाउंडिंगचे ३ आधारस्तंभ

१. **लवकर सुरुवात (Early Start):** जेवढ्या लवकर तुम्ही गुंतवणूक सुरू कराल, तेवढा जास्त वेळ तुमच्या पैशाला वाढायला मिळेल.

२. **सातत्य (Consistency):** बाजार वर असो वा खाली, तुमची गुंतवणूक थांबवू नका.

३. **संयम (Patience):** कंपाउंडिंगचे खरे चमत्कार शेवटच्या काही वर्षांत दिसतात. सुरुवातीची १० वर्षे जेवढी वाढ होते, त्यापेक्षा अनेक पटीने वाढ शेवटच्या ५ वर्षांत होते.

नियम: गुंतवणुकीतून मिळणारा नफा कधीही खर्च करू नका, तो पुन्हा गुंतवा (Re-invest).

४. कृती आराखडा : जादूचे आकडे तपासा

आज तुम्हाला स्वतःच्या डोळ्यांनी कंपाउंडिंगची ताकद अनुभवायची आहे.

१. **ऑनलाईन सर्च करा:** "SIP Calculator" किंवा "Compound Interest Calculator".

२. **एक आकडा ठरवा:** समजा, तुम्ही दरमहा ३,००० रुपये गुंतवत आहात.

३. **१० वर्षांनंतरचा परतावा तपासा:** (१२% दराने) ______________

४. **२० वर्षांनंतरचा परतावा तपासा:** (१२% दराने) ______________

५. **३० वर्षांनंतरचा परतावा तपासा:** (१२% दराने) ______________

आजची कृती: ३० वर्षांनंतर मिळणारी रक्कम पाहून तुम्हाला जे आश्चर्य वाटेल, तीच कंपाउंडिंगची ताकद आहे. आज स्वतःला वचन द्या की तुम्ही तुमची गुंतवणूक मध्येच थांबवणार नाही.

५. माझी टिपणे

(१० वर्षे आणि ३० वर्षे यांमधील रकमेचा फरक पाहून तुम्हाला काय वाटले? तुम्ही तुमची गुंतवणूक किती वर्षे चालू ठेवण्याचे ध्येय ठेवले आहे?)

आजची शपथ: "मी कंपाउंडिंगच्या शक्तीवर विश्वास ठेवीन. मी आजच माझ्या गुंतवणुकीला सुरुवात करेन आणि वेळेचा फायदा घेईन. मी संयम राहीन आणि माझ्या छोट्या बचतीला मोठ्या संपत्तीत रूपांतरित होताना पाहीन. वेळ हा माझा सर्वात मोठा मित्र आहे."

दिवस ६०: तिसऱ्या महिन्याचा समारोप (Grand Finale)

१. प्रस्तावना: तुम्ही आता 'आर्थिक योद्धे' आहात!

गेल्या ६० दिवसांत तुम्ही जे साध्य केले आहे, ते अनेक लोक आयुष्यभर करू शकत नाहीत. पहिल्या महिन्यात तुम्ही खर्चावर ताबा मिळवला, दुसऱ्या महिन्यात कर्जाच्या साखळदंडांना तडा दिला आणि या तिसऱ्या महिन्यात तुम्ही तुमच्या भविष्याभोवती एक अभेद्य तटबंदी उभी केली आहे. आपत्कालीन निधी, विमा, नॉमिनेशन आणि महागाईची समज—या गोष्टींनी तुम्हाला आता 'बँकेवर विसंबून राहणारा माणूस' याकडून 'बँकेला उत्तर देणारा मालक' बनवले आहे. आजचा दिवस स्वतःचे कौतुक करण्याचा आणि पुढच्या मोठ्या प्रवासासाठी सज्ज होण्याचा आहे.

२. माझी गोष्ट: तो भीतीचा शेवट आणि आत्मविश्वासाची सुरुवात

जेव्हा मी या प्रवासाला सुरुवात केली होती, तेव्हा मला प्रत्येक फोन कॉलची भीती वाटायची की तो बँकेचा असेल का? किंवा जर उद्या नोकरी गेली तर माझं काय होईल? पण ६० दिवसांच्या या शिस्तीनंतर, ज्या दिवशी माझा 'इमर्जन्सी फंड' तयार झाला आणि माझ्या हातात 'टर्म इन्शुरन्स'चे कागद आले, त्या दिवशी माझ्या छातीवरचं ओझं उतरलं.

आता मला माहीत आहे की, परिस्थिती कशीही असो—नोकरी जावो, आजारपण येवो किंवा बाजार पडो—माझं कुटुंब सुरक्षित आहे. हा आत्मविश्वास तुम्हाला अधिक चांगलं काम करण्याची आणि धाडसी निर्णय घेण्याची ताकद देतो. PGP प्रवासात आम्ही म्हणतो, "ज्याचा डिफेन्स (संरक्षण) मजबूत असतो, तोच खेळाडू लांबची खेळी खेळू शकतो." आता तुम्ही लांबच्या खेळीसाठी, म्हणजेच 'संपत्ती निर्मिती'साठी (Wealth Creation) पूर्णपणे तयार आहात.

३. आजचे शिक्षण : प्रगतीचे ३ टप्पे

आज मागे वळून पहा, तुम्ही काय साध्य केले आहे:

1. **शून्य भीती:** आपत्कालीन निधीमुळे आता अनपेक्षित खर्चाची भीती उरली नाही.

2. **पूर्ण संरक्षण:** विमा आणि नॉमिनेशनमुळे कुटुंबाचे भविष्य सुरक्षित झाले आहे.
3. **जागृती:** महागाई आणि सायबर फसवणुकीपासून तुम्ही आता स्वतःचा बचाव करू शकता.

नियम: आता तुमचे 'डिफेन्स' (संरक्षण) तयार आहे, त्यामुळे तुम्ही आता 'ऑफफेन्स' (गुंतवणूक) करताना अधिक रिस्क घेऊ शकता आणि मोठी स्वप्ने पाहू शकता.

४. कृती आराखडा : स्वतःचे कौतुक आणि शपथ

आज तुम्हाला स्वतःसाठी दोन गोष्टी करायच्या आहेत.

१. **यशाची यादी (Achievements List):**

- [ ] मी माझा आपत्कालीन निधी सुरू केला आहे.
- [ ] माझे विमा नियोजन पूर्ण/सुरू झाले आहे.
- [ ] मी सर्व खात्यांत नॉमिनी अपडेट केले आहेत.
- [ ] मी सायबर फसवणुकीपासून सुरक्षित राहण्यासाठी पासवर्ड बदलले आहेत.

२. **स्वतःला शाबासकी द्या:** आज रात्री स्वतःच्या किंवा कुटुंबाच्या आवडीचा एक पदार्थ बनवा किंवा एकत्र बसून हा आनंद साजरा करा. तुम्ही एका मोठ्या युद्धाचा पहिला टप्पा जिंकला आहे.

आजची कृती: आरशासमोर उभे राहा, स्वतःच्या डोळ्यांत पाहा आणि म्हणा—"मी माझ्या कुटुंबाचा आर्थिक रक्षक आहे. मी शिस्त पाळली आहे आणि मी आता श्रीमंत होण्याच्या मार्गावर आहे."

५. माझी टिपणे

(गेल्या ६० दिवसांत तुमच्या आयुष्यात झालेला सर्वात मोठा बदल कोणता? आता तुम्हाला भविष्याबद्दल किती आत्मविश्वास वाटतोय?)

आजची शपथ: "मी माझे आर्थिक स्वातंत्र्य मिळवण्याच्या जवळ आलो आहे. मी निर्माण केलेली ही सुरक्षिततेची कवचकुंडल मी कधीही तोडणार नाही. आता मी तयार आहे—माझ्या पैशाला कामाला लावण्यासाठी आणि माझी स्वप्ने सत्यात उतरवण्यासाठी. महिना ४, मी येत आहे!"

महिना ३: बचतीची शिस्त (Savings Discipline)

"संकटात साथ देणारा, तोच खरा पैसा"

१. या महिन्याचे ध्येय (The Mission)

गेल्या ६० दिवसांत आपण आपल्या आर्थिक गळतीला (Leaking Bucket) थांबवले आहे. आता वेळ आहे एक अशी 'आर्थिक ढाल' निर्माण करण्याची, जी कोणत्याही संकटात आपल्याला कोसळू देणार नाही. महिना ३ चा मुख्य उद्देश **'संरक्षण' (Defense)** हा आहे.

२. आपण या महिन्यात काय शिकलो? (Summary of Month 3)

दिवस	मुख्य संकल्पना	आजची स्थिती (Completed?)
४६-४७	**आपत्कालीन निधी (Emergency Fund):** किमान १ महिन्याचा खर्च वेगळ्या खात्यात ठेवणे.	[ ]
४८-४९	**टर्म इन्शुरन्स (Term Insurance):** कुटुंबासाठी मोठे सुरक्षा कवच (१०-१५ पट उत्पन्न).	[ ]
५०-५१	**आरोग्य विमा (Health Insurance):** दवाखान्याच्या बिलांपासून बचतीचे रक्षण.	[ ]
५२	**वारसदार (Nomination):** सर्व खात्यांवर वारसदार नोंदवणे.	[ ]
५३	**सायबर सुरक्षा:** आर्थिक फसवणुकीपासून बचाव.	[ ]
५४-५५	**महागाई आणि मालमत्ता:** पैसा कुठे आणि कसा वाढतो हे समजून घेणे.	[ ]

५६-५८	**सोने, घर आणि शेअर बाजार:** गुंतवणुकीचे विविध पर्याय आणि त्यांचे वास्तव.	[ ]
५९	**पॉवर ऑफ कंपाउंडिंग:** वेळेची जादू समजून घेणे.	[ ]

३. बचतीची शिस्त म्हणजे काय?

बचत म्हणजे 'उरलेले पैसे साठवणे' नाही, तर **'खर्च करण्यापूर्वी बाजूला काढणे'** होय.

बचतीचे सुवर्ण सूत्र:

उत्पन्न - बचत = खर्च

(आधीच्या महिन्यात आपण 'उत्पन्न - खर्च = बचत' करत होतो, जी चुकीची पद्धत होती.)

४. महिना ३ चा अंतिम निकाल (Checklist)

हा महिना संपताना तुमच्याकडे खालील गोष्टी तयार असायला हव्यात:

1. **शांती खाते (Peace Account):** ज्यात किमान १ महिन्याचा घरखर्च राखीव आहे.
2. **विमा कवच:** किमान एक टर्म प्लॅन आणि आरोग्य विमा.
3. **नॉमिनी:** तुमच्या सर्व बँक आणि गुंतवणूक खात्यांवर वारसदाराचे नाव.
4. **जागृती:** महागाई तुमच्या पैशाला कशी खात आहे, याची स्पष्ट जाणीव.

५. पुढचा प्रवास: महिना ४ (गुंतवणूक)

महिना ३ पूर्ण केल्यामुळे तुम्ही आता त्या ५% लोकांमध्ये आला आहात जे आर्थिक संकटांसाठी पूर्णपणे तयार आहेत. आता तुमचा पाया मजबूत झाला आहे. महिना ४ मध्ये आपण या पायावर **'श्रीमंतीचा महाल'** बांधायला सुरुवात करू, म्हणजेच आपण खऱ्या अर्थाने **गुंतवणुकीच्या जगाकडे** वळू.

आजची शपथ: "मी केवळ पैसे कमवणारा माणूस राहणार नाही, तर मी माझ्या पैशाला सुरक्षेचे कवच देणारा एक जबाबदार नियोजक बनेन. माझी शिस्त हीच माझ्या कुटुंबाची श्रीमंती आहे."

महिना ४: गुंतवणुकीचा श्रीगणेशा (The World of Investing)

दिवस ६१: पगार झाल्यावर 'आधी स्वतःला पैसे द्या' (Pay Yourself First)

१. प्रस्तावना: पगार कोणासाठी होतो?

बहुतेक लोक पगार झाल्यावर सर्वात आधी घरमालकाला भाडे देतात, किराणा दुकानाचे बिल भरतात, वीज बिल आणि फोनचे बिल भरतात. महिना अखेरपर्यंत स्वतःसाठी काही उरते का, हे पाहतात. याला म्हणतात 'सगळ्या जगाला पैसे देणे आणि स्वतःसाठी काहीच न उरणे'. पण श्रीमंत होण्याचा नियम याच्या उलट आहे. पगार होताच, कोणताही खर्च करण्यापूर्वी, ठराविक रक्कम (उदा. १०% किंवा २०%) बाजूला काढून स्वतःच्या भविष्यासाठी गुंतवणे, यालाच म्हणतात **'Pay Yourself First'**.

२. माझी गोष्ट: तो शेवटचा रविवार आणि रिकामा खिसा

पूर्वी माझा पगार झाला की मी उत्साहात शॉपिंग करायचो, बाहेर जेवायला जायचो. मला वाटायचं की महिनाअखेरीस जे उरेल ते मी सेव्ह करेन. पण गंमत म्हणजे, महिन्याच्या शेवटच्या रविवारी माझ्या खात्यात ५०० रुपये सुद्धा उरायचे नाहीत. मी नेहमी म्हणायचो, "पुढच्या महिन्यापासून नक्की बचत करेन."

PGP प्रवासात मला जॉर्ज क्लासन यांच्या 'The Richest Man in Babylon' या पुस्तकातील हा धडा मिळाला. ज्या दिवशी मी माझ्या पगारातील पहिली १०% रक्कम घराचे बिल भरण्यापूर्वीच 'म्युच्युअल फंड' मध्ये वळवली, त्या दिवशी माझी मानसिकता बदलली. मी उरलेल्या ९०% मध्ये घर चालवायला शिकलो. आश्चर्य म्हणजे, माझं राहणीमान बदललं नाही, पण माझी संपत्ती मात्र वेगाने वाढू लागली.

३. आजचे शिक्षण : बचतीचे नवीन समीकरण

जुन्या विचारसरणीनुसार:

उत्पन्न - खर्च = बचत (यात बचत कधीच होत नाही)

नवीन आणि श्रीमंत विचारसरणीनुसार:

उत्पन्न - बचत = खर्च

जेव्हा तुम्ही 'आधी स्वतःला पैसे देता', तेव्हा तुम्ही तुमच्या भविष्यातील 'निवृत्त स्वतःला' (Retired You) आजच पगार देत असता. हे एक मानसिक तंत्र आहे जे तुम्हाला शिस्त लावते.

४. कृती आराखडा : स्वतःचा 'पगार' ठरवा

आज तुम्हाला तुमच्या उत्पन्नातील स्वतःसाठी राखीव ठेवायचा वाटा ठरवायचा आहे.

१. **माझे एकूण मासिक उत्पन्न:** ₹ ______________

२. **स्वतःसाठी काढायचा हिस्सा (किमान १०% ते ३०%):** ₹ ______________

३. **ही रक्कम कुठे जाणार? (एसआयपी/आरडी/इमर्जन्सी फंड):** ______________

४. **पगाराच्या तारखेला हे 'ऑटो-डेबिट' होणार का?:** ______________

आजची कृती: तुमच्या बँकेत एक 'Standing Instruction' किंवा 'SIP' सेट करा जी तुमच्या पगार होण्याच्या तारखेनंतर लगेच (उदा. २ किंवा ३ तारीख) अमलात येईल. लक्षात ठेवा, ही रक्कम तुमच्या 'स्वतःच्या' भविष्यासाठी आहे.

५. माझी टिपणे

(पगार झाल्यावर आधी स्वतःला पैसे देण्याचा विचार केल्यावर तुम्हाला काय वाटले? खर्च कमी करून ही रक्कम बाजूला काढणे शक्य आहे का?)

आजची शपथ: "मी माझ्या कष्टाचा पहिला वाटा माझ्या भविष्यासाठी राखून ठेवीन. मी जगाला श्रीमंत करण्यापूर्वी स्वतःला समृद्ध बनवीन. 'आधी स्वतःला पैसे द्या' हा माझ्या आयुष्याचा नवा मंत्र असेल."

दिवस ६२: २०-८० चा नियम - ८०% मध्ये जगायची कला

१. प्रस्तावना: खर्चावर नियंत्रण की समृद्धीचे नियोजन?

अनेकांना वाटते की श्रीमंत होण्यासाठी खूप जास्त कमवावे लागते. पण सत्य हे आहे की, श्रीमंती तुम्ही किती कमवता यावर नाही, तर तुम्ही किती **वाचवता** यावर अवलंबून असते. '२०-८० चा नियम' हा एक अत्यंत सोपा आणि प्रभावी मार्ग आहे. याचा अर्थ असा की, तुमच्या एकूण उत्पन्नापैकी **२०% रक्कम** ही गुंतवणुकीसाठी बाजूला काढलीच पाहिजे आणि उरलेल्या **८०% रकमेत** तुमचे सर्व खर्च (भाडे, किराणा, बिले, मजा-मस्ती) भागवले पाहिजेत. जर तुम्ही ८०% मध्ये जगायला शिकलात, तर तुमची संपत्ती निर्माण होण्यापासून कोणीही रोखू शकत नाही.

२. माझी गोष्ट: तो जास्तीचा खर्च आणि माझी ओढाताण

जेव्हा माझं उत्पन्न वाढलं, तेव्हा माझ्या गरजाही वाढल्या. मी १००% पगार खर्च करायचो. मला वाटायचं की पगार वाढल्यावर बचत करेन. पण पगार वाढला की मी मोठ्या घरात राहायला गेलो, महागडा फोन घेतला आणि पुन्हा खर्च १००% वर पोहोचला. मी कधीच 'श्रीमंत' होत नव्हतो, फक्त माझे 'खर्च' मोठे होत होते.

PGP प्रवासात मला या नियमाची ताकद समजली. मी ठरवलं की पगार कितीही असो, मी तो ८०% समजेन. जेव्हा मी २०% रक्कम पगार झाल्या झाल्या 'गायब' केली (गुंतवली), तेव्हा सुरुवातीला थोडी अडचण आली, पण हळूहळू मला त्या ८०% मध्ये राहण्याची सवय झाली. या शिस्तीमुळे आज माझ्याकडे एक मोठी रक्कम तयार झाली आहे, जी माझ्या संकटाच्या वेळी कामाला येईल.

३. आजचे शिक्षण : २०-८० नियमाचे गणित

हा नियम पाळणे सोपे आहे, फक्त हिशोब मांडण्याची गरज आहे:

- **२०% (गुंतवणूक - भविष्यासाठी):** ही रक्कम निवृत्ती, मुलांचे शिक्षण किंवा संपत्ती निर्मितीसाठी आहे.
- **५०% (अत्यावश्यक गरजा):** घरभाडे/EMI, अन्न, औषधे, शिक्षण.
- **३०% (इच्छा आणि जीवनशैली):** बाहेर जेवणे, नेटफ्लिक्स, नवीन कपडे, फिरणे.

टीप: जर तुमचे कर्ज जास्त असेल, तर या २०% रक्कमेचा वापर आधी कर्ज फेडण्यासाठी करा. एकदा कर्ज संपले की ही रक्कम थेट गुंतवणुकीत वळवा.

४. कृती आराखडा : तुमच्या उत्पन्नाचे विभाजन करा

आज तुम्हाला तुमच्या उत्पन्नाचे या नियमानुसार तुकडे करायचे आहेत.

१. **माझे एकूण मासिक उत्पन्न:** ₹ ____________

२. **माझी २०% बचतीची रक्कम:** ₹ ____________ (पगार होताच ही रक्कम बाजूला करा)

३. **माझा ८०% खर्चाचा मर्यादित आकडा:** ₹ ____________

४. **जर खर्च ८०% पेक्षा जास्त होत असेल, तर कोणती एक गोष्ट मी कमी करू शकतो?:**

____

आजची कृती: आज तुमच्या बँक खात्यात जाऊन पहा की तुमचे खर्च खरंच ८०% च्या मर्यादित आहेत का? जर नसतील, तर अनावश्यक सबस्क्रिप्शन्स किंवा बाहेरचे खाणे कमी करून ती रक्कम २०% गुंतवणुकीच्या गटात टाका.

५. माझी टिपणे

(८०% मध्ये जगण्याचा विचार केल्यावर तुम्हाला कोणते खर्च अनावश्यक वाटले? २०% रक्कम दरमहा वाचवल्यास १० वर्षांनंतर तुमच्याकडे किती मोठी रक्कम असेल, याचा विचार करा.)

आजची शपथ: "मी माझ्या भविष्याचा बळी आजच्या अनावश्यक खर्चासाठी देणार नाही. मी २०-८० चा नियम पाळून शिस्तबद्ध जीवन जगेन. ८०% मध्ये उत्तम जगणे ही माझी कला असेल आणि २०% गुंतवणूक हे माझे सामर्थ्य असेल."

दिवस ६३: पिगी बँक (Piggy Bank) सेविंग - लहान सवय, मोठा परिणाम

१. प्रस्तावना: बचतीचा पाया 'पिगी बँक'मध्ये आहे.

आपल्याला वाटतं की गुंतवणूक करण्यासाठी हजारो-लाखो रुपये लागतात. पण वास्तव असं आहे की, मोठी संपत्ती ही लहान लहान बचतीतूनच तयार होते. बालपणी आपण एका मातीच्या घागरीत किंवा डब्यात (Piggy Bank) एक-दोन रुपये टाकायचो. ती कृती आपल्याला दोन गोष्टी शिकवायची: १. संयम आणि २. पैशाचे मूल्य. आज आपण तीच सवय पुन्हा सुरू करणार आहोत, पण एका 'प्रौढ' (Adult) दृष्टिकोनातून. ही सवय आपल्याला 'सुटे पैसे' किंवा 'अनावश्यक खर्च' वाचवून संपत्ती कशी वाढते, हे शिकवेल.

२. माझी गोष्ट: तो काचेचा जार आणि माझी सुटी नाणी

काही महिन्यांपूर्वी मी माझ्या कपाटात एक काचेचा मोठा जार (Jar) ठेवला. मी ठरवलं की दिवसाच्या शेवटी माझ्या खिशात जेवढी सुटी नाणी किंवा १०-२० च्या नोटा उरतील, त्या मी त्यात टाकेन. सुरुवातीला मला वाटलं यामुळे काय होणार?

पण सहा महिन्यांनी जेव्हा मी तो जार रिकामा केला, तेव्हा त्यात चक्क ४,५०० रुपये जमा झाले होते! त्या पैशातून मी माझ्या आईला एक छान भेटवस्तू दिली. मला समजलं की, आपण नकळत असे छोटे पैसे कुठेही खर्च करतो—चहा, चॉकलेट किंवा अनावश्यक पार्किंग. जर आपण हे 'पिगी बँक' तत्त्व पाळलं, तर आपण वर्षाला एक मोठी रक्कम विनासायास उभी करू शकतो.

३. आजचे शिक्षण : 'लहान बचत' का महत्त्वाची आहे?

- **शिस्त लागते:** दररोज काहीतरी बाजूला काढण्याची सवय तुमच्या मेंदूला 'बचतीसाठी' तयार करते.
- **अदृश्य गळती थांबते:** आपण ५-१० रुपयांच्या खर्चाला महत्त्व देत नाही, पण महिनाअखेरीस हेच पैसे मोठी रक्कम बनतात.
- **आणीबाणीसाठी रोख रक्कम:** घरात अचानक लागणाऱ्या छोट्या गरजांसाठी ही रक्कम 'इमर्जन्सी कॅश' म्हणून काम करते.

आधुनिक पिगी बँक: आजकाल अनेक बँका 'Digital Piggy Bank' किंवा 'Round-off' सुविधा देतात. उदा. तुम्ही जर १८५ रुपयांचा खर्च केला, तर उरलेले १५ रुपये आपोआप तुमच्या एका वेगळ्या खात्यात किंवा गोल्ड फंडात जमा होतात.

४. कृती आराखडा : तुमची 'बचत पेटी' सुरू करा

आज तुम्हाला तुमच्या घरी किंवा डिजिटल स्वरूपात एक पिगी बँक तयार करायची आहे.

१. **साधन निवडा:** एक मातीचा गल्ला, जुना डबा किंवा काचेची बरणी शोधा.

२. **जागा ठरवा:** ही बरणी अशा ठिकाणी ठेवा जिथे ती रोज दिसेल (उदा. कपाटावर किंवा आरशाजवळ).

३. **नियम बनवा:** "दिवसभराचे सुटे पैसे मी यात टाकेन" किंवा "दररोज किमान १० रुपये यात टाकेन."

आजची कृती: आज तुमच्या खिशात किंवा पाकिटात बघा. जे काही सुटे पैसे (नाणी किंवा छोट्या नोटा) आहेत, त्या आजपासून सुरू केलेल्या तुमच्या 'पिगी बँक'मध्ये टाका. हा तुमचा आजचा पहिला 'गुंतवणूक' व्यवहार आहे!

५. माझी टिपणे

(आज पहिल्यांदा पैसे गल्ल्यात टाकल्यावर तुम्हाला बालपणीची आठवण आली का? ही लहान सवय तुमच्या मोठ्या आर्थिक शिस्तीला कशी मदत करेल असे तुम्हाला वाटते?)

आजची शपथ: "मी पैशाच्या लहानात लहान मूल्याचा सन्मान करेन. थेंबे थेंबे तळे साचे या उक्तीप्रमाणे, मी माझ्या छोट्या बचतीतून भविष्यातील मोठे स्वप्न पूर्ण करेन. आजची ही छोटी सवय माझ्या उद्याच्या मोठ्या आर्थिक स्वातंत्र्याचा पाया असेल."

दिवस ६४: आपत्कालीन निधी (Emergency Fund) - संकटातील तुमचा खरा मित्र

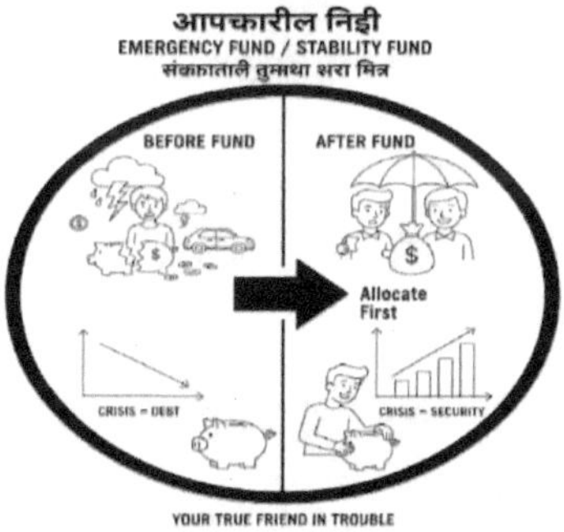

१. प्रस्तावना: गुंतवणुकीचा विमा म्हणजे 'आपत्कालीन निधी'

गुंतवणूक करणे म्हणजे समुद्रात जहाज नेण्यासारखे आहे. पण जहाज नेण्यापूर्वी तुमच्याकडे 'लाईफ जॅकेट' असणे आवश्यक आहे. 'आपत्कालीन निधी' (Emergency Fund) हे तुमचे तेच आर्थिक लाईफ जॅकेट आहे. जेव्हा अचानक नोकरी जाते, घरातील एखादी मोठी वस्तू खराब होते किंवा वैद्यकीय आणीबाणी येते, तेव्हा लोक घाईघाईत आपली गुंतवणूक (शेअर्स किंवा म्युच्युअल फंड) तोडतात. असे केल्याने तुमचे चक्रवाढ व्याजाचे (Compounding) नुकसान होते. हा निधी तुम्हाला तुमची गुंतवणूक न मोडता संकटातून बाहेर काढतो.

२. माझी गोष्ट: तो अचानक आलेला हॉस्पिटलचा खर्च

काही महिन्यांपूर्वी माझ्या घरात एका व्यक्तीला अचानक दवाखान्यात दाखल करावे लागले. खर्च होता अंदाजे ५०,००० रुपये. माझ्याकडे तेवढी रोख रक्कम नव्हती. पण माझ्याकडे 'इमर्जन्सी फंड' तयार होता. मी माझे शेअर बाजारातील पैसे न काढता, फक्त माझ्या त्या सुरक्षित फंडातून पैसे वापरले. यामुळे माझी गुंतवणूक वाढत राहिली आणि मला कोणाकडे उसने पैसे मागण्याची वेळ आली नाही.

PGP प्रवासात मला समजले की, जोपर्यंत तुमच्याकडे ६ महिन्यांचा घरखर्च बाजूला नाही, तोपर्यंत तुम्ही केलेली गुंतवणूक ही वाळूवरच्या किल्ल्यासारखी असते. आपत्कालीन निधी हा तुमच्या मनातील भीती काढून टाकतो आणि तुम्हाला गुंतवणुकीत 'दीर्घकाळ' टिकून राहण्यास मदत करतो.

३. आजचे शिक्षण : ३-२-१ नियम

तुमचा आपत्कालीन निधी किती असावा, हे ठरवण्यासाठी हा सोपा नियम वापरा:

- **३ महिने:** जर तुमची नोकरी सुरक्षित असेल आणि तुमच्यावर फार मोठी जबाबदारी नसेल, तर किमान ३ महिन्यांचा खर्च.

- **६ महिने:** जर तुम्ही एकटेच कमावणारे असाल किंवा तुमच्यावर अवलंबून असणारे लोक जास्त असतील, तर ६ महिन्यांचा खर्च.
- **१ वर्ष:** जर तुम्ही फ्रीलान्सर किंवा स्वतःचा व्यवसाय करत असाल, तर किमान १ वर्षाचा खर्च बाजूला असावा.

लक्षात ठेवा: हा पैसा 'वाढवण्यासाठी' नाही, तर 'सुरक्षेसाठी' आहे. त्यामुळे तो सुरक्षित बँक खात्यात किंवा लिक्विड फंडातच असावा.

४. कृती आराखडा : तुमच्या 'सुरक्षा कवचा'ची स्थिती तपासा

आज तुम्हाला तुमच्या आपत्कालीन निधीचे ऑडिट करायचे आहे.

१. **माझा मासिक अनिवार्य खर्च (किराणा, भाडे, बिले, EMI): ₹** ______________

२. **माझ्याकडे सध्या रोख/बँकेत असलेला आपत्कालीन निधी: ₹** ______________

३. **गरज (मासिक खर्च × ६): ₹** ______________

४. **अजून किती रक्कम जमा करायची आहे? (Step 3 - Step 2): ₹** ______________

आजची कृती: जर तुमचा आपत्कालीन निधी अपूर्ण असेल, तर या महिन्याच्या गुंतवणुकीचा काही भाग (उदा. ५०%) आधी हा निधी पूर्ण करण्यासाठी वापरा. जोपर्यंत हा निधी पूर्ण होत नाही, तोपर्यंत मोठ्या जोखीम असलेल्या गुंतवणुकीत (उदा. स्मॉल कॅप शेअर्स) पडू नका.

५. माझी टिपणे

(आजच्या हिशोबानंतर तुम्हाला काय वाटले? तुमचा निधी पुरेसा आहे का? हा निधी तयार झाल्यावर तुमच्या गुंतवणुकीचा आत्मविश्वास वाढेल असे तुम्हाला वाटते का?)

आजची शपथ: "मी माझ्या गुंतवणुकीला संकटाच्या वेळी कधीही हात लावणार नाही. मी सर्वात आधी माझा आपत्कालीन निधी पूर्ण करेन, जेणेकरून कोणत्याही संकटात माझे कुटुंब आणि माझी स्वप्ने सुरक्षित राहतील. आपत्कालीन निधी हा माझ्या श्रीमंतीचा सर्वात मोठा रक्षक आहे."

दिवस ६५: सेल (Sale) मध्ये केलेली बचत ही खरी बचत नसते

१. प्रस्तावना: "खरेदी केली तरच बचत होईल?" - एक मोठा भ्रम

ई-कॉमर्स कंपन्या आणि मॉलमध्ये आपण नेहमी बोर्ड पाहतो— "५०% सवलत", "Buy 1 Get 1 Free". आपण विचार करतो, "अरे वा! १००० रुपयांची वस्तू ५०० रुपयांत मिळतेय, म्हणजे मी ५०० रुपये वाचवले." पण वास्तव हे आहे की, जर तुम्हाला त्या वस्तूची गरजच नव्हती, तर तुम्ही ५०० रुपये **वाचवले नाहीत**, तर ५०० रुपये **खर्च केले आहेत**. व्यापाऱ्यांची ही 'सेल' (Sale) संकल्पना तुम्हाला बचत करायला नाही, तर तुमच्या खिशातून पैसे बाहेर काढायला लावण्यासाठी बनवली आहे.

२. माझी गोष्ट: ती ५०% सवलतीची जॅकेट आणि कपाटातील धूळ

काही वर्षांपूर्वी एका मोठ्या सेलमध्ये मला एक ब्रँडेड जॅकेट दिसलं. त्याची किंमत ४००० रुपये होती, पण सेलमध्ये ते २००० रुपयांना मिळत होतं. "अशी संधी पुन्हा मिळणार नाही" असं वाटून मी ते घेतलं. मला खूप आनंद झाला की मी २००० रुपये वाचवले. पण वर्षभरानंतर माझ्या लक्षात आलं की, मी ते जॅकेट एकदाही घातलं नव्हतं.

PGP प्रवासात मला हे सत्य उमजलं—मी २००० रुपये वाचवले नव्हते, तर २००० रुपये वाया घालवले होते. जर मी ते जॅकेट घेतलं नसतं, तर आज माझ्या बँक खात्यात पूर्ण २००० रुपये शिल्लक असते. ज्या दिवशी मी 'डिस्काउंट'च्या मागे धावणं बंद केलं, त्या दिवसापासून माझी खरी 'बचत' सुरू झाली.

३. आजचे शिक्षण : बचतीचे वास्तववादी गणित

खरेदी करताना स्वतःला हे ३ प्रश्न विचारा:

1. **गरज की इच्छा?:** जर हा सेल नसता, तर मी ही वस्तू खरेदी केली असती का? जर उत्तर 'नाही' असेल, तर तो खर्च आहे, बचत नाही.

2. **वस्तूची किंमत vs तुमचे तास:** ५०० रुपये वाचवण्यासाठी तुम्ही किती वेळ घालवला? आणि त्या वस्तूची किंमत तुमच्या किती तासांच्या मेहनती इतकी आहे?
3. **७२ तासांचा नियम:** सेलमध्ये एखादी वस्तू आवडली, तर ती लगेच घेऊ नका. ७२ तास थांबा. जर ७२ तासांनंतरही तुम्हाला वाटलं की त्याशिवाय तुमचं अडतंय, तरच ती घ्या. बहुधा तुमची इच्छा निघून गेलेली असेल.

नियम: १००% डिस्काउंट म्हणजे ती वस्तू **न खरेदी करणे**.

४. कृती आराखडा : तुमच्या 'विनाकारण' खरेदीची यादी

आज तुम्हाला तुमच्या घरातील अशा वस्तू शोधायच्या आहेत ज्या तुम्ही 'स्वस्त मिळतात' म्हणून घेतल्या होत्या, पण वापरल्या नाहीत.

१. **वस्तूचे नाव:** ______________ (उदा. कपडे, गॅजेट्स, किचन आयटम)

२. **खरेदीची किंमत:** ₹ ______________

३. **आजचा वापर:** (कधीतरी / एकदाच / कधीच नाही)

४. **जर हे पैसे वाचवले असते तर आज किती गुंतवणूक झाली असती?:** ______________

आजची कृती: तुमच्या फोनमधील शॉपिंग ॲप्सचे 'Notifications' बंद करा. जेव्हा जेव्हा तुम्हाला 'Sale' चा मेसेज येईल, तेव्हा तेव्हा स्वतःला सांगा— "मी वस्तू न घेऊन १००% बचत करणार आहे."

५. माझी टिपणे

(आज घराची तपासणी केल्यावर तुम्हाला अशा किती वस्तू सापडल्या ज्या 'सेल' मुळे घेतल्या होत्या? यापुढे डिस्काउंटच्या मोहजालातून तुम्ही स्वतःला कसे वाचवाल?)

आजची शपथ: "मी जाहिरातींच्या आणि डिस्काउंटच्या आमिषाला बळी पडणार नाही. मी गरज असेल तरच खरेदी करेन, स्वस्त मिळते म्हणून नाही. माझ्या कष्टाचे पैसे मी वस्तू गोळा करण्यात नाही, तर संपत्ती निर्माण करण्यात खर्च करेन."

दिवस ६६: महागाईला हरवणारी गुंतवणूक (Beating Inflation)

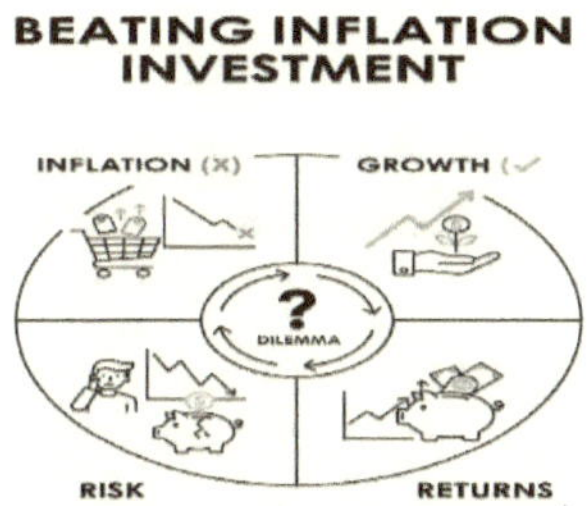

Wednesday, February 11, 2026 at 4:07:00 PM IST

१. प्रस्तावना: महागाई - तुमच्या पैशांना लागलेली वाळवी

महागाई (Inflation) हा असा एक घटक आहे जो तुमच्या पैशांची 'खरेदी क्षमता' (Purchasing Power) कमी करतो. समजा आज १०० रुपयांत जेवढे सामान मिळते, पुढच्या वर्षी तेवढ्याच सामानासाठी तुम्हाला १०७ रुपये मोजावे लागतील (जर महागाईचा दर ७% असेल). याचाच अर्थ, जर तुम्ही तुमचे १०० रुपये कपाटात ठेवले किंवा अशा ठिकाणी गुंतवले जिथे फक्त ५% व्याज मिळते, तर वर्षाच्या शेवटी तुमच्याकडे १०५ रुपये असतील. पण वस्तूची किंमत १०७ झाली आहे! म्हणजेच, तुम्ही आर्थिकदृष्ट्या प्रगती करण्याऐवजी २ रुपयांनी मागे पडला आहात.

२. माझी गोष्ट: तो 'सेव्हिंग अकाऊंट'चा भ्रम

सुरुवातीला मला वाटायचं की माझ्या बँक खात्यात पैसे सुरक्षित आहेत आणि त्यावर ३.५% व्याज मिळतंय म्हणजे मी बचत करतोय. पण PGP प्रवासात जेव्हा मला महागाईचा आकडा (जो सरासरी ६% ते ७% असतो) समजला, तेव्हा माझे डोळे उघडले. माझे पैसे बँकेत वाढण्याऐवजी हळूहळू आपली किंमत गमावत होते. जणू काही माझ्या पैशांना महागाईची वाळवी लागली होती. ज्या दिवशी मी महागाईला हरवणारे (Inflation-beating) पर्याय शोधले, त्या दिवसापासून माझी खरी गुंतवणूक सुरू झाली.

३. आजचे शिक्षण : 'खरा परतावा' (Real Rate of Return)

गुंतवणुकीचा नफा मोजताना नेहमी हे सूत्र वापरा:

खरा परतावा = गुंतवणुकीचा परतावा (%) - महागाईचा दर (%)

- **बचत खाते:** ३.५% (परतावा) - ७% (महागाई) = **-३.५% (तोटा)**
- **फिक्स्ड डिपॉझिट (FD):** ६.५% (परतावा) - ७% (महागाई) = **-०.५% (तोटा)**
- **म्युच्युअल फंड (अंदाजे):** १२% (परतावा) - ७% (महागाई) = **+५% (खरा नफा)**

नियम: तुमची गुंतवणूक अशा ठिकाणी असावी जिथे परतावा किमान ८% ते १०% च्या पुढे असेल, तरच तुम्ही भविष्यात महागाईशी लढू शकाल.

४. कृती आराखडा : तुमच्या परताव्याचे ऑडिट

आज तुम्हाला तुमच्या सर्व गुंतवणुकींचा 'वार्षिक परतावा' तपासायचा आहे.

गुंतवणूक प्रकार	वार्षिक परतावा (%)	महागाई (७%) वजा जाता नफा/तोटा
बचत खाते (Savings)	______ %	______________
मुदत ठेव (FD)	______ %	______________
सोने (Gold)	______ %	______________
शेअर/म्युच्युअल फंड	______ %	______________

आजची कृती: एक कागद घ्या आणि त्यावर तुमच्या सर्व गुंतवणुकींचे परतावे लिहा. जर बहुतांश गुंतवणूक ७% पेक्षा कमी परतावा देत असेल, तर त्यातील काही भाग इक्विटी (Equity) किंवा चांगल्या म्युच्युअल फंडात वळवण्याचा विचार करा.

५. माझी टिपणे

(आजचा हिशोब केल्यावर तुम्हाला असे वाटले का की तुम्ही सुरक्षित आहात? महागाईला हरवण्यासाठी तुम्ही तुमच्या गुंतवणुकीत काय बदल कराल?)

आजची शपथ: "मी माझे पैसे केवळ साठवणार नाही, तर ते महागाईपेक्षा वेगाने वाढवीन. मी अशा गुंतवणुकीवर लक्ष केंद्रित करेन ज्याचा 'खरा परतावा' पॉझिटिव्ह असेल. महागाईच्या वाळवीपासून मी माझ्या कष्टाच्या पैशांचे रक्षण करेन."

दिवस ६७: 'इक्विटी' (Equity) - श्रीमंतीचे इंधन

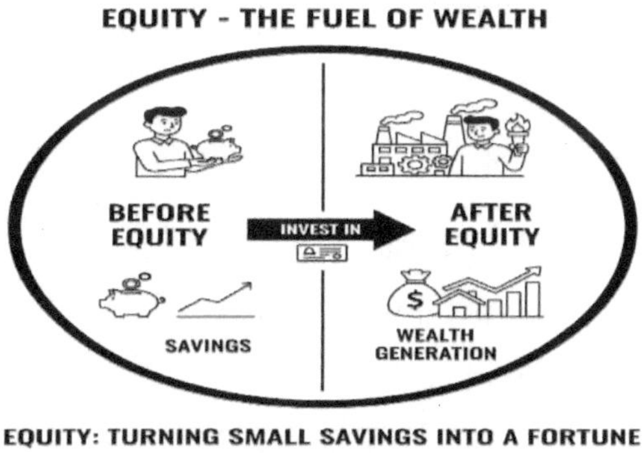

१. प्रस्तावना: ग्राहक ते मालक - एक मोठा प्रवास

आपण रोज सकाळी उठल्यापासून रात्री झोपेपर्यंत अनेक कंपन्यांची उत्पादने वापरतो. आपण टाटाचे मीठ खातो, रिलायन्सचे जिओ सिम वापरतो, एशियन पेंट्सने घर रंगवतो आणि एचडीएफसी बँकेचे खाते वापरतो. आपण या कंपन्यांचे 'ग्राहक' म्हणून त्यांना श्रीमंत करत असतो. पण **'इक्विटी' (Equity)** म्हणजे अशी संधी, जिथे तुम्ही या कंपन्यांचे शेअर्स खरेदी करून त्यांचे 'भागीदार' किंवा 'मालक' बनता. जेव्हा या कंपन्या नफा कमवतात, तेव्हा त्या नफ्यातील वाटा तुम्हालाही मिळतो. दीर्घकाळात, इक्विटीने जमीन आणि सोन्यापेक्षाही जास्त परतावा दिला आहे.

२. माझी गोष्ट: तो चहाचा कप आणि टाटाची भागीदारी

पूर्वी मला वाटायचं की शेअर बाजार म्हणजे फक्त जुगार आहे. पण एकदा मी विचार केला, मी रोज टाटा टी (Tata Tea) पितो, टाटाची गाडी चालवतो आणि मीच टाटांच्या प्रगतीवर शंका घेतोय? PGP प्रवासात मला समजलं की, जर मी टाटा मोटर्सचे शेअर्स घेतले, तर जेव्हा जेव्हा टाटाची गाडी रस्त्यावर धावेल आणि कंपनीला नफा होईल, तेव्हा माझाही फायदा होईल. ही जाणीव झाल्यावर मी फक्त 'वापरकर्ता' राहण्याऐवजी 'मालक' बनण्यावर लक्ष दिलं. हाच तो 'इक्विटी'चा चमत्कार आहे जो तुमच्या पैशांना व्यवसायाच्या वेगाने वाढवतो.

३. आजचे शिक्षण : इक्विटी का गरजेची आहे?

- **कम्पाऊंडिंगची शक्ती:** इक्विटीमध्ये तुमचे पैसे चक्रवाढ वेगाने वाढतात.
- **महागाईवर मात:** शेअर बाजार दीर्घकाळात १२% ते १५% परतावा देऊ शकतो, जो महागाईला (७%) सहज हरवतो.
- **कष्ट न करता भागीदारी:** तुम्हाला स्वतःला व्यवसाय करण्याची गरज नाही; जगातील सर्वात बुद्धिमान लोक तुमच्या पैशांचा वापर करून व्यवसाय वाढवतात आणि तुम्हाला नफा देतात.

नियम: इक्विटीमध्ये गुंतवणूक करणे म्हणजे 'झाड लावण्यासारखे' आहे. सुरुवातीला संयम हवा, पण एकदा झाड मोठे झाले की ते आयुष्यभर फळे (परतावा) देते.

४. कृती आराखडा : तुमच्या आवडत्या कंपन्या शोधा

आज तुम्हाला हे शोधायचे आहे की तुम्ही कोणत्या मोठ्या व्यवसायांचे भागीदार बनू शकता.

१. **भारताच्या टॉप ५ कंपन्यांची नावे (Market Cap नुसार):**

- १. ______________ (उदा. Reliance Industries)
- २. ______________ (उदा. TCS)
- ३. ______________ (उदा. HDFC Bank)
- ४. ______________ (उदा. ICICI Bank)
- ५. ______________ (उदा. Infosys / Bharti Airtel)

२. **तुम्ही यातील कोणत्या कंपन्यांची उत्पादने वापरता?** ______________

३. **विचार करा:** या कंपन्यांचे शेअर्स घेण्यासाठी तुम्हाला किती पैसे लागतील? (आजचे भाव तपासा).

आजची कृती: गुगलवर जाऊन "Top 10 companies in Nifty 50" सर्च करा. त्या कंपन्यांची नावे वाचा आणि हे समजून घ्या की या कंपन्या भारताची अर्थव्यवस्था चालवत आहेत. या कंपन्यांत गुंतवणूक करणे म्हणजे भारताच्या प्रगतीवर विश्वास ठेवणे होय.

५. माझी टिपणे

(ज्या कंपन्यांची उत्पादने तुम्ही वापरता, त्यांचे मालक बनण्याची कल्पना तुम्हाला कशी वाटते? शेअर बाजाराबद्दलची भीती आता कमी झाली आहे का?)

आजची शपथ: "मी केवळ कंपन्यांचा ग्राहक बनून राहणार नाही, तर मी भारतीय व्यवसायांचा भागीदार बनेन. मी इक्विटीच्या ताकदीचा वापर करून माझी संपत्ती निर्माण करेन. दीर्घकालीन गुंतवणुकीतून मी माझे आर्थिक स्वातंत्र्य मिळवीन."

दिवस ६८: म्युच्युअल फंड (Mutual Funds) - तज्ज्ञांची मदत

१. प्रस्तावना: तुम्हाला पोहता येत नसेल, तर कोचची मदत घ्या!

शेअर मार्केटमध्ये थेट पैसे गुंतवणे म्हणजे खोल समुद्रात पोहण्यासारखे आहे. जर तुम्हाला कोणत्या कंपन्या निवडायच्या हे समजत नसेल, तर **'म्युच्युअल फंड' (Mutual Fund)** हा तुमच्यासाठी सर्वोत्तम मार्ग आहे. यात अनेक लोक आपले पैसे एकत्र जमा करतात आणि एक अनुभवी 'फंड मॅनेजर' (Fund Manager) ते पैसे विविध कंपन्यांच्या शेअर्समध्ये गुंतवतो. या बदल्यात तो एक छोटीशी फी (Expense Ratio) घेतो. थोडक्यात, तुम्ही तुमच्या पैशांचे व्यवस्थापन एका तज्ज्ञाकडे सोपवता, जो दिवसभर बाजाराचा अभ्यास करत असतो.

२. माझी गोष्ट: तो भीतीचा डोंगर आणि तज्ज्ञांचा सहारा

सुरुवातीला मला शेअर मार्केटचे आकडे पाहून चक्कर यायची. कोणता शेअर कधी पडेल आणि कधी वाढेल, हे कळायचं नाही. मला भीती वाटायची की माझे सगळे पैसे बुडतील. मग PGP प्रवासात मला म्युच्युअल फंडबद्दल समजले. मला कळले की मला स्वतःला दिवसभर मार्केट बघण्याची गरज नाही. मी फक्त एका चांगल्या फंडात पैसे टाकायचे आणि फंड मॅनेजर माझे पैसे टाटा, रिलायन्ससारख्या ५० कंपन्यांत विभागून गुंतवणार. जेव्हा मार्केट पडलं, तेव्हाही माझं नुकसान कमी झालं कारण माझे पैसे एकाच कंपनीत नव्हते. यालाच म्हणतात 'तज्ज्ञांच्या खांद्यावर बसून श्रीमंतीकडे जाणं'.

३. आजचे शिक्षण : फंडचे मुख्य ३ प्रकार

म्युच्युअल फंडमध्ये तुमच्या गरजेनुसार विविध पर्याय असतात:

१. **लार्ज कॅप (Large Cap):** हे पैसे देशातील सर्वात मोठ्या आणि स्थिर कंपन्यांत (उदा. SBI, Reliance) गुंतवले जातात. यात जोखीम कमी आणि परतावा स्थिर असतो.

२. **मिड कॅप (Mid Cap):** हे मध्यम आकाराच्या कंपन्यांत गुंतवले जातात. यात जोखीम थोडी जास्त असते, पण परतावा लार्ज कॅपपेक्षा चांगला मिळू शकतो.

३. **स्मॉल कॅप (Small Cap):** हे लहान आणि वेगाने वाढणाऱ्या कंपन्यांत गुंतवले जातात. यात जोखीम खूप जास्त असते, पण दीर्घकाळात हे पैसे अनेक पटीने वाढवू शकतात.

नियम: जर तुम्ही नवखे असाल, तर **'लार्ज कॅप'** किंवा **'इंडेक्स फंड'** ने सुरुवात करणे सर्वात सुरक्षित आहे.

४. कृती आराखडा : 'म्युच्युअल फंड सही है' चा अभ्यास

आज तुम्हाला या गुंतवणुकीच्या प्रकारांची थोडी सखोल माहिती घ्यायची आहे.

१. **वेबसाईटला भेट द्या:** 'Mutual Fund Sahi Hai' (म्युच्युअल फंड सही है) या अधिकृत वेबसाईटवर जा.

२. **प्रकार तपासा:** तिथे 'Equity Funds' मधील लार्ज, मिड आणि स्मॉल कॅपमधील फरक वाचा.

३. **कॅल्क्युलेटर वापरा:** त्याच वेबसाईटवर 'SIP Calculator' शोधून ५,००० रुपयांची १० वर्षांसाठी गुंतवणूक केल्यास किती फायदा होईल ते पहा.

आजची कृती: तुमच्या बँकेच्या ॲपमध्ये किंवा 'Groww/Zerodha' सारख्या प्लॅटफॉर्मवर जाऊन 'Top Rated Large Cap Funds' ची यादी पहा. त्यातील कंपन्यांची नावे वाचून हे समजून घ्या की तुमचे पैसे कुठे जाणार आहेत.

५. माझी टिपणे

(म्युच्युअल फंडमुळे तुमची शेअर बाजाराची भीती कमी झाली का? तुम्हाला लार्ज कॅप आणि स्मॉल कॅप यातील फरक समजला का?)

आजची शपथ: "मी माझ्या पैशांचे व्यवस्थापन करण्यासाठी तज्ज्ञांची मदत घेण्यास कचरणार नाही. मी योग्य म्युच्युअल फंड निवडून शिस्तबद्ध गुंतवणूक करेन. शेअर मार्केटची गुंतागुंत मला संपत्ती निर्माण करण्यापासून रोखू शकणार नाही."

दिवस ६९: एसआयपी (SIP) - शिस्तीचा चमत्कार

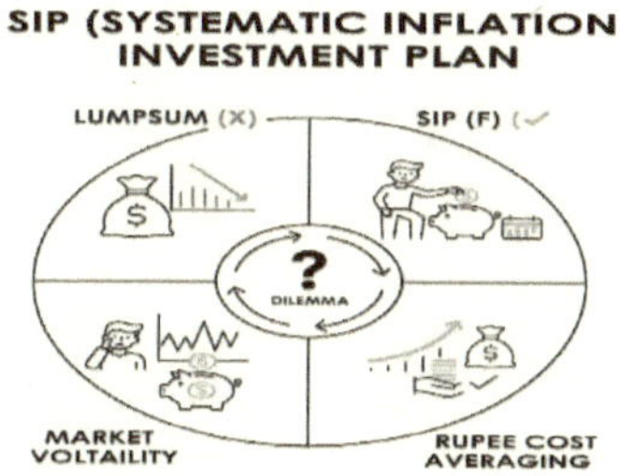

१. प्रस्तावना: थेंबे थेंबे तळे साचे!

SIP (Systematic Investment Plan) म्हणजे शेअर बाजारात गुंतवणूक करण्याची एक शिस्तबद्ध पद्धत. अनेकांना वाटतं की गुंतवणूक करण्यासाठी बाजार पडण्याची वाट पाहावी लागते किंवा खूप मोठी रक्कम लागते. पण SIP मुळे तुम्ही दरमहा एका ठराविक तारखेला, अगदी ५०० रुपयांपासून गुंतवणूक करू शकता. यात तुम्हाला "बाजार आज वर आहे की खाली?" याची काळजी करण्याची गरज नसते, कारण तुम्ही दरमहा खरेदी करत असल्यामुळे तुमच्या खरेदीची किंमत सरासरी (Rupee Cost Averaging) होते.

२. माझी गोष्ट: ५०० रुपयांची ती पहिली पायरी

जेव्हा मी पहिली ५०० रुपयांची SIP सुरू केली, तेव्हा माझे मित्र हसायचे. ते म्हणायचे, "५०० रुपयांनी काय होणार? याने तर साधा हॉटेलचा खर्चही निघत नाही." पण मी जिद्दीने ती सुरू ठेवली. जेव्हा मार्केट खूप पडलं, तेव्हा त्याच ५०० रुपयांत मला जास्त 'युनिट्स' मिळाले. आणि जेव्हा मार्केट वाढलं, तेव्हा माझ्या त्या छोट्या गुंतवणुकीची किंमत पाहून मी थक्क झालो.

PGP प्रवासात मला समजलं की, SIP ही केवळ गुंतवणूक नाही, तर ती एक 'सवय' आहे. ज्या दिवशी तुमच्या खात्यातून पैसे आपोआप कट होऊन गुंतवणुकीत जातात, त्या दिवशी तुम्ही तुमच्या भविष्याला 'हो' म्हणत असता. आज ते ५०० रुपये देणारे मित्र आजही विचार करत आहेत, आणि माझी छोटी SIP आता एका मोठ्या झाडात रूपांतरित झाली आहे.

३. आजचे शिक्षण : SIP चे ३ मोठे फायदे

१. **रुपी कॉस्ट ॲव्हरेजिंग (Rupee Cost Averaging):** जेव्हा बाजार खाली असतो तेव्हा तुम्हाला जास्त युनिट्स मिळतात आणि जेव्हा वर असतो तेव्हा कमी. दीर्घकाळात तुमची खरेदी किंमत सरासरी होते, त्यामुळे तुम्हाला 'मार्केट टाइमिंग'ची गरज नसते.

२. **चक्रवाढ व्याजाची ताकद (Power of Compounding):** तुम्ही जेवढ्या जास्त काळ SIP चालू ठेवाल, तेवढे तुमचे पैसे वेगाने वाढतील.

३. **आर्थिक शिस्त:** पगार झाल्या झाल्या गुंतवणूक करण्याची सवय लागते, ज्यामुळे अनावश्यक खर्च कमी होतात.

नियम: बाजार कितीही पडला तरी SIP कधीही बंद करू नका. उलट, पडत्या बाजारात तुमची SIP तुम्हाला सर्वात जास्त फायदा करून देते.

४. कृती आराखडा : तुमची पहिली SIP

आज तुम्हाला प्रत्यक्ष गुंतवणुकीच्या दिशेने पाऊल टाकायचे आहे.

१. **ॲप किंवा बँक निवडा:** तुमच्याकडे आधीच 'Groww', 'Zerodha', 'Upstox' किंवा बँकेचे ॲप असेल तर ते उघडा.

२. **फंड निवडा:** एक चांगला 'Index Fund' किंवा 'Large Cap Fund' शोधा.

३. **रक्कम ठरवा:** किमान ५०० रुपये किंवा १००० रुपये निवडा.

४. **तारीख निवडा:** तुमच्या पगारानंतरची लगेचची तारीख (उदा. २ किंवा ३ तारीख) निवडा.

आजची कृती: आज फक्त एक 'Draft' तयार करा किंवा शक्य असल्यास तुमची पहिली ५०० रुपयांची SIP सुरू करा. लक्षात ठेवा, सुरुवात करणे हे अर्ध यश मिळवण्यासारखे आहे.

५. माझी टिपणे

(५०० रुपयांच्या गुंतवणुकीतून १०-२० वर्षांनंतर किती मोठी रक्कम उभी राहू शकते, याचा विचार करून तुम्हाला काय वाटले? तुम्ही तुमची पहिली SIP कधी सुरू करत आहात?)

आजची शपथ: "मी गुंतवणुकीसाठी मोठ्या रक्कमेची वाट पाहणार नाही. मी आजच छोट्या रक्कमेने सुरुवात करेन. बाजार कितीही हेलकावे खावो, माझी SIP मधील शिस्त मी कधीही मोडणार नाही. माझे छोटे पाऊल उद्याची मोठी संपत्ती निर्माण करेल."

दिवस ७०: इंडेक्स फंड (Index Fund) - सर्वात सोपा मार्ग

१. प्रस्तावना: भारताच्या टॉप ५० कंपन्यांचे मालक बना!

तुम्हाला कोणती कंपनी चांगली आहे किंवा कोणता फंड मॅनेजर हुशार आहे हे शोधता येत नसेल, तर काळजी करू नका. **'इंडेक्स फंड' (Index Fund)** हा एक असा म्युच्युअल फंड आहे जो 'निफ्टी ५०' (Nifty 50) सारख्या निर्देशांकाची हुबेहूब नक्कल करतो. याचा अर्थ, भारताच्या सर्वात मोठ्या ५० कंपन्या जशी प्रगती करतील, तसाच तुमचा पैसा वाढेल. यात कोणताही मानवी हस्तक्षेप नसल्यामुळे याचा 'खर्च' (Expense Ratio) अत्यंत कमी असतो, ज्यामुळे दीर्घकाळात तुमच्या खिशात जास्त नफा उरतो.

२. माझी गोष्ट: माझा 'नो-टेन्शन' पोर्टफोलिओ

सुरुवातीला मी नेहमी "कोणता फंड चांगला परतावा देईल?" हे शोधण्यात खूप वेळ घालवायचो. दर सहा महिन्यांनी मी माझे फंड बदलत असे, कारण दुसरा कोणता तरी फंड जास्त परतावा देत असायचा. यामुळे माझा टॅक्स आणि एक्झिट लोड वाढला.

मग PGP प्रवासात मला इंडेक्स फंडची ताकद समजली. मला समजलं की, जर भारत देश प्रगती करणार असेल, तर निफ्टीमधील ५० कंपन्या प्रगती करणारच. मी माझं डोकं चालवणं थांबवलं आणि 'निफ्टी ५० इंडेक्स फंड' मध्ये पैसे टाकायला सुरुवात केली. आता मला मार्केटच्या रोजच्या चढ-उतारांची किंवा फंड मॅनेजर बदलण्याची चिंता नसते. भारत जसा मोठा होतोय, तसा माझा पैसाही शांतपणे वाढतोय.

३. आजचे शिक्षण : इंडेक्स फंड का निवडावा?

१. **कमी खर्च (Low Cost):** इतर फंडच्या तुलनेत इंडेक्स फंडचे चार्जेस खूप कमी असतात. १% वाचवलेला खर्च सुद्धा २० वर्षांत लाखो रुपयांचा फरक पाडतो.

२. **पारदर्शकता:** तुमचे पैसे नेमके कुठे आहेत हे तुम्हाला माहीत असते (भारताच्या टॉप ५० कंपन्यांमध्ये).

३. **तुलनेत सरस:** दीर्घकाळात (१०+ वर्षे), ८०% पेक्षा जास्त फंड मॅनेजर्स इंडेक्सला हरवू शकत नाहीत. त्यामुळे इंडेक्ससोबत राहणे हेच शहाणपणाचे आहे.

नियम: जर तुम्हाला गुंतवणुकीचा 'कंटाळा' येत असेल किंवा जास्त डोकं लावायचं नसेल, तर 'इंडेक्स फंड' हा तुमचा सर्वात जवळचा मित्र आहे.

४. कृती आराखडा : ५ वर्षांच्या प्रगतीचा हिशोब

आज तुम्हाला कागद आणि पेन घेऊन एक वास्तववादी हिशोब करायचा आहे.

१. **गुगल सर्च करा:** "Nifty 50 Index Fund 5 year return chart".

२. **आकडे तपासा:** ५ वर्षांपूर्वी निफ्टी कितीवर होता आणि आज कितीवर आहे? (साधारणपणे गेल्या ५ वर्षांत निफ्टीने दुपटीहून अधिक परतावा दिला असू शकतो).

३. **हिशोब करा:** जर तुम्ही ५ वर्षांपूर्वी १ लाख रुपये किंवा दरमहा ५,००० रुपयांची SIP इंडेक्स फंडमध्ये केली असती, तर आज त्याची किंमत किती असती?

४. **तुमची खात्री:** तो आकडा पाहून तुम्हाला भारताच्या अर्थव्यवस्थेवर विश्वास बसतोय का?

आजची कृती: तुमच्या इन्व्हेस्टमेंट ॲपवर जा आणि 'Nifty 50 Index Fund' शोधून त्याच्या 'Holdings' मध्ये कोणत्या कंपन्या आहेत ते पहा.

५. माझी टिपणे

(भारताच्या टॉप ५० कंपन्यांमध्ये एकाच वेळी गुंतवणूक करण्याची कल्पना तुम्हाला सुरक्षित वाटते का? इंडेक्स फंडमधील कमी खर्च तुमच्यासाठी महत्त्वाचा आहे का?)

आजची शपथ: "मी माझे पैसे केवळ सुरक्षित ठेवणार नाही, तर ते वाढवण्यासाठी योग्य जोखीम घेईन. महागाई हा माझा शत्रू आहे आणि गुंतवणूक हे माझे शस्त्र आहे. मी आजच माझ्या पहिल्या गुंतवणुकीचे नियोजन करेन."

दिवस ७१: सोन्यावर व्याज मिळवा (Sovereign Gold Bond - SGB)

१. प्रस्तावना: सोन्याची शुद्धता आणि सरकारची हमी

भारतात सोने खरेदी करणे हे केवळ भावनिक नसून ते एक आर्थिक सुरक्षा कवच मानले जाते. पण प्रत्यक्ष सोने (नाणी किंवा दागिने) खरेदी करताना आपल्याला मेकिंग चार्जेस, शुद्धतेची चिंता आणि चोरीची भीती असते. **Sovereign Gold Bond (SGB)** हा आरबीआय (RBI) द्वारे जारी केलेला असा पर्याय आहे, जिथे तुम्ही कागदी किंवा डिजिटल स्वरूपात सोने खरेदी करता. यात तुम्हाला सोन्याच्या वाढत्या किमतीचा फायदा तर मिळतोच, पण सोन्याच्या इतिहासात कधीही न मिळालेली गोष्ट मिळते—ती म्हणजे 'व्याज'!

२. माझी गोष्ट: लॉकरचे भाडे विरुद्ध घरा चालवणारे व्याज

माझ्याकडे काही सोन्याची नाणी होती जी मी बँकेच्या लॉकरमध्ये ठेवली होती. त्या सुरक्षिततेसाठी मला वर्षाला ३,००० रुपये लॉकरचे भाडे भरावे लागायचे. म्हणजे सोन्याचा भाव वाढला तरी माझा खर्चही होत होता.

PGP प्रवासात मला SGB बद्दल समजले. मी ती नाणी विकली आणि त्या पैशातून सरकारी गोल्ड बाँड्स घेतले. आता:

1. मला लॉकरच्या भाड्याची चिंता नाही.
2. दरवर्षी मला गुंतवलेल्या रक्कमेवर २.५% व्याज मिळते (जे थेट माझ्या बँक खात्यात जमा होते).
3. ८ वर्षांनंतर जेव्हा मी हे बाँड्स विकेन, तेव्हा मिळणारा नफा पूर्णपणे 'करमुक्त' (Tax-Free) असेल.
   आज माझे सोने कपाटात पडून राहण्याऐवजी मला दरवर्षी 'कमावून' देत आहे!

३. आजचे शिक्षण : SGB का निवडावे?

SGB चे ५ मोठे फायदे:

१. **अतिरिक्त व्याज:** सोन्याच्या वाढत्या भावाव्यतिरिक्त २.५% वार्षिक व्याज.

२. **मेकिंग चार्जेस शून्य:** प्रत्यक्ष सोने नसल्यामुळे घडणावळ किंवा झीज याचा खर्च नाही.

३. **शुद्धतेची १००% खात्री:** हे आरबीआयद्वारे जारी केलेले असल्यामुळे शुद्धतेचा प्रश्नच उरत नाही.

४. **टॅक्स बेनिफिट:** जर तुम्ही हे बाँड्स मॅच्युरिटीपर्यंत (८ वर्षे) ठेवले, तर भांडवली नफ्यावर (Capital Gains) कोणताही कर लागत नाही.

५. **सुरक्षा:** डिजिटल स्वरूपात असल्यामुळे चोरीची भीती नाही.

४. कृती आराखडा : तुमची सोन्याची रणनीती

आज तुम्हाला सोन्यात गुंतवणूक करण्याच्या सर्वात स्मार्ट मार्गाचा शोध घ्यायचा आहे.

१. **नेट बँकिंग तपासा:** तुमच्या बँकेच्या ॲपमध्ये 'Investments' विभागात जाऊन 'Sovereign Gold Bond' हा पर्याय शोधा.

२. **RBI कॅलेंडर:** गुगलवर "SGB next tranche dates 2024-25" सर्च करा आणि पुढची विक्री कधी सुरू होणार आहे ते तपासा.

३. **हिशोब करा:** जर तुम्ही १ लाख रुपयांचे सोने घेतले, तर त्यावर वर्षाला ₹२,५०० व्याज मिळेल. ८ वर्षांत हे ₹२०,००० फक्त व्याज असेल!

आजची कृती: आरबीआयच्या 'RBI Retail Direct' पोर्टलवर जाऊन नोंदणी कशी करायची ते पहा. प्रत्यक्ष सोन्यापेक्षा SGB तुमच्यासाठी किती फायदेशीर ठरेल, याचा विचार करा.

५. माझी टिपणे

(सोन्यावर व्याज मिळू शकते हे वाचून तुम्हाला काय वाटले? तुम्ही तुमच्या पोर्टफोलिओमधील किती टक्के गुंतवणूक सोन्यात (SGB) ठेवण्यास इच्छुक आहात?)

आजची शपथ: "मी सोन्याला केवळ कपाटात ठेवण्याची वस्तू मानणार नाही. मी स्मार्ट गुंतवणूकदार बनून सोन्यावर व्याज मिळवीन. मी सुरक्षितता आणि परतावा यांचा समतोल साधून SGB सारख्या सरकारी योजनांचा लाभ घेईन."

दिवस ७२: पीपीएफ (PPF) - करमुक्त संपत्तीचा पाया

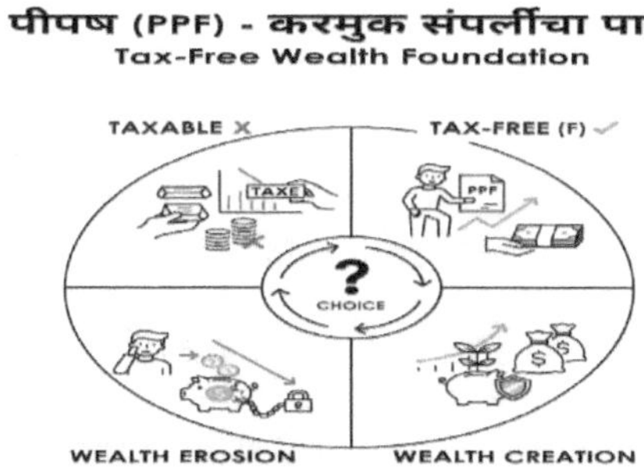

Wednesday, February 11, 2026 at 4:21:55 PM IST.

१. प्रस्तावना: "स्लो अँड स्टेडी" श्रीमंतीचे सूत्र

आजच्या काळात जिथे लोक रातोरात श्रीमंत होण्याच्या नादात जोखीम घेतात, तिथे **PPF (Public Provident Fund)** हे एक असे साधन आहे जे तुम्हाला "हळूहळू पण खात्रीने" करोडपती बनवू शकते. केंद्र सरकारची हमी, चक्रवाढ व्याजाचा फायदा (Compounding) आणि सर्वात महत्त्वाचे म्हणजे 'करमुक्त' (Tax-Free) परतावा यामुळे हे प्रत्येक भारतीयाच्या पोर्टफोलिओमध्ये असायलाच हवे. याचा १५ वर्षांचा कालावधी तुम्हाला दीर्घकालीन बचतीची शिस्त लावतो.

२. माझी गोष्ट: तो १५ वर्षांचा 'जादूचा' डबा

मी जेव्हा नोकरीला लागलो, तेव्हा माझ्या एका ज्येष्ठ सहकाऱ्याने मला पीपीएफ खाते उघडायला लावले. तेव्हा मला वाटायचे, "१५ वर्षे कोण थांबणार?" पण आज जेव्हा मी मागे वळून पाहतो, तेव्हा लक्षात येते की त्यातील 'लॉक-इन' कालावधी हाच त्याचा सर्वात मोठा फायदा होता. शेअर बाजार पडला, नोकऱ्या बदलल्या, पण माझ्या पीपीएफ खात्यातील रक्कम शांतपणे वाढत राहिली. आज ती रक्कम इतकी मोठी झाली आहे की, त्यातून मी माझ्या मुलांच्या उच्च शिक्षणाची तरतूद सहज करू शकतो.

PGP प्रवासात मला उमजले—श्रीमंत होण्यासाठी घाई करण्यापेक्षा 'सातत्य' जास्त महत्त्वाचे आहे.

३. आजचे शिक्षण : पीपीएफचे 'EEE' मॉडेल

पीपीएफ हे **EEE (Exempt-Exempt-Exempt)** श्रेणीत येते, जे जगात सर्वात दुर्मिळ आहे:

१. **गुंतवणुकीवर सूट:** तुम्ही गुंतवलेली रक्कम (१.५ लाखांपर्यंत) टॅक्स कापण्यापूर्वी उत्पन्नातून वजा होते (80C).

२. **व्याजावर सूट:** दरवर्षी मिळणाऱ्या व्याजावर एक रुपयाही टॅक्स भरावा लागत नाही.

३. **मॅच्युरिटीवर सूट:** १५ वर्षांनंतर जेव्हा तुम्ही पूर्ण रक्कम काढता, तेव्हा ती १००% करमुक्त असते.

महत्त्वाची टीप: पीपीएफमध्ये दर महिन्याच्या ५ तारखेच्या आत पैसे जमा केल्यास त्या महिन्याचे पूर्ण व्याज मिळते.

४. कृती आराखडा : तुमच्या 'किल्ल्या'ची पायाभरणी

आज तुम्हाला तुमच्या भविष्यातील एका मोठ्या आणि सुरक्षित निधीची सुरुवात करायची आहे.

१. **खाते तपासा:** जर तुमच्याकडे आधीच पीपीएफ खाते असेल, तर या वर्षात तुम्ही किती पैसे भरले आहेत ते तपासा.

२. **नवीन सुरुवात:** जर खाते नसेल, तर तुमच्या नेट बँकिंगमध्ये 'PPF Account' शोधा. बहुतांश बँका आता ऑनलाइन खाते उघडण्याची सुविधा देतात.

३. **किमान रक्कम:** आज फक्त ५०० किंवा १,००० रुपये जमा करून या प्रवासाचा श्रीगणेशा करा.

४. **नॉमिनेशन:** खाते उघडताना वारसदाराचे नाव आवर्जून नोंदवा.

आजची कृती: आज तुमच्या बँकेच्या ॲपवर जाऊन किंवा पोस्ट ऑफिसमध्ये जाऊन तुमचे पीपीएफ खाते सक्रिय करा. हा तुमच्या निवृत्तीच्या दिशेने टाकलेला सर्वात सुरक्षित पाऊल आहे.

५. माझी टिपणे

(१५ वर्षांनंतर ही करमुक्त रक्कम तुमच्या हातात आल्यावर तुम्हाला कसे वाटेल? या खात्यात दरमहा किमान किती रक्कम भरण्याचा तुमचा संकल्प आहे?)

आजची शपथ: "मी घाई घाईत श्रीमंत होण्याच्या मोहाला बळी पडणार नाही. मी पीपीएफच्या माध्यमातून माझ्या संपत्तीचा एक सुरक्षित पाया रचीन. माझी शिस्त आणि केंद्र सरकारची हमी मला आर्थिक समृद्धीकडे नक्कीच घेऊन जाईल."

दिवस ७३: एनपीएस (NPS) - तुमच्या निवृत्तीचा कणा

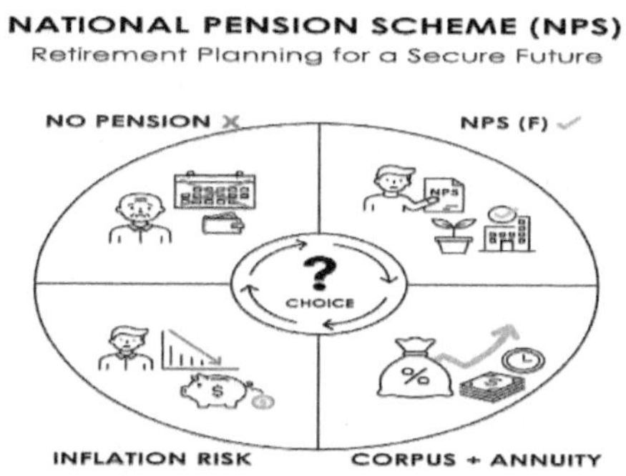

Wednesday, February 11, 2026 at 4:25:18 PM IST.

१. प्रस्तावना: स्वावलंबी निवृत्तीचे नियोजन

आपल्या देशात सरकारी पेन्शन बंद झाली असली, तरी आपण स्वतःसाठी पेन्शनची सोय करू शकतो. **National Pension Scheme (NPS)** हे एक असे साधन आहे जे तुम्हाला तरुणपणी शेअर बाजाराचा (Equity) फायदा मिळवून देते आणि निवृत्तीच्या वेळी एक मोठी रक्कम तसेच आयुष्यभर नियमित पेन्शनची खात्री देते. हे साधन अत्यंत कमी खर्चात (Low Cost) चालते आणि सरकारद्वारे नियंत्रित (PFRDA) असल्याने अत्यंत सुरक्षित आहे.

२. माझी गोष्ट: ती 'स्वयंचलित' पेन्शनची स्वप्नपूर्ती

माझ्या ओळखीचे एक काका होते, ज्यांना निवृत्तीनंतर मुलांकडे औषधांच्या खर्चासाठी पैसे मागावे लागायचे. त्यांच्या चेहऱ्यावरील ती असहायता पाहून मी ठरवलं की, माझ्या बाबतीत असं होऊ द्यायचं नाही.

PGP प्रवासात मला NPS बद्दल समजलं. मला हे आवडलं की यात मी ठरवू शकतो की माझे किती पैसे शेअर्समध्ये असावेत आणि किती सुरक्षित रोख्यांमध्ये. दरवर्षी टॅक्स वाचवण्यासाठी मी जे ५०,००० रुपये यात टाकतो, ते आता एका मोठ्या वटवृक्षात रूपांतरित होत आहेत. आज मला खात्री आहे की, वयाच्या ६० व्या वर्षी माझ्याकडे कोणासमोरही हात पसरण्याची वेळ येणार नाही.

३. आजचे शिक्षण : एनपीएस चे फायदे

१. **अतिरिक्त टॅक्स सवलत:** कलम 80C च्या १.५ लाखांच्या व्यतिरिक्त, तुम्ही कलम **80CCD(1B)** अंतर्गत ५०,००० रुपयांची अतिरिक्त टॅक्स सवलत मिळवू शकता. (एकूण २ लाख बचत).

२. **फ्लेक्सिबिलिटी:** तुम्ही स्वतः ठरवू शकता (Active Choice) किंवा सिस्टीमवर सोडू शकता (Auto Choice) की तुमचे पैसे कुठे गुंतवले जावेत.

३. **कमी खर्च:** हे जगातील सर्वात स्वस्त गुंतवणुकीचे साधन मानले जाते, कारण याचे व्यवस्थापन शुल्क अत्यंत कमी आहे.

४. **दोन भाग:** ६० व्या वर्षी तुम्ही ६०% रक्कम एकाच वेळी काढू शकता (जी करमुक्त आहे) आणि उरलेल्या ४०% रक्कमेतून तुम्हाला मरेपर्यंत पेन्शन मिळते.

४. कृती आराखडा : तुमच्या पेन्शन खात्याची नोंदणी

आज तुम्हाला तुमच्या 'PRAN' (Permanent Retirement Account Number) कार्डच्या दिशेने पाऊल टाकायचे आहे.

१. **पोर्टलला भेट द्या:** गुगलवर 'eNPS NSDL' किंवा 'CAMS NPS' सर्च करा.

२. **नोंदणी प्रक्रिया:** नोंदणीसाठी फक्त आधार कार्ड, पॅन कार्ड आणि बँक खात्याचा तपशील लागतो.

३. **इक्विटी ठरवा:** जर तुमचे वय ३०-४० च्या दरम्यान असेल, तर ७५% 'Equity' (E) पर्याय निवडण्याचा विचार करा, जेणेकरून दीर्घकाळात जास्त परतावा मिळेल.

४. **टायर १ की टायर २?:** पेन्शन आणि टॅक्ससाठी 'Tier-1' खाते उघडणे अनिवार्य आहे.

आजची कृती: आज eNPS पोर्टलवर जाऊन 'Registration' चा फॉर्म उघडून पहा. किमान ५०० रुपयांपासून तुम्ही हे खाते सुरू करू शकता. तुमच्या निवृत्तीचा कणा आजच मजबूत करा.

५. माझी टिपणे

(६० वर्षांचे झाल्यावर तुमच्याकडे स्वतःचे पेन्शन असणे तुम्हाला किती महत्त्वाचे वाटते? टॅक्स वाचवून निवृत्तीचे नियोजन करणे ही कल्पना तुम्हाला कशी वाटते?)

आजची शपथ: "मी माझ्या म्हातारपणाची जबाबदारी कोणा दुसऱ्यावर सोपवणार नाही. मी आजचा तरुण 'मी', उद्याच्या वृद्ध 'मी' ची काळजी घेईन. एनपीएसच्या माध्यमातून मी माझी निवृत्ती स्वावलंबी आणि सन्मानजनक बनवीन."

दिवस ७४: डेट फंड (Debt Funds) - एफडीला स्मार्ट पर्याय

१. प्रस्तावना: गुंतवणुकीचा 'शॉक ॲब्झॉर्बर'

गाडी कितीही वेगाने धावणारी असली, तरी तिला चांगले 'शॉक ॲब्झॉर्बर' लागतात, जेणेकरून खड्ड्यांतून जाताना झटका बसू नये. गुंतवणुकीच्या जगात **'डेट फंड' (Debt Funds)** हेच काम करतात. हे फंड तुमचे पैसे कंपन्यांना किंवा सरकारला 'कर्ज' म्हणून देतात. शेअर बाजारातील चढ-उतारांचा (Volatility) यावर फारसा परिणाम होत नाही. जेव्हा शेअर बाजार पडतो, तेव्हा हे फंड तुमच्या पोर्टफोलिओला कोसळण्यापासून वाचवतात आणि स्थिर परतावा देतात.

२. माझी गोष्ट: ती शेअर बाजारातील पडझड आणि माझा आधार

काही वर्षांपूर्वी शेअर बाजार अचानक २०% पडला होता. माझे सर्व इक्विटी फंड लाल रंगात दिसत होते. मला खूप भीती वाटली. पण माझ्या पोर्टफोलिओमध्ये ३०% वाटा 'डेट फंड'चा होता. आश्चर्य म्हणजे, शेअर बाजार पडत असतानाही माझे डेट फंड ३-४% नफ्यात होते. यामुळे माझा एकूण तोटा खूप कमी झाला.

PGP प्रवासात मला समजलं की, "केवळ वेगाने धावून चालत नाही, तर शर्यतीत टिकून राहणं महत्त्वाचं असतं." डेट फंडमुळे मला मानसिक शांतता मिळाली आणि मी माझी इक्विटी गुंतवणूक न मोडता बाजाराच्या पडझडीत टिकून राहू शकलो.

३. आजचे शिक्षण : डेट फंडचे प्रकार

१. **लिक्विड फंड (Liquid Funds):** हे अत्यंत सुरक्षित मानले जातात. तुम्ही तुमचे पैसे एका दिवसात काढू शकता. सेव्हिंग अकाऊंटला हा एक उत्तम पर्याय आहे.

२. **शॉर्ट ड्यूरेशन फंड (Short Duration Fund):** १ ते ३ वर्षांच्या कालावधीसाठी हे फंड योग्य असतात. एफडीपेक्षा यात थोडा जास्त परतावा मिळण्याची शक्यता असते.

३. **कॉर्पोरेट बाँड फंड:** हे नामांकित कंपन्यांना कर्ज देतात. यात सुरक्षितता आणि परतावा यांचा चांगला मेळ असतो.

नियम: तुमच्या वयाइतकी टक्केवारी तुमच्या पोर्टफोलिओमध्ये 'डेट' (सुरक्षित गुंतवणूक) मध्ये असायला हवी. (उदा. वय ३० असेल तर ३०% डेट).

४. कृती आराखडा : तुमच्या 'स्थिर' निधीचे नियोजन

आज तुम्हाला तुमच्या पोर्टफोलिओला स्थिरता देणाऱ्या पर्यायांचा शोध घ्यायचा आहे.

१. **परतावा तपासा:** एखाद्या गुंतवणुकीच्या ॲपवर (उदा. Groww/Zerodha) जाऊन 'Debt' श्रेणीतील 'Liquid Fund' किंवा 'Banking and PSU Fund' चे गेल्या ३ वर्षांचे परतावे पहा.

२. **तुलना करा:** तुमच्या बँकेच्या सेव्हिंग अकाऊंटच्या व्याजाशी (अंदाजे ३%) याची तुलना करा.

३. **आपत्कालीन निधी:** तुमच्या आपत्कालीन निधीचा (Emergency Fund) किती भाग तुम्ही लिक्विड फंडात ठेवू शकता? (उदा. ६ महिन्यांपैकी ३ महिन्यांचा खर्च बँकेत आणि ३ महिन्यांचा लिक्विड फंडात).

आजची कृती: आज तुमच्या पोर्टफोलिओचे 'ॲसेट अलोकेशन' पहा. तुमचे सर्व पैसे फक्त शेअर बाजारात किंवा फक्त सोन्यात तर नाहीत ना? स्थिरतेसाठी डेट फंडचा विचार आजच करा.

५. माझी टिपणे

(बाजार पडल्यावर तुम्हाला भीती वाटते का? अशा वेळी डेट फंड तुमच्या मनाला शांतता देऊ शकतील असे वाटते का?)

आजची शपथ: "मी माझे सर्व पैसे एकाच ठिकाणी गुंतवणार नाही. मी माझ्या पोर्टफोलिओमध्ये इक्विटी आणि डेटचा योग्य समतोल राखीन. शेअर बाजाराच्या चढ-उतारात मी विचलित न होता माझ्या डेट फंडाच्या आधाराने माझी आर्थिक नौका सुरक्षितपणे पुढे नेईन."

दिवस ७५: ८०सी (80C) ऑडिट - दीड लाखांचे गणित

१. प्रस्तावना: टॅक्स वाचवणे ही सुद्धा एक कमाई आहे!

अनेक लोक वर्षभर कष्ट करतात, पण आर्थिक वर्षाच्या शेवटी टॅक्स भरताना त्यांना जाणीव होते की त्यांनी खूप मोठा हिस्सा सरकारला दिला आहे. **कलम 80C** हे भारतीय करदात्यांसाठी सर्वात मोठे वरदान आहे. हे तुम्हाला १.५ लाख रुपयांपर्यंतच्या गुंतवणुकीवर कर सवलत देते. याचा अर्थ, जर तुम्ही ३०% टॅक्स स्लॅबमध्ये असाल, तर तुम्ही थेट ४५,००० रुपये वाचवू शकता. ही रक्कम म्हणजे तुमच्या एका महिन्याचा पगार किंवा एक मोठी सुट्टी असू शकते!

२. माझी गोष्ट: तो मार्च महिन्यातील शेवटचा गोंधळ

पूर्वी मी मार्च महिना उजाडला की धावपळ करायचो. टॅक्स वाचवण्यासाठी मी कोणाच्याही सांगण्यावरून चुकीच्या विमा पॉलिसी घ्यायचो किंवा घाईत कुठेही पैसे टाकायचो. नंतर लक्षात यायचं की, टॅक्स तर वाचला पण माझे पैसे १० वर्षांसाठी लॉक झाले आणि परतावा ही कमी मिळाला.

PGP प्रवासात मला समजलं की, टॅक्स नियोजन हे मार्चमध्ये नाही तर एप्रिलमध्येच सुरू करायला हवं. ज्या दिवशी मी माझ्या ८०सी गुंतवणुकीची यादी केली, तेव्हा मला कळलं की माझ्या मुलांची शाळेची फी आणि माझा पीएफ (EPF) मिळून आधीच १ लाख रुपये कव्हर होत आहेत. मला फक्त उरलेल्या ५०,००० रुपयांचे नियोजन करायचे होते. योग्य माहितीमुळे माझे अनावश्यक खर्च थांबले आणि मी योग्य ठिकाणी (ELSS मध्ये) पैसे गुंतवले.

३. आजचे शिक्षण : ८०सी मध्ये काय काय येते?

१.५ लाखांच्या मर्यादेत खालील गोष्टींचा समावेश होतो:

- **सक्तीची बचत:** ईपीएफ (EPF) - तुमच्या पगारातून कट होणारा हिस्सा.
- **खर्च:** मुलांची शैक्षणिक फी (Tution Fees), गृहकर्जाचा मुद्दल हिस्सा (Principal Repayment), घराची स्टॅम्प ड्युटी.
- **सुरक्षित गुंतवणूक:** पीपीएफ (PPF), सुकन्या समृद्धी योजना, ५ वर्षांची टॅक्स सेव्हिंग एफडी.
- **विमा:** जीवन विमा (LIC) प्रीमियम.
- **गुंतवणूक:** ईएलएसएस (ELSS) - टॅक्स सेव्हिंग म्युच्युअल फंड.

४. कृती आराखडा : तुमच्या टॅक्स बचतीचे ऑडिट

आज तुम्हाला एक कागद आणि पेन घेऊन तुमचे स्वतःचे 'टॅक्स ऑडिट' करायचे आहे.

८०सी मधील गुंतवणूक / खर्च	**अंदाजे वार्षिक रक्कम (₹)**
कर्मचारी भविष्य निर्वाह निधी (EPF)	______________
पीपीएफ (PPF)	______________
मुलांची ट्युशन फी (कमाल २ मुले)	______________
गृहकर्ज मुद्दल (Home Loan Principal)	______________
जीवन विमा प्रीमियम (LIC/Term)	______________
इतर (ELSS/NSC/FD)	______________
एकूण बेरीज:	______________

आजची कृती: वरील बेरजेतून १,५०,००० वजा करा. जर तुमची बेरीज कमी येत असेल, तर उरलेली रक्कम पूर्ण करण्यासाठी तुम्ही **PPF** (सुरक्षिततेसाठी) किंवा **ELSS** (वाढीसाठी) यापैकी काय निवडणार आहात, ते ठरवा.

५. माझी टिपणे

(आजचा हिशोब केल्यावर तुम्हाला आश्चर्य वाटले का? टॅक्स वाचवण्यासाठी तुम्हाला अजून किती गुंतवणूक करण्याची गरज आहे?)

आजची शपथ:

"मी केवळ माहिती गोळा करणार नाही, तर मी प्रत्यक्ष अंमलबजावणी करेन. माझे प्रत्येक पाऊल माझ्या आर्थिक भविष्याला अधिक सुरक्षित आणि समृद्ध बनवेल. मी आजच माझ्या गुंतवणुकीचा पाया रचत आहे."

दिवस ७६: ELSS - टॅक्स वाचवणारा शेअर बाजार

१. प्रस्तावना: टॅक्स सेव्हिंग आणि वेगाने वाढणारा पैसा

कलम ८०सी अंतर्गत टॅक्स वाचवण्यासाठी अनेक पर्याय आहेत, पण **ELSS (Equity Linked Savings Scheme)** हा असा एकमेव पर्याय आहे जो तुमचे पैसे शेअर बाजारात गुंतवतो. याचे दोन सर्वात मोठे फायदे आहेत:

१. **सर्वात कमी लॉक-इन:** पीपीएफ (१५ वर्षे) किंवा एफडी (५ वर्षे) च्या तुलनेत याचा लॉक-इन पिरीयड फक्त **३ वर्षे** आहे.

२. **जास्त परताव्याची क्षमता:** हा इक्विटी फंड असल्यामुळे दीर्घकाळात तो इतर कोणत्याही टॅक्स सेव्हिंग पर्यायापेक्षा जास्त परतावा देण्याची क्षमता ठेवतो.

२. माझी गोष्ट: तो ३ वर्षांचा संयम आणि मिळालेला नफा

सुरुवातीला मी नेहमी टॅक्स वाचवण्यासाठी ५ वर्षांची एफडी करायचो, जिथे मला फक्त ६-७% व्याज मिळायचं. एकदा माझ्या मित्राने मला ELSS बद्दल सांगितलं. मी विचार केला, ३ वर्षे तर सहज निघून जातील. मी ५०,००० रुपये एका ELSS फंडात गुंतवले.

३ वर्षांनंतर जेव्हा लॉक-इन संपलं, तेव्हा त्या ५०,००० रुपयांची किंमत ७५,००० पेक्षा जास्त झाली होती! जर मी एफडी केली असती, तर ते फक्त ६०,००० झाले असते. त्या दिवसापासून मला समजलं की, जर मला टॅक्स वाचवून खरोखर श्रीमंत व्हायचं असेल, तर मला महागाईला हरवणारे आणि शेअर बाजाराचा फायदा देणारे ELSS सारखे पर्याय निवडायला हवेत.

३. आजचे शिक्षण : ELSS चे वैशिष्ट्ये

- **इक्विटीची ताकद:** यातील किमान ८०% रक्कम शेअर्समध्ये गुंतवली जाते.
- **शिस्तबद्ध गुंतवणूक:** तुम्ही यातही SIP द्वारे दरमहा गुंतवणूक करू शकता. (लक्षात ठेवा, प्रत्येक हप्ता ३ वर्षांसाठी लॉक होतो).
- **टॅक्स बेनिफिट:** १.५ लाखांपर्यंतची गुंतवणूक करमुक्त.

- **तुलना:** - PPF: १५ वर्षे लॉक-इन, ७.१% व्याज (अंदाजे).
    - FD: ५ वर्षे लॉक-इन, ६-७% व्याज (अंदाजे).
    - **ELSS: ३ वर्षे लॉक-इन, १२-१५% परतावा (अंदाजे/मार्केट आधारित).**

४. कृती आराखडा : दोन फंडची तुलना करा

आज तुम्हाला आंधळेपणाने गुंतवणूक न करता, दोन चांगल्या फंडचा अभ्यास करायचा आहे.

१. **फंड निवड:** एखादे इन्व्हेस्टमेंट ॲप (उदा. Groww/Zerodha/Moneycontrol) उघडा आणि 'ELSS' किंवा 'Tax Saver' श्रेणीतील दोन टॉप रेटिंग असलेले फंड निवडा.

२. **तुलना करा:** खालील मुद्द्यांवर आधारित तुलना करा:

- **३ वर्षांचा परतावा:** कोणत्या फंडाने जास्त नफा दिला आहे?

- **एक्स्पेंस रेशो (Expense Ratio):** कोणत्या फंडाचे चार्जेस कमी आहेत?

- **प्रमुख कंपन्या (Top Holdings):** हे फंड तुमचे पैसे कोणत्या कंपन्यांत गुंतवत आहेत?

आजची कृती: तुमच्या टॅक्स ऑडिटनुसार (दिवस ७५) जर तुमची दीड लाखांची मर्यादा अपूर्ण असेल, तर उरलेली रक्कम एखाद्या चांगल्या ELSS फंडात गुंतवण्याचे नियोजन करा.

५. माझी टिपणे

(३ वर्षांचा लॉक-इन पिरीयड तुम्हाला सोयीस्कर वाटतो का? टॅक्स वाचवून संपत्ती वाढवण्याचा हा मार्ग तुम्हाला कसा वाटला?)

आजची शपथ: "मी केवळ टॅक्स वाचवण्यासाठी पैसे गुंतवणार नाही, तर ते वाढवण्यासाठी योग्य जोखीम घेईन. मी ELSS च्या माध्यमातून शेअर बाजाराच्या ताकदीचा वापर करेन आणि माझे आर्थिक भविष्य अधिक उज्ज्वल करेन."

दिवस ७७: मुलांचे भविष्य (Sukanya/Mutual Fund)

१. प्रस्तावना: शिक्षणाची महागाई आणि वेळेचे गणित

मुलांचे उच्च शिक्षण ही पालकांसाठी सर्वात मोठी आर्थिक जबाबदारी असते. दरवर्षी शिक्षणाचा खर्च १०% ते १२% ने वाढत आहे. आज ज्या शिक्षणासाठी १० लाख रुपये लागतात, १५ वर्षांनंतर त्यासाठी किमान ४० लाख रुपये लागतील. जर आपण आजपासूनच नियोजन केले नाही, तर भविष्यात आपल्याला कर्जाचा डोंगर उपसावा लागू शकतो. योग्य वेळी केलेली छोटी गुंतवणूक तुमच्या मुलांच्या स्वप्नांना पंख देऊ शकते.

२. माझी गोष्ट: तो शिक्षणाच्या खर्चाचा आकडा आणि माझी जाणीव

जेव्हा माझा मुलगा जन्माला आला, तेव्हा मी फक्त १००० रुपयांची एक वेगळी SIP सुरू केली होती. मला वाटलं होतं खूप वेळ आहे. पण PGP प्रवासात जेव्हा मी 'Education Inflation Calculator' वापरून पाहिलं, तेव्हा माझे डोळे उघडले. मला समजलं की मी साठवलेले पैसे पुरेसे नाहीत.

मग मी माझ्या मुलीसाठी **सुकन्या समृद्धी योजना (SSY)** सुरू केली आणि मुलासाठी **चिल्ड्रन गिफ्ट म्युच्युअल फंड**. आज मला शांत झोप लागते, कारण मला माहित आहे की जेव्हा त्यांना शिक्षणासाठी पैशांची गरज असेल, तेव्हा मला कोणासमोर हात पसरावे लागणार नाहीत. गुंतवणूक ही फक्त पैशांची नसते, ती मुलांच्या 'स्वातंत्र्याची' असते.

३. आजचे शिक्षण : सर्वोत्तम दोन पर्याय

१. **सुकन्या समृद्धी योजना (मुलींसाठी):**

- **फायदा:** सरकारी हमी आणि ८% पेक्षा जास्त व्याज (जे टॅक्स फ्री आहे).
- **मर्यादा:** फक्त १० वर्षाखालील मुलींसाठी. १८/२१ व्या वर्षी पैसे मिळतात.

२. **चिल्ड्रन गिफ्ट / इक्विटी म्युच्युअल फंड (मुला-मुलींसाठी):**

- **फायदा:** दीर्घकाळात (१०-१५ वर्षे) १२% ते १५% परतावा मिळण्याची क्षमता. महागाईला हरवण्यासाठी सर्वोत्तम.
- **लवचिकता:** तुम्ही हवी तेव्हा रक्कम वाढवू शकता.

नियम: मुलांच्या लग्नापेक्षा त्यांच्या 'शिक्षणासाठी' जास्त तरतूद करा. लग्न हा खर्च आहे, शिक्षण ही 'गुंतवणूक' आहे.

४. कृती आराखडा : भविष्यातील खर्चाचा अंदाज

आज तुम्हाला तुमच्या मुलांच्या भविष्याचा 'किंमत टॅग' शोधायचा आहे.

१. **आजचा खर्च:** तुम्हाला तुमच्या मुलाला जे शिक्षण द्यायचे आहे (उदा. इंजिनिअरिंग, मेडिकल, एमबीए), त्याचा आजचा अंदाजे खर्च किती आहे? ₹ __________

२. **कालावधी:** तुमच्या मुलाच्या उच्च शिक्षणाला अजून किती वर्षे शिल्लक आहेत? __________ वर्षे.

३. **भविष्यातील खर्च:** महागाई १०% धरून, त्या शिक्षणाची किंमत १०-१५ वर्षांनी किती असेल? (साधारणपणे आजच्या खर्चाच्या ३ ते ४ पट). ₹ __________

४. **गुंतवणुकीचे लक्ष्य:** हा आकडा गाठण्यासाठी तुम्हाला दरमहा किती SIP किंवा बचत करण्याची गरज आहे?

आजची कृती: जर तुमची मुलगी असेल, तर सुकन्या समृद्धी योजनेची माहिती काढा. जर मुलगा असेल, तर एका चांगल्या 'Aggressive Hybrid Fund' किंवा 'Index Fund' मध्ये त्याच्या नावाने एक वेगळी SIP सुरू करण्याचे नियोजन करा.

५. माझी टिपणे

(आजचा शिक्षणाचा आकडा पाहून तुम्हाला धक्का बसला का? तुमच्या मुलांच्या कोणत्या स्वप्नासाठी तुम्ही आजपासून बचत सुरू करत आहात?)

आजची शपथ: "मी माझ्या मुलांच्या भविष्यासाठी केवळ स्वप्ने पाहणार नाही, तर त्यासाठी आजच आर्थिक तरतूद करेन. त्यांच्या शिक्षणासाठी मी कधीही कर्ज घेण्याची वेळ येऊ देणार नाही. माझ्या गुंतवणुकीची शिस्त हीच माझ्या मुलांची सर्वात मोठी भेट असेल."

दिवस ७८: जोखीम क्षमता (Risk Appetite)

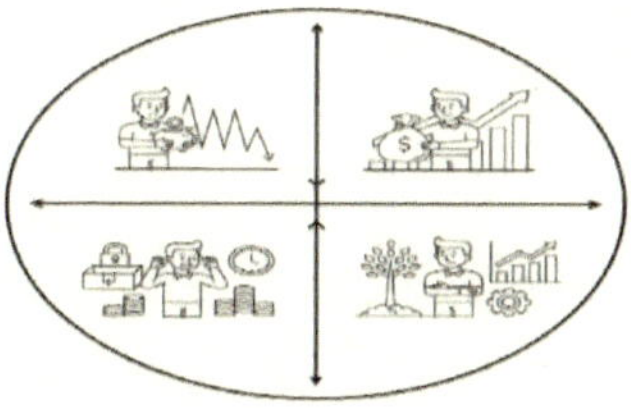

१. प्रस्तावना: गुंतवणुकीचा 'स्ट्रेस टेस्ट'

गुंतवणूक करताना दोन गोष्टी महत्त्वाच्या असतात: तुमची **जोखीम घेण्याची क्षमता** (तुमच्याकडे किती वेळ आणि पैसे आहेत) आणि तुमची **जोखीम सोसण्याची इच्छा** (बाजार पडल्यावर तुम्हाला किती भीती वाटते). प्रत्येकाचे आर्थिक आरोग्य वेगळे असते. जर शेअर बाजार २% पडल्यावर तुमची रात्रीची झोप उडत असेल, तर तुम्ही तुमच्या क्षमतेपेक्षा जास्त जोखीम घेत आहात. गुंतवणुकीचा उद्देश श्रीमंत होणे आहे, पण मनःशांती गमावून नाही.

२. माझी गोष्ट: तो 'उतावीळ' पोर्टफोलिओ

जेव्हा मी नवीन होतो, तेव्हा मी माझ्या सर्व मित्रांना पाहिलं जे शेअर मार्केटमधून खूप पैसे कमवत होते. मी माझं वय आणि जबाबदाऱ्यांचा विचार न करता माझे सर्व पैसे 'स्मॉल कॅप' फंडात लावले. जेव्हा मार्केट पडलं, तेव्हा माझे पैसे ३०% कमी झाले. मला इतकी भीती वाटली की मी तोट्यात पैसे काढून घेतले.

PGP प्रवासात मला एक सुवर्ण नियम समजला— **"Age-based Asset Allocation"**. मला समजलं की, मी माझ्या वयानुसार किती जोखीम घ्यावी हे गणिती पद्धतीने ठरवू शकतो. ज्या दिवशी मी माझ्या वयानुसार 'इक्विटी' आणि 'डेट' (सुरक्षित गुंतवणूक) यांचा ताळमेळ साधला, त्या दिवसापासून माझी भीती गेली आणि माझा परतावा वाढला.

३. आजचे शिक्षण : '१०० वजा वय' नियम

तुमच्या पोर्टफोलिओमध्ये किती जोखीम (इक्विटी) असावी, हे ठरवण्याचा हा सर्वात सोपा जागतिक नियम आहे:

नियम: १०० - तुमचे वय = इक्विटीमध्ये गुंतवणुकीची टक्केवारी (%)

- **उदाहरण १:** तुमचे वय २५ वर्षे असेल, तर (१०० - २५ = ७५). म्हणजे तुम्ही ७५% पैसे शेअर बाजारात आणि २५% सुरक्षित ठिकाणी (एफडी/डेट/सोने) ठेवू शकता. (तरुणपणी जोखीम घेण्यास जास्त वेळ असतो).

- **उदाहरण २:** तुमचे वय ५० वर्षे असेल, तर (१०० - ५० = ५०). म्हणजे ५०% इक्विटी आणि ५०% सुरक्षित गुंतवणूक. (निवृत्ती जवळ असल्यामुळे सुरक्षितता वाढवणे गरजेचे आहे).

४. कृती आराखडा : तुमचा स्वतःचा नियम बनवा

आज तुम्हाला तुमच्या वयानुसार तुमच्या गुंतवणुकीचे ऑडिट करायचे आहे.

१. **तुमचे आजचे वय:** __________ वर्षे.

२. **१०० वजा वय सूत्रानुसार इक्विटी टक्केवारी:** __________ %

३. **सध्याची स्थिती:** तुमच्या एकूण गुंतवणुकीपैकी किती टक्के भाग शेअर बाजारात (म्युच्युअल फंड/शेअर्स) आहे? __________ %

४. **बदल:** तुम्हाला तुमच्या पोर्टफोलिओमध्ये जोखीम वाढवण्याची गरज आहे की कमी करण्याची?

आजची कृती: वर दिलेल्या सूत्रानुसार तुमचा आदर्श पोर्टफोलिओ कसा असावा, याचा एक चार्ट बनवा. जर तुमची जोखीम तुमच्या वयापेक्षा खूप जास्त असेल, तर काही पैसे 'डेट फंड' किंवा 'पीपीएफ' मध्ये वळवण्याचा विचार करा.

५. माझी टिपणे

(तुमच्या वयानुसार तुम्ही योग्य जोखीम घेत आहात का? बाजार पडल्यावर तुम्हाला जी भीती वाटते, ती कमी करण्यासाठी तुम्ही काय बदल कराल?)

आजची शपथ: "मी कोणाचेही अनुकरण करून गुंतवणूक करणार नाही. मी माझ्या वयानुसार आणि माझ्या जोखीम क्षमतेनुसार माझा पोर्टफोलिओ तयार करेन. आर्थिक वाढ आणि मानसिक शांतता यांचा मी योग्य समतोल राखीन."

दिवस ७९: पोर्टफोलिओ डायव्हर्सिफिकेशन (Diversification)

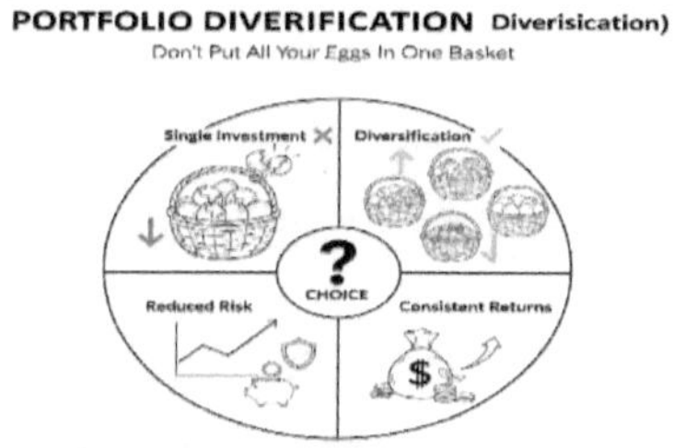

१. प्रस्तावना: "सर्व अंडी एकाच टोपलीत ठेवू नका"

गुंतवणुकीच्या जगातील हा सर्वात जुना आणि प्रभावी नियम आहे. विचार करा, जर तुम्ही तुमचे सर्व पैसे एकाच कंपनीच्या शेअर्समध्ये लावले आणि ती कंपनी बुडाली, तर तुमचे काय होईल? किंवा सर्व पैसे फक्त जमिनीमध्ये (Real Estate) लावले आणि तुम्हाला अचानक पैशांची गरज पडली, तर जमीन लगेच विकता येईल का? **डायव्हर्सिफिकेशन** म्हणजे तुमचे पैसे विविध प्रकारच्या मालमत्तांमध्ये (Assets) विभागून ठेवणे, जेणेकरून एका ठिकाणी नुकसान झाले तरी दुसरीकडून तुमचा बचाव होईल.

२. माझी गोष्ट: तो एकाच 'सेक्टर'चा मोह आणि झालेली फसवणूक

काही वर्षांपूर्वी आयटी (IT) कंपन्या खूप चांगला परतावा देत होत्या. मी विचार केला की इतर ठिकाणी कशाला पैसे लावायचे? मी माझे ८०% पैसे आयटी शेअर्समध्ये गुंतवले. पण काही काळानंतर आयटी सेक्टरमध्ये मंदी आली आणि माझा संपूर्ण पोर्टफोलिओ लाल रंगात दिसू लागला. त्याच वेळी सोन्याचे भाव वाढत होते, पण माझ्याकडे सोने नव्हतेच!

PGP प्रवासात मला समजले की, "मार्केटचा कोणता घोडा कधी धावेल हे कोणालाच माहीत नसते." ज्या दिवशी मी माझे पैसे शेअर्स, सोने, डेट फंड आणि थोडी रोख रक्कम (Cash) यामध्ये विभागले, त्या दिवसापासून माझ्या पोर्टफोलिओमधील चढ-उतार कमी झाले. आज मला एका क्षेत्रातील मंदीची भीती वाटत नाही, कारण माझे दुसरे क्षेत्र मला सावरून धरते.

३. आजचे शिक्षण : मालमत्तेचे ४ खांब (Asset Classes)

एक आदर्श पोर्टफोलिओ या चार खांबांवर उभा असतो:

१. **इक्विटी (Equity):** वेगाने वाढण्यासाठी (शेअर्स, म्युच्युअल फंड).

२. **डेट (Debt):** स्थिरतेसाठी (PPF, FD, बाँड्स).

३. **सोने (Gold):** संकटकाळात संरक्षणासाठी (SGB, गोल्ड फंड).

४. **रोख/लिक्विड (Cash):** तातडीच्या गरजांसाठी (बँक बॅलन्स, लिक्विड फंड).

(मोठी गुंतवणूक असल्यास रिअल इस्टेटचा समावेश होतो).

नियम: जेव्हा शेअर्स पडतात, तेव्हा सहसा सोने वाढते. जेव्हा व्याजदर कमी होतात, तेव्हा शेअर्स वाढतात. यालाच 'बॅलन्स्ड पोर्टफोलिओ' म्हणतात.

४. कृती आराखडा : तुमच्या संपत्तीचा नकाशा (Asset Map)

आज तुम्हाला तुमच्या एकूण संपत्तीचे 'विभाजन' तपासायचे आहे.

१. **कॅल्क्युलेशन:** तुमच्या सर्व गुंतवणुकीची एकूण बेरीज करा.

२. **चार्ट तयार करा:** खालीलप्रमाणे टक्केवारी काढा:

- **इक्विटी (शेअर्स/MF):** __________ %
- **डेट (FD/PPF):** __________ %
- **सोने:** __________ %
- **रिअल इस्टेट (राहते घर सोडून):** __________ %
- **कॅश/बँक:** __________ %

आजची कृती: एक वर्तुळ (Pie Chart) काढा आणि त्यात तुमचे पैसे कुठे किती आहेत हे रंगांनी दाखवा. जर एखादा भाग ७०-८०% पेक्षा जास्त असेल, तर तुमचे पैसे "धोक्यात" आहेत. ते इतर सुरक्षित पर्यायांत विभागण्याचे नियोजन आजच करा.

५. माझी टिपणे

(तुमचा पोर्टफोलिओ पाहिल्यावर तुम्हाला कोणत्या मालमत्तेत जास्त गुंतवणूक असल्याचे आढळले? समतोल राखण्यासाठी तुम्ही कोणती नवीन गुंतवणूक सुरू कराल?)

आजची शपथ: "मी माझे सर्व पैसे एकाच ठिकाणी गुंतवण्याची चूक करणार नाही. मी माझ्या संपत्तीचे योग्य विभाजन करून एक संतुलित पोर्टफोलिओ तयार करेन. डायव्हर्सिफिकेशन हेच माझे आर्थिक सुरक्षा कवच असेल आणि मी माझ्या कष्टाच्या पैशांचे रक्षण करेन."

दिवस ८०: आपत्कालीन निधीची पुन्हा पडताळणी (Emergency Fund Revisit)

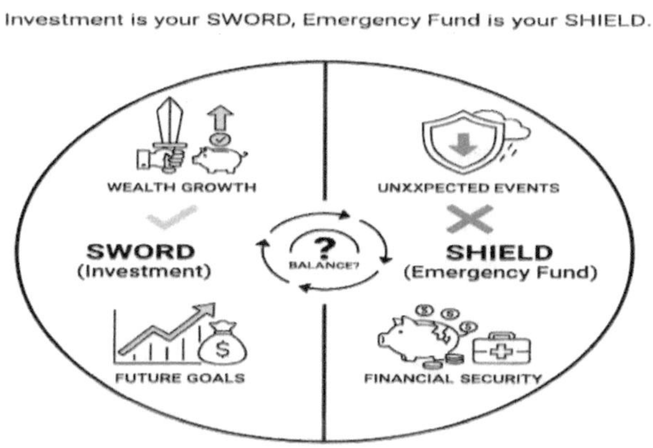

१. प्रस्तावना: गुंतवणुकीचा पाया डळमळीत तर नाही ना?

जेव्हा आपण गुंतवणुकीला सुरुवात करतो, तेव्हा आपण सर्वात आधी 'आपत्कालीन निधी' (Emergency Fund) तयार केला होता (आठवा: दिवस ७ ते १०). पण वेळ बदलली आहे. महागाई वाढली आहे, तुमच्या कुटुंबाच्या गरजा वाढल्या असतील किंवा तुमचा राहणीमानाचा खर्च (Lifestyle expenses) वाढला असेल. जर आज संकट आले, तर जो निधी तुम्ही २-३ वर्षांपूर्वी बाजूला ठेवला होता, तो पुरेसा पडेल का? गुंतवणूक सुरू ठेवण्यासाठी तुमचा पाया मजबूत असणे अनिवार्य आहे.

२. माझी गोष्ट: तो गुंतवणुकीला बसलेला 'धक्का'

माझ्या एका मित्राने खूप उत्साहात मोठी SIP सुरू केली. पण अचानक त्याच्या घरात मेडिकल इमर्जन्सी आली. त्याचा आपत्कालीन निधी जुन्या हिशोबाप्रमाणे फक्त २ लाखांचा होता, पण खर्च ५ लाखांवर गेला. परिणाम काय झाला? त्याला त्याची १० वर्षांसाठी सुरू केलेली गुंतवणूक (जी तोट्यात होती) मोडावी लागली.

PGP प्रवासात मला एक मौल्यवान धडा मिळाला— **"गुंतवणूक ही तुमची तलवार आहे, तर आपत्कालीन निधी ही तुमची ढाल आहे."** जर ढाल छोटी असेल, तर तलवारीचा काहीच उपयोग नाही. दर ६ महिन्यांनी आपली ढाल (इमर्जन्सी फंड) तपासावी लागते, जेणेकरून संकटाच्या वेळी गुंतवणुकीला हात लावण्याची वेळ येऊ नये.

३. आजचे शिक्षण : महागाई आणि तुमचा निधी

तुमचा आपत्कालीन निधी खालील दोन कारणांमुळे दरवर्षी वाढवावा लागतो:

१. **महागाई (Inflation):** मागच्या वर्षी जे घरखर्च १०,००० मध्ये व्हायचे, ते आता ११,००० लागतात.

२. **जीवनशैलीतील बदल:** नवीन ईएमआय, मुलांच्या वाढलेल्या फी किंवा नवीन जबाबदाऱ्या.

नियम: तुमचा आपत्कालीन निधी हा तुमच्या **आजच्या** मासिक खर्चाच्या किमान ६ पट असायला हवा.

४. कृती आराखडा : नवा हिशोब, नवा निधी

आज तुम्हाला जुना विसरून आजच्या तारखेचा हिशोब करायचा आहे.

१. **आजचा मासिक खर्च (अंदाजे):** ₹ ____________

(यात घरखर्च, ईएमआय, विमा प्रीमियम, औषधे, फी सर्व पकडा)

२. **६ महिन्यांचा गरजेचा निधी (खर्च x ६):** ₹ ____________

३. **सध्या असलेला आपत्कालीन निधी:** ₹ ____________

४. **फरक (कमी पडणारी रक्कम):** ₹ ____________

आजची कृती: जर तुमचा आजचा निधी कमी पडत असेल, तर पुढच्या १-२ महिन्यांची नवीन गुंतवणूक थांबवून किंवा बोनस/अतिरिक्त उत्पन्नातून सर्वात आधी हा 'गॅप' भरून काढा. हा पैसा बँक सेव्हिंग किंवा लिक्विड फंडातच ठेवा.

५. माझी टिपणे

(आजचा खर्च मोजल्यावर तुम्हाला धक्का बसला का? तुमचा आपत्कालीन निधी वाढवण्यासाठी तुम्ही पुढील महिन्यात काय बदल कराल?)

आजची शपथ: "मी माझ्या गुंतवणुकीच्या मोहात माझ्या कुटुंबाची सुरक्षा विसरणार नाही. मी माझा आपत्कालीन निधी नेहमी अद्ययावत (Update) ठेवेन. संकटकाळात मी माझी दीर्घकालीन गुंतवणूक कधीही मोडणार नाही, कारण माझी ढाल (Emergency Fund) माझ्या पाठीशी खंबीरपणे उभी असेल."

दिवस ८१: गुंतवणुकीतील भावना (Investment Psychology)

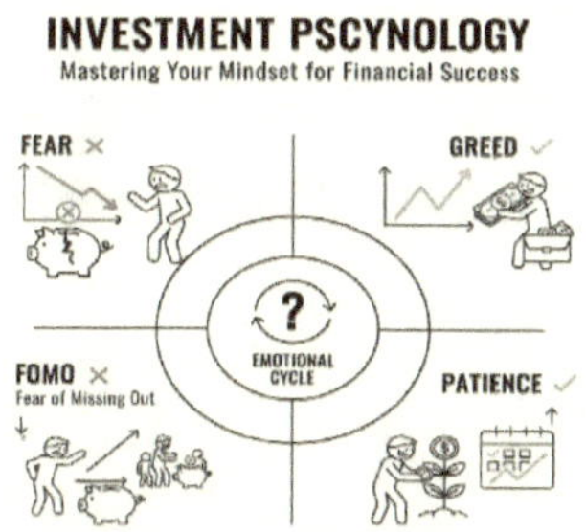

Wednesday, February 11, 2026 at 4:55:18 PM IST

१. प्रस्तावना: बाजाराचा स्वभाव आणि तुमची भीती

शेअर बाजार हा समुद्राच्या लाटांसारखा आहे; तो कधीच एका रेषेत वर जात नाही. तो वर जातो, खाली येतो आणि पुन्हा सावरतो. पण जेव्हा बाजार खाली येतो (Crash), तेव्हा बहुतांश लोक घाबरून आपले पैसे काढून घेतात (Panic Selling). गंमत म्हणजे, हीच ती वेळ असते जेव्हा शेअर्स किंवा म्युच्युअल फंड 'सेल' मध्ये किंवा स्वस्त मिळत असतात. गुंतवणुकीत यशस्वी होण्यासाठी तुम्हाला 'भीती' (Fear) आणि 'हव्यास' (Greed) या दोन भावनांवर विजय मिळवावा लागतो.

२. माझी गोष्ट: तो २०२० चा बाजार आणि माझी चुकलेली संधी

२०२० मध्ये जेव्हा लॉकडाऊन जाहीर झाले, तेव्हा शेअर बाजार ३०-४०% ने कोसळला होता. माझे पोर्टफोलिओ लाल रंगात दिसत होते. मला वाटलं, "आता संपलं सगळं!" मी घाबरून काही गुंतवणुकी बंद केल्या. पण PGP प्रवासात मला समजलं की, ती तर खरेदी करण्याची सुवर्णसंधी होती! ज्यांनी त्या भीतीमध्ये गुंतवणूक सुरू ठेवली किंवा वाढवली, त्यांचे पैसे पुढच्या दोन वर्षांत दुपटीहून अधिक झाले.

मला एक धडा मिळाला— **"गुंतवणूक मेंदूने करायची असते, हृदयाने नाही."** बाजारातील पडझड ही संकट नसून, संपत्ती निर्माण करण्याची संधी असते.

३. आजचे शिक्षण : इतिहासाची पुनरावृत्ती

शेअर मार्केटचा इतिहास पाहिला तर आपल्याला एक गोष्ट स्पष्ट दिसते:

१. **२००८ (जागतिक मंदी):** बाजार ५०% पेक्षा जास्त पडला, पण २ वर्षांत पुन्हा नव्या उंचीवर पोहोचला.

२. **२०१६ (नोटबंदी):** बाजार पडला, पुन्हा सावरला.

३. **२०२० (कोविड):** बाजार मोठ्या प्रमाणात पडला आणि त्यानंतर इतिहासातील सर्वात मोठी तेजी पाहिली.

नियम: बाजार पडणे हे पावसाळ्यासारखे आहे. पाऊस पडला की आपण घर सोडून पळत नाही, तर छत्री घेऊन बाहेर पडतो. गुंतवणुकीत 'एसआयपी' (SIP) ही तुमची छत्री आहे.

४. कृती आराखडा : इतिहासाचा अभ्यास

आज तुम्हाला भीतीवर मात करण्यासाठी पुराव्यांची गरज आहे.

१. **गुगल सर्च करा:** "Nifty 50 long term chart (20 years)".

२. **निरीक्षण करा:** २००८ आणि २०२० च्या काळात बाजार किती खाली आला होता आणि त्यानंतर तो कुठे पोहोचला?

३. **हिशोब करा:** जर एखाद्याने २०२० च्या पडझडीत १ लाख रुपये गुंतवले असते, तर आज (साधारण ४ वर्षांनंतर) त्याची किंमत किती झाली असती?

४. **विचार करा:** जर उद्या बाजार १०% पडला, तर तुमची पहिली प्रतिक्रिया काय असेल? (पळून जाणे की खरेदी करणे?)

आजची कृती: बाजाराच्या इतिहासातील 'रिकव्हरी' (सावरणे) चे काही व्हिडिओ किंवा लेख पहा. स्वतःला सांगा— "लाल रंग म्हणजे धोका नाही, तर लाल रंग म्हणजे सवलत (Discount) आहे."

५. माझी टिपणे

(बाजार पडल्यावर तुम्हाला सर्वात जास्त कशाची भीती वाटते? इतिहासाचा अभ्यास केल्यावर तुमच्या विचारात काय बदल झाला?)

आजची शपथ: "मी बाजाराच्या तात्पुरत्या चढ-उताराला घाबरणार नाही. मी भावनेच्या भरात येऊन माझी दीर्घकालीन गुंतवणूक कधीही बंद करणार नाही. जेव्हा जग घाबरलेले असेल तेव्हा मी शांत राहीन आणि जेव्हा जग हावरट होईल तेव्हा मी सावध राहीन. संयम हेच माझे सर्वात मोठे भांडवल आहे."

दिवस ८२: नॉमिनेशन अपडेट (Nomination Update)

१. प्रस्तावना: तुमच्या कष्टाच्या पैशांचे कायदेशीर रक्षक

आपण दिवसरात्र कष्ट करून गुंतवणूक करतो ती आपल्या कुटुंबाच्या सुरक्षिततेसाठी. पण जर आपल्या पश्चात या पैशांवर कोणाचा हक्क आहे हेच स्पष्ट नसेल, तर ते पैसे मिळवण्यासाठी आपल्या कुटुंबाला न्यायालयाचे उंबरठे झिजवावे लागतील. **'नॉमिनेशन' (Nomination)** म्हणजे तुम्ही तुमच्या हयातीतच नेमलेला तो व्यक्ती, ज्याला तुमच्या पश्चात तुमच्या गुंतवणुकीचे कायदेशीर हस्तांतरण केले जाईल. हे केवळ एक नाव नसून, ती तुमच्या कुटुंबासाठी तुम्ही दिलेली एक 'सुरक्षा भेट' आहे.

२. माझी गोष्ट: तो न मिळालेल्या दाव्याचा क्लेश

माझ्या ओळखीच्या एका कुटुंबात कर्त्या पुरुषाचे अचानक निधन झाले. त्यांच्या बँक खात्यात आणि विम्यात मोठी रक्कम होती. पण त्यांनी कोणाचेही 'नॉमिनी' म्हणून नाव लावले नव्हते. त्यांच्या पत्नीला आणि मुलांना ते पैसे मिळवण्यासाठी दोन वर्षे लागली आणि वकिली खर्चात हजारो रुपये वाया गेले. दुःखाच्या काळात त्यांना पैशांसाठी जे कष्ट उपसावे लागले, ते पाहून मी ठरवले की, माझ्या गुंतवणुकीचे एकही खाते 'नॉमिनी' शिवाय राहणार नाही.

PGP प्रवासात मला उमजले— **"गुंतवणूक पूर्ण होणे म्हणजे केवळ पैसे भरणे नव्हे, तर वारसदार नियुक्त करणे होय."**

३. आजचे शिक्षण : नॉमिनेशनचे नियम

१. **बँक खाते:** प्रत्येक सेव्हिंग आणि एफडी खात्यात नॉमिनी असणे अनिवार्य आहे.

२. **म्युच्युअल फंड / डिमॅट:** शेअर बाजारातील गुंतवणुकीत आता नॉमिनेशन करणे कायद्याने बंधनकारक झाले आहे. नॉमिनी नसेल तर खाते गोठवले (Freeze) जाऊ शकते.

३. **विमा (Insurance):** विम्यात नॉमिनी असणे सर्वात महत्त्वाचे आहे, कारण क्लेम सेटलमेंटसाठी त्याचीच गरज असते.

४. **बदल:** तुम्ही लग्नानंतर किंवा मुलांच्या जन्मानंतर तुमचे नॉमिनी कधीही बदलू शकता.

४. कृती आराखडा : नॉमिनेशन स्टेटस चेक

आज तुम्हाला कोणतीही नवीन गुंतवणूक करायची नाही, फक्त जुन्या सर्व खात्यांची पडताळणी करायची आहे.

१. **बँक खाते:** तुमच्या बँकेच्या ॲपमध्ये जाऊन 'Profile/Account details' मध्ये 'Nominee' चे नाव दिसत आहे का ते तपासा.

२. **म्युच्युअल फंड / स्टॉक:** 'Groww', 'Zerodha' किंवा 'CAMS' ॲपमध्ये जाऊन नॉमिनेशन स्टेटस 'Registered' आहे का ते पहा.

३. **ईपीएफ (EPF):** ईपीएफओ (EPFO) पोर्टलवर जाऊन 'E-Nomination' पूर्ण आहे का याची खात्री करा.

४. **विमा:** तुमच्या पॉलिसीच्या कागदावर नॉमिनीचे नाव आणि तुमचा त्यांच्याशी असलेला संबंध तपासा.

आजची कृती: ज्या ज्या खात्यात नॉमिनीचे नाव नाही किंवा जुने आहे, तिथे आजच ऑनलाइन किंवा प्रत्यक्ष जाऊन नाव अपडेट करा. कुटुंबातील कोणालातरी या नॉमिनेशनबद्दल कल्पना देऊन ठेवा.

५. माझी टिपणे

(तुमच्या सर्व खात्यांमध्ये नॉमिनीचे नाव आहे का? तुमच्या पश्चात तुमचे कुटुंब आर्थिकदृष्ट्या सुरक्षित आहे याची तुम्हाला आता खात्री वाटते का?)

आजची शपथ: "मी माझ्या गुंतवणुकीच्या वारसदार नोंदणीकडे दुर्लक्ष करणार नाही. माझ्या कष्टाचा एकही पैसा माझ्या पश्चात माझ्या कुटुंबाला मिळण्यात अडचण येऊ नये, याची मी आजच काळजी घेईन. नॉमिनेशन पूर्ण करून मी माझ्या कुटुंबाला खऱ्या अर्थाने सुरक्षित करेन."

दिवस ८३: 'पेनी स्टॉक्स' (Penny Stocks) पासून सावधान

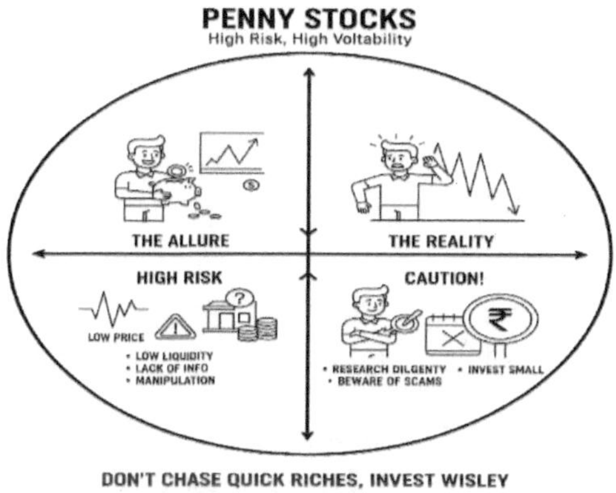

१. प्रस्तावना: स्वस्त म्हणजे चांगले नव्हे!

शेअर बाजारात असे अनेक शेअर्स असतात ज्यांची किंमत १ रुपये, २ रुपये किंवा ५ रुपये असते. नवीन गुंतवणूकदारांना असे वाटते की, "जर मी १ रुपयाचा शेअर घेतला आणि तो १०० रुपये झाला, तर मी करोडपती होईन!" यालाच **'पेनी स्टॉक' (Penny Stock)** ट्रॅप म्हणतात. लक्षात ठेवा, एखादा शेअर १ रुपयाचा आहे कारण त्या कंपनीची स्थिती अत्यंत खराब असू शकते किंवा ती कंपनी बुडण्याच्या मार्गावर असू शकते. असे शेअर्स घेणे म्हणजे लॉटरीचे तिकीट काढण्यासारखे आहे, गुंतवणूक करण्यासारखे नाही.

२. माझी गोष्ट: तो 'लॉटरी'चा मोह आणि शून्यावर आलेली किंमत

सुरुवातीला मी एका अशा कंपनीचे १०,००० शेअर्स घेतले ज्याची किंमत फक्त २ रुपये होती. मला वाटलं २०,००० रुपयांचे २० लाख व्हायला वेळ लागणार नाही. पण काही दिवसातच तो शेअर १ रुपयावर आला, मग ५० पैशांवर आणि शेवटी त्या कंपनीचे नावच बाजारातून गायब झाले. माझे २०,००० रुपये शून्य झाले.

PGP प्रवासात मला एक मौल्यवान धडा मिळाला— **"कचरा कितीही स्वस्त असला तरी तो कचराच असतो."** त्याऐवजी जर मी २०,००० रुपये एखाद्या चांगल्या कंपनीत किंवा इंडेक्स फंडात लावले असते, तर आज त्याचे मूल्य वाढले असते. श्रीमंत होण्यासाठी शॉर्टकट नसतो, तर 'क्वालिटी' महत्त्वाची असते.

३. आजचे शिक्षण : पेनी स्टॉक्स का टाळावेत?

१. **कमी लिक्विडिटी:** हे शेअर्स घ्यायला सोपे असतात, पण विकायला गेले की कोणी खरेदीदार नसतो. तुमचे पैसे अडकून पडू शकतात.

२. **मॅनिप्युलेशन:** काही लोक मुद्दाम या शेअर्सचे भाव वाढवतात (Pump and Dump) आणि सामान्य गुंतवणूकदारांना अडकवतात.

३. **खराब फंडामेंटल्स:** या कंपन्यांवर खूप कर्ज असते किंवा त्यांचा व्यवसाय बंद पडलेला असतो.

४. **माहितीचा अभाव:** या कंपन्यांबद्दल विश्वासार्ह माहिती मिळवणे कठीण असते.

नियम: ज्या कंपनीचे नाव तुम्ही कधी ऐकले नाही किंवा जिचा व्यवसाय तुम्हाला समजत नाही, अशा 'स्वस्त' शेअरमध्ये कधीही पैसे टाकू नका.

४. कृती आराखडा : पोर्टफोलिओची स्वच्छता

आज तुम्हाला तुमच्या पोर्टफोलिओतील 'तण' उपटून टाकायचे आहे.

१. **पोर्टफोलिओ तपासा:** तुमचे डिमॅट खाते उघडा आणि अशा कंपन्यांची यादी करा ज्यांचे नाव तुम्हाला माहीत नाही किंवा ज्यांचे भाव ७०-८०% पडले आहेत.

२. **फंडामेंटल चेक:** 'Screener' किंवा 'Moneycontrol' वर जाऊन त्या कंपनीचा नफा (Profit) वाढत आहे की कमी होत आहे ते पहा.

३. **कठोर निर्णय:** जर एखादा शेअर केवळ "कधीतरी वाढेल" या आशेवर तुम्ही ठेवला असेल, तर तो विकून टाकण्याचा विचार करा.

४. **पुनर्गुंतवणूक:** तो कचरा विकून आलेले पैसे एखाद्या चांगल्या 'ब्लूचिप' कंपनीत किंवा 'इंडेक्स फंड'मध्ये वळवा.

आजची कृती: आज तुमच्या पोर्टफोलिओमधून किमान एक 'कचरा' (Penny/Bad quality) शेअर काढून टाका. कचरा साफ केल्याशिवाय सोन्याला जागा मिळत नाही.

५. माझी टिपणे

(तुम्ही कधी पेनी स्टॉकमध्ये पैसे गमावले आहेत का? "क्वालिटी" शेअर्समध्ये गुंतवणूक करणे तुम्हाला आता किती महत्त्वाचे वाटते?)

आजची शपथ: "मी कमी किमतीच्या शेअर्सच्या मोहात पडणार नाही. मी करोडपती होण्यासाठी शॉर्टकट शोधणार नाही. मी केवळ चांगल्या फंडामेंटल असलेल्या आणि नफा कमावणाऱ्या कंपन्यांतच गुंतवणूक करीन. माझा पोर्टफोलिओ मी नेहमी स्वच्छ आणि दर्जेदार ठेवेन."

दिवस ८४: इंडेक्स फंडची ताकद (Power of Index Funds)

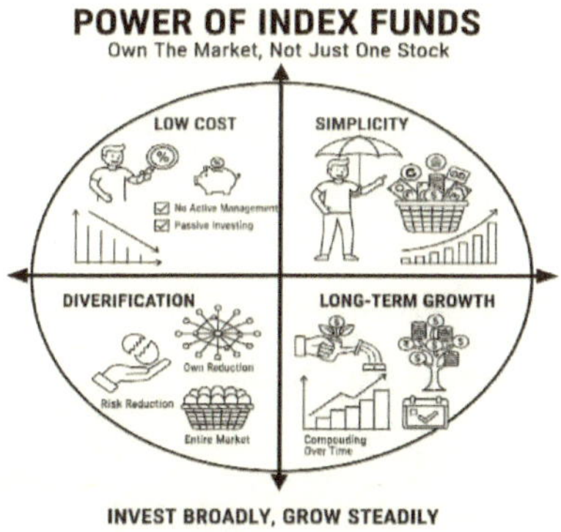

१. प्रस्तावना: कशाला हवी डोकेदुखी? सरळ 'देश' विकत घ्या!

शेअर बाजारात ५,००० पेक्षा जास्त कंपन्या आहेत. त्यातून एक-दोन हिरे शोधणे हे गवताच्या गंजीतून सुई शोधण्यासारखे कठीण आहे. पण **'इंडेक्स फंड' (Index Fund)** ही संकल्पना तुमचे काम सोपे करते. निफ्टी ५० (Nifty 50) म्हणजे भारताच्या सर्वात मोठ्या ५० कंपन्यांची यादी. जेव्हा तुम्ही 'निफ्टी ५० इंडेक्स फंड' मध्ये पैसे टाकता, तेव्हा तुमचे पैसे एकाच वेळी रिलायन्स, टाटा, एचडीएफसी सारख्या ५० दिग्गजांमध्ये विभागले जातात. भारत जसा जसा प्रगती करेल, तसा तुमचा पैसाही वाढत जातो.

२. माझी गोष्ट: तो 'बेस्ट' फंड शोधण्याचा वेडेपणा

सुरुवातीला मी नेहमी असा म्युच्युअल फंड शोधायचो जो एका वर्षात ४०-५०% परतावा देईल. मी दर सहा महिन्यांनी माझे फंड बदलायचो. पण नंतर मला लक्षात आले की, अनेक 'हुशार' फंड मॅनेजर्स सुद्धा साध्या 'इंडेक्स'ला हरवू शकत नाहीत.

PGP प्रवासात मला वॉरेन बफे (Warren Buffett) यांचा सल्ला समजला— "सामान्य गुंतवणूकदारासाठी इंडेक्स फंड हा सर्वात सुरक्षित आणि फायदेशीर मार्ग आहे." मी जेव्हापासून इंडेक्स फंडमध्ये गुंतवणूक सुरू केली, तेव्हापासून माझी रोज मार्केट बघण्याची भीती संपली. मला माहित आहे की जोपर्यंत भारत प्रगती करत आहे, तोपर्यंत माझे ५० घोडे (कंपन्या) धावत राहणार आहेत.

३. आजचे शिक्षण : इंडेक्स फंडचे ३ मोठे फायदे

१. **कमी खर्च (Lowest Fees):** इंडेक्स फंडमध्ये फंड मॅनेजरला जास्त डोकं लावावं लागत नाही, कारण त्याला फक्त निफ्टीची कॉपी करायची असते. त्यामुळे याचे चार्जेस (Expense Ratio) अत्यंत कमी असतात.

२. **शून्य भेदभाव:** यात कोणताही फंड मॅनेजर स्वतःच्या आवडीनिवडीनुसार कंपनी निवडत नाही. ज्या कंपन्या देशाच्या टॉप ५० मध्ये आहेत, त्याच तुमच्या पोर्टफोलिओमध्ये असतात.

३. **कचरा बाहेर (Survival of the Fittest):** जर निफ्टीमधील एखादी कंपनी खराब कामगिरी करू लागली, तर ती आपोआप इंडेक्समधून बाहेर पडते आणि नवीन चांगली कंपनी जागी येते. तुमचा पोर्टफोलिओ आपोआप 'अपडेट' होतो.

४. कृती आराखडा : १० वर्षांचा इतिहास तपासा

आज तुम्हाला विश्वासासाठी थोडा डेटा अभ्यासायचा आहे.

१. **इतिहास पहा:** गुगलवर "Nifty 50 returns last 10 years chart" सर्च करा.

२. **वाढ पहा:** २०१४ मध्ये निफ्टी साधारण ६,०००-७,००० वर होता, आज तो कुठे पोहोचला आहे ते पहा. (साधारण ३-४ पटीने वाढ झाली असेल).

३. **तुलना करा:** १० वर्षांपूर्वी जर तुम्ही दरमहा ५,००० रुपयांची SIP निफ्टी ५० मध्ये केली असती, तर आज त्याची किंमत किती झाली असती? (साधारण ६ लाखांची गुंतवणूक १५-१७ लाखांपर्यंत गेली असू शकते).

४. **सत्य स्वीकारा:** एफडी किंवा सोन्याच्या तुलनेत इंडेक्स फंडने किती जास्त संपत्ती निर्माण केली आहे, याचे निरीक्षण करा.

आजची कृती: तुमच्या इन्व्हेस्टमेंट ॲपवर जाऊन 'Direct' आणि 'Index Fund' असे दोन शब्द असलेले फंड शोधा. त्यांच्या खर्चाचे प्रमाण (Expense Ratio) तपासा.

५. माझी टिपणे

(भारताच्या टॉप ५० कंपन्यांच्या प्रगतीवर तुमचा विश्वास आहे का? इंडेक्स फंडमध्ये गुंतवणूक करणे तुम्हाला सोपे वाटते का?)

आजची शपथ: "मी चांगल्या कंपन्या शोधण्याच्या भानगडीत न पडता, देशाच्या प्रगतीत सहभागी होण्यासाठी इंडेक्स फंडची निवड करीन. मी माझ्या गुंतवणुकीचा खर्च कमी ठेवीन आणि दीर्घकाळात भारताच्या आर्थिक यशाचा वाटेकरी बनेन."

दिवस ८५: रिअल इस्टेट - वास्तव की भ्रम? (Real Estate: Asset or Liability?)

१. प्रस्तावना: घर ही गरज आहे की गुंतवणूक?

भारतात "स्वतःचे घर" असणे हे यशाचे लक्षण मानले जाते. पण आर्थिक भाषेत, तुम्ही ज्या घरात राहता ते घर तुमची 'गुंतवणूक' नसते, कारण ते तुम्हाला दरमहा उत्पन्न देत नाही, उलट देखभालीचा खर्च लावते. जेव्हा आपण दुसरे घर 'गुंतवणूक' म्हणून घेतो, तेव्हा त्याचे गणित मांडणे आवश्यक असते. जर घराचा हप्ता (EMI) ५०,००० रुपये असेल आणि त्यातून मिळणारे भाडे फक्त १५,००० रुपये असेल, तर तुम्ही दरमहा ३५,००० रुपये खिशातून देत आहात. हे गणित खरोखर फायदेशीर आहे का?

२. माझी गोष्ट: तो ईएमआयचा सापळा आणि भाड्याचे गणित

माझ्या एका मित्राने गुंतवणूक म्हणून १ कोटीचे घर घेतले. त्याचा ईएमआय ७५,००० रुपये होता. त्याला वाटले भाड्यातून ईएमआय निघून जाईल. पण त्याला भाडे मिळाले फक्त २०,००० रुपये. उरलेले ५५,००० रुपये तो स्वतःच्या खिशातून भरत होता. १० वर्षांनंतर घराची किंमत वाढली खरी, पण त्याने बँकेला दिलेले व्याज, सोसायटी मेंटेनन्स आणि टॅक्स मोजला तर त्याला वार्षिक परतावा (Returns) फक्त ५-६% मिळाला.

PGP प्रवासात मला समजले— **"रिअल इस्टेटमध्ये पैसा तेव्हाच मिळतो जेव्हा तुम्ही ती मालमत्ता स्वस्त घेता किंवा जिथे भाड्याचा दर (Rental Yield) जास्त असतो."** केवळ 'घर आहे' म्हणून डोळे झाकून गुंतवणूक करणे धोकादायक ठरू शकते.

३. आजचे शिक्षण : रेंटल यील्ड (Rental Yield) म्हणजे काय?

रिअल इस्टेटची ताकद मोजण्याचे सूत्र:

रेंटल यील्ड = (वार्षिक भाडे / घराची एकूण किंमत) x १००

- **उदाहरण:** जर ५० लाखांच्या घरातून तुम्हाला वर्षाला १.५ लाख रुपये भाडे मिळत असेल, तर तुमचे रेंटल यील्ड आहे ३%.
- **वास्तवाचे भान:** भारतातील शहरांमध्ये रेंटल यील्ड साधारण २% ते ३% आहे. जर तुम्ही बँकेकडून ९% दराने कर्ज घेऊन ३% परतावा देणारी मालमत्ता घेत असाल, तर तुम्ही तोट्यात आहात.
- **तरलतेचा अभाव (Liquidity):** शेअर किंवा सोने तुम्ही एका मिनिटात विकू शकता, पण घर विकायला महिने किंवा वर्षे लागू शकतात.

४. कृती आराखडा : तुमच्या भागातील गणिताचा आढावा

आज तुम्हाला तुमच्या भागातील जमिनीच्या किंवा घरांच्या किमतींचे वास्तव तपासायचे आहे.

१. **किंमत तपासा:** तुमच्या भागात २ BHK घराची आजची किंमत किती आहे? ₹ __________

२. **भाडे तपासा:** त्याच घराला दरमहा किती भाडे मिळू शकते? ₹ __________

३. **वार्षिक भाडे:** (मासिक भाडे x १२) = ₹ __________

४. **तुमचे रेंटल यील्ड काढा:** (वार्षिक भाडे / किंमत) x १०० = __________ %

५. **तुलना करा:** हा परतावा बँकेच्या एफडी (७%) किंवा इंडेक्स फंड (१२-१५%) पेक्षा जास्त आहे का?

आजची कृती: 'MagicBricks' किंवा '99Acres' वर जाऊन तुमच्या भागातील 'Price Trends' पहा. गेल्या ५ वर्षांत किमती खरोखर किती वाढल्या आहेत याचा अंदाज घ्या.

५. माझी टिपणे

(घर घेताना तुम्ही भावनिक विचार करता की आर्थिक? रेंटल यील्डचा हिशोब केल्यावर तुमचे मत बदलले का?)

आजची शपथ: "मी घर घेताना केवळ भावनिक निर्णय घेणार नाही. मी ईएमआय, व्याज आणि भाडे यांचा अचूक हिशोब करेन. गुंतवणूक म्हणून रिअल इस्टेट निवडताना मी 'रेंटल यील्ड' आणि 'भांडवली वाढ' या दोन्ही गोष्टींचा विचार करेन. माझी मालमत्ता माझ्या खिशात पैसे टाकेल, खिशातून पैसे काढणार नाही याची मी काळजी घेईन."

दिवस ८६: शिस्तबद्ध अंमलबजावणी (Auto-Pay)

१. प्रस्तावना: मानवी आळसावर तंत्रज्ञानाचा विजय

आपल्यापैकी अनेकजण ठरवतात की "या महिन्यात पगार झाला की मी ५००० रुपये गुंतवेन." पण पगार होतो, बिलं येतात, काही खर्च अचानक समोर येतात आणि महिन्याच्या शेवटी गुंतवणुकीसाठी पैसे उरतच नाहीत. आपण गुंतवणुकीला 'उरलेल्या पैशांची सोय' मानतो, हीच सर्वात मोठी चूक आहे. **'Auto-Pay' (ऑटो-पे)** किंवा **'E-Mandate'** ही अशी व्यवस्था आहे जी तुमच्याकडून विचार न विचारता, पगार झाल्या झाल्या ठराविक रक्कम गुंतवणुकीकडे वळवते. यामुळे तुमची गुंतवणूक 'स्वयंचलित' (Automatic) होते.

२. माझी गोष्ट: तो गुंतवणुकीचा विसर आणि 'ऑटो'चा चमत्कार

सुरुवातीला मी दरमहा स्वतः लॉगिन करून म्युचुअल फंडमध्ये पैसे भरायचो. पण एखाद्या महिन्यात कामाचा व्याप वाढला की मी विसरून जायचो, तर कधी एखाद्या सहलीमुळे पैसे खर्च व्हायचे आणि मी म्हणायचो "पुढच्या महिन्यात बघू." यामुळे माझ्या गुंतवणुकीत खंड पडला.

PGP प्रवासात मला समजले की, **"शिस्त ही लादलेली नसते, ती तयार करावी लागते."** ज्या दिवशी मी बँकेत 'Auto-Pay' सेट केला, त्या दिवसापासून माझी गुंतवणूक थांबली नाही. आता मार्केट वर असो वा खाली, माझी SIP न चुकता जमा होते. मला आता डोकं लावण्याची गरज पडत नाही, तंत्रज्ञान माझ्यासाठी माझी संपत्ती निर्माण करत आहे.

३. आजचे शिक्षण : ऑटो-पे चे ३ मोठे फायदे

१. **भावनिक अडथळा दूर होतो:** जेव्हा आपण स्वतः पैसे भरतो, तेव्हा आपल्याला "पैसे कमी होत आहेत" असे वाटते. ऑटो-पे मुळे हा मानसिक त्रास वाचतो.

२. **मार्केट टाइमिंगची चिंता नाही:** दरमहा ठराविक तारखेला पैसे गेल्यामुळे तुम्हाला 'रुपी कॉस्ट एव्हरेजिंग'चा फायदा मिळतो.

३. **कम्पाऊंडिंगमध्ये खंड पडत नाही:** एक महिना जरी गुंतवणूक चुकली तरी तुमच्या दीर्घकालीन लक्षावर त्याचा मोठा परिणाम होतो. ऑटो-पे मुळे सातत्य टिकून राहते.

४. कृती आराखडा : गुंतवणुकीला 'ऑटो-पायलट' मोडवर टाका

आज तुम्हाला तुमच्या गुंतवणुकीचा मार्ग 'स्वयंचलित' करायचा आहे.

१. **SIP तपासा:** तुमच्या म्युच्युअल फंड ॲपमध्ये (उदा. Groww, Zerodha, Kuvera) जाऊन तुमची SIP सक्रिय आहे का ते पहा.

२. **ई-मँडेट (E-Mandate):** तुमच्या बँकेच्या नेट बँकिंग किंवा डेबिट कार्डद्वारे 'Auto-Pay' किंवा 'Mandate' प्रक्रिया पूर्ण करा.

३. **तारीख निवडा:** ही तारीख तुमच्या पगाराच्या तारखेच्या जवळ (उदा. १ ते ७ तारीख) ठेवा, जेणेकरून पैसे खर्च होण्यापूर्वीच गुंतवले जातील.

४. **पुष्टीकरण:** बँकेकडून 'Mandate Approved' असा मेसेज आला आहे की नाही याची खात्री करा.

आजची कृती: तुमच्या बँकेत जाऊन किंवा ॲपवरून किमान एका गुंतवणुकीसाठी (SIP/RD/PPF) 'Auto-Pay' सेट करा. आजपासून तुमची श्रीमंतीची वाटचाल 'ऑटोमॅटिक' झाली पाहिजे.

५. माझी टिपणे

(गुंतवणूक स्वयंचलित केल्यावर तुम्हाला मानसिक शांतता वाटत आहे का? आता दरमहा पैसे गुंतवण्याचे टेन्शन कमी झाले का?)

आजची शपथ:

"मी माझ्या गुंतवणुकीसाठी केवळ माझ्या इच्छेवर अवलंबून राहणार नाही. मी तंत्रज्ञानाचा वापर करून माझी गुंतवणूक स्वयंचलित (Automatic) करेन. पगार झाल्या झाल्या सर्वात आधी माझे पैसे माझ्या भविष्यासाठी गुंतवले जातील. माझी शिस्त हीच माझ्या समृद्धीची गुरुकिल्ली असेल."

दिवस ८७: खर्च विरुद्ध मालमत्ता (Asset vs Liability)

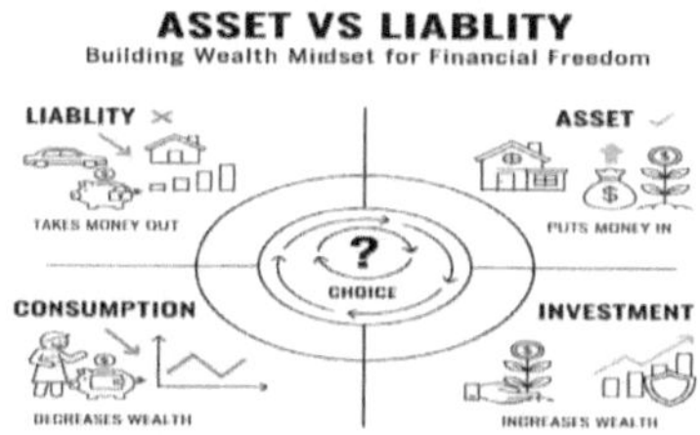

१. प्रस्तावना: तुमच्या खिशात पैसे येतात की जातात?

जगप्रसिद्ध लेखक रॉबर्ट कियोसाकी म्हणतात, "श्रीमंत लोक 'मालमत्ता' (Assets) जमा करतात, तर गरीब आणि मध्यमवर्गीय लोक 'देणी' (Liabilities) जमा करतात आणि त्यांना मालमत्ता समजतात." साध्या भाषेत सांगायचे तर:

- **मालमत्ता (Asset):** जी गोष्ट तुमच्या खिशात पैसे टाकते (उदा. शेअर्सचे डिव्हिडंड, घराचे भाडे, व्याजाचे उत्पन्न).
- **देणी/दायित्व (Liability):** जी गोष्ट तुमच्या खिशातून पैसे बाहेर काढते (उदा. कारचा हप्ता, महागड्या फोनचे बिल, क्रेडिट कार्डचे व्याज).

खऱ्या श्रीमंतीचा मार्ग हा जास्तीत जास्त 'असेट्स' गोळा करणे हाच आहे.

२. माझी गोष्ट: तो महागडा फोन आणि हरवलेली संधी

काही वर्षांपूर्वी मी हप्त्यावर (EMI) १ लाखाचा फोन घेतला होता. मला वाटलं की माझ्याकडे आता खूप मोठी 'मालमत्ता' आहे. पण वर्षभरात त्या फोनची किंमत ५०,००० झाली आणि दरमहा मला ईएमआय भरावा लागत होता. म्हणजे त्या फोनने माझ्या खिशातून पैसे काढले आणि स्वतःची किंमतही गमावली.

PGP प्रवासात मला समजले की, जर मी तेच १ लाख रुपये एखाद्या चांगल्या कंपनीच्या शेअर्समध्ये लावले असते, तर आज त्या पैशांनी मला दरवर्षी काही हजार रुपये 'डिव्हिडंड' दिला असता आणि मुळ रक्कमेची किंमतही वाढली असती. तो फोन माझी 'लायबिलिटी' होती, तर शेअर्स माझे 'असेट' झाले असते.

३. आजचे शिक्षण : फरक ओळखा

मालमत्ता (Asset)	देणी / खर्च (Liability)
म्युच्युअल फंड / शेअर्स: जे वाढतात आणि परतावा देतात.	**कार / बाईक:** जिची किंमत दरवर्षी कमी होते आणि देखभाल खर्च लागतो.

सोने (SGB/Physical): ज्याची किंमत दीर्घकाळात वाढते.	**महागडे कपडे / ब्रँडेड वस्तू:** ज्यांची पुनर्विक्री किंमत शून्य असते.
भाड्याने दिलेली जागा: जी दरमहा उत्पन्न देते.	**क्रेडीट कार्डचे बिल:** जे तुमच्या भविष्यातील कमाईवर डल्ला मारते.
स्वतःचे शिक्षण / स्किल्स: जे तुमची कमाई वाढवतात.	**गॅजेट्स:** जे केवळ मनोरंजनासाठी आहेत आणि लवकर जुने होतात.

४. कृती आराखडा : तुमच्या गेल्या महिन्याचे ऑडिट

आज तुम्हाला तुमच्या खर्चाची वर्गवारी करायची आहे.

१. **गेल्या महिन्यातील मोठी खरेदी:** आठवा तुम्ही गेल्या ३० दिवसांत ५,००० रुपयांपेक्षा जास्त खर्च कुठे केला?

२. **वर्गवारी करा:**

- **असेट्स (Assets):** (उदा. SIP मध्ये भरलेले पैसे, खरेदी केलेले सोने, नवीन कोर्सची फी) - ₹ ___________
- **लायबिलिटी (Liabilities):** (उदा. हॉटेलिंग, नवीन कपडे, ईएमआय, गॅजेट्स) - ₹ ___________

  ३. **तुलना करा:** तुमच्या उत्पन्नाचा किती हिस्सा 'असेट्स' कडे गेला आणि किती 'लायबिलिटी' कडे?

आजची कृती: यापुढे कोणतीही मोठी खरेदी करताना स्वतःला एकच प्रश्न विचारा— **"ही गोष्ट माझ्या खिशात पैसे टाकणार आहे की माझ्या खिशातून पैसे काढणार आहे?"** जर उत्तर 'खिशातून काढणार' असेल, तर ती खरेदी लांबणीवर टाका.

५. माझी टिपणे

(तुमच्या घरात अशा कोणत्या ३ गोष्टी आहेत ज्या तुम्हाला 'असेट' वाटत होत्या पण प्रत्यक्षात त्या 'लायबिलिटी' आहेत?)

आजची शपथ: "मी लायबिलिटी (देणी) जमा करून श्रीमंत दिसण्याचा प्रयत्न करणार नाही. मी जास्तीत जास्त असेट्स (मालमत्ता) तयार करण्यावर भर देईन. माझे पैसे माझ्यासाठी काम करतील आणि मला आर्थिक स्वातंत्र्य मिळवून देतील, अशीच माझी गुंतवणुकीची दिशा असेल."

दिवस ८८: महागाईला हरवणारा परतावा (Inflation Adjusted Return)

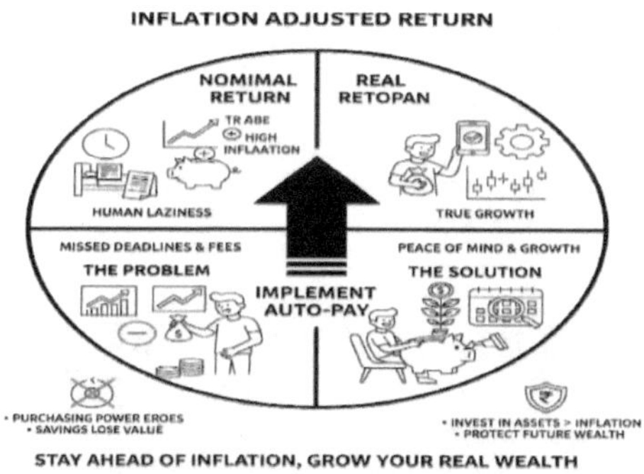

१. प्रस्तावना: पैशांची संख्या वाढली म्हणजे तुम्ही श्रीमंत झालात का?

समजा आज १ लिटर दुध ६० रुपयांना मिळते. जर तुम्ही ६० रुपये कपाटात ठेवले आणि १० वर्षांनंतर ते काढले, तर तुम्हाला १ लिटर दुध मिळेल का? नक्कीच नाही. कारण तेव्हा दुध १२० रुपये झाले असेल. म्हणजे तुमचे ६० रुपये १० वर्षांत 'अर्धे' झाले. गुंतवणुकीत केवळ आकड्यांचा विचार करून चालत नाही, तर त्या पैशांची **'खरेदी शक्ती' (Purchasing Power)** किती उरली आहे, हे पाहणे महत्त्वाचे असते. महागाईला न हरवणारी गुंतवणूक ही प्रत्यक्षात 'गुंतवणूक' नसून तो 'तोटा' असतो.

२. माझी गोष्ट: तो एफडीचा परतावा आणि पेट्रोलचे भाव

जेव्हा मी पहिली ५०,००० रुपयांची एफडी (FD) केली, तेव्हा मला ७% व्याज मिळत होतं. मी खूप खुश होतो की मला वर्षाला ३,५०० रुपये फुकट मिळत आहेत. पण त्याच वर्षी महागाईचा दर ७.५% होता. म्हणजे मी जे पैसे कमवले, त्यापेक्षा जास्त वेगाने वस्तूंचे भाव वाढले होते. तांत्रिकदृष्ट्या माझे पैसे वाढले होते, पण प्रत्यक्षात मी 'गरिबांच्या' दिशेने जात होतो कारण माझा परतावा महागाईपेक्षा कमी होता.

PGP प्रवासात मला समजले— **"खरी श्रीमंती आकड्यांत नसते, तर महागाईपेक्षा जास्त कमवणाऱ्या परताव्यात असते."**

३. आजचे शिक्षण : 'खरा परतावा' मोजण्याचे सूत्र

तुमच्या गुंतवणुकीचा खरा नफा खालील सूत्राने काढला जातो:

खरा परतावा (Real Return) = गुंतवणुकीचा परतावा (%) - महागाईचा दर (%)

- **उदाहरण १ (बँक सेव्हिंग):** व्याज ४%, महागाई ७% | खरा परतावा = -३% (तुम्ही दरवर्षी ३% ने गरीब होत आहात).
- **उदाहरण २ (सोने/एफडी):** परतावा ७.५%, महागाई ७% | खरा परतावा = ०.५% (तुम्ही फक्त टिकून आहात).

- **उदाहरण ३ (इंडेक्स फंड/शेअर्स):** परतावा १३%, महागाई ७% | खरा परतावा = ६% (**ही खरी श्रीमंती आहे!**)

४. कृती आराखडा : तुमच्या नफ्याचे 'ऑडिट'

आज तुम्हाला तुमच्या गुंतवणुकीचा खरा चेहरा पहायचा आहे. आपण महागाईचा सरासरी दर **७%** गृहीत धरूया.

१. **गुंतवणुकीचे प्रकार लिहा:** (उदा. एलआयसी, पीपीएफ, एफडी, म्युच्युअल फंड).

२. **अंदाजे परतावा:** प्रत्येकातून तुम्हाला वर्षाला किती टक्के नफा मिळतो?

३. **खरा परतावा काढा:** (मिळणारा परतावा - ७%).

गुंतवणूक	**मिळणारा परतावा (%)**	**खरा परतावा (मिळणारा - ७%)**
सेव्हिंग बँक	३%	**- ४% (तोटा)**
एफडी / विमा	६.५%	**- ०.५% (तोटा)**
पीपीएफ / सुकन्या	८%	**+ १% (कमी वाढ)**
म्युच्युअल फंड / शेअर्स	१२-१५%	**+ ५ ते ८% (खरी श्रीमंती)**

आजची कृती: तुमच्या पोर्टफोलिओमधील किती टक्के गुंतवणूक महागाईला हरवत आहे (Positive Real Return) ते तपासा. जर तुमचा बहुतांश पैसा 'उणे' (-) परतावा देत असेल, तर तो हळूहळू महागाईला हरवणाऱ्या पर्यायांत वळवा.

५. माझी टिपणे

(आजच्या हिशोबानंतर तुम्हाला तुमच्या कोणत्या गुंतवणुकीत बदल करावासा वाटतो? "नगापेक्षा खरेदी शक्ती महत्त्वाची" ही संकल्पना तुम्हाला कशी वाटली?)

आजची शपथ: "मी केवळ गुंतवणुकीच्या आकड्यांवर लक्ष देणार नाही. मी महागाई नावाच्या छुप्या चोराला माझ्या संपत्तीवर डल्ला मारू देणार नाही. माझी गुंतवणूक नेहमी महागाई दरापेक्षा किमान ३-४% जास्त परतावा देईल, याची मी काळजी घेईन. मी केवळ पैशांची संख्या वाढवणार नाही, तर माझी खरेदी शक्ती वाढवेन."

दिवस ८९: आर्थिक स्वातंत्र्याचा आकडा (Financial Freedom Number)

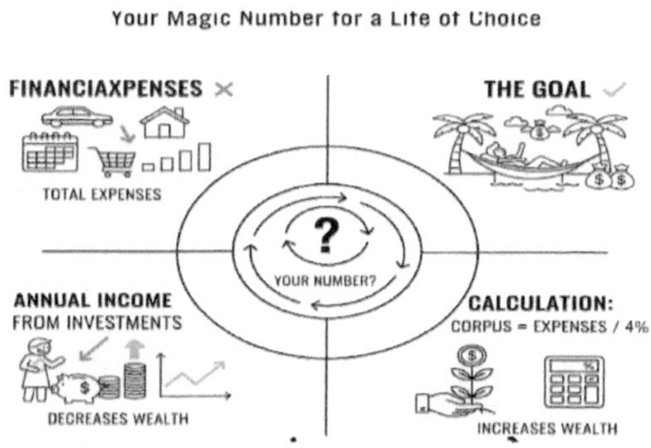

१. प्रस्तावना: तुम्ही कधी 'निवृत्त' होऊ इच्छिता?

आर्थिक स्वातंत्र्य (Financial Freedom) म्हणजे काम सोडून आळशी होणे नव्हे, तर 'पैशांसाठी' काम करण्याची सक्ती संपवणे होय. ज्या दिवशी तुमच्या गुंतवणुकीतून मिळणारे उत्पन्न तुमच्या मासिक खर्चापेक्षा जास्त होते, त्या दिवशी तुम्ही खऱ्या अर्थाने स्वतंत्र होता. पण हे साध्य करण्यासाठी तुम्हाला एका निश्चित आकड्याची गरज असते. तो आकडा म्हणजे तुमचा **'फ्रीडम नंबर'**. एकदा हा आकडा समोर आला की, तुमची गुंतवणूक ही अंधारात मारलेला बाण न राहता एक निश्चित ध्येय बनते.

२. माझी गोष्ट: तो '३०० पटींचा' जादुई आकडा

मी जेव्हा सुरुवातीला गुंतवणूक करायचो, तेव्हा मला वाटायचं की ५० लाख किंवा १ कोटी रुपये खूप आहेत. पण PGP प्रवासात मला समजलं की महागाई आणि भविष्यातील गरजा पाहता हा आकडा प्रत्येकासाठी वेगळा असतो. ज्या दिवशी मी माझा 'फ्रीडम नंबर' काढला, त्या दिवशी मला समजलं की मला नेमकी किती पळायची गरज आहे. त्या आकड्याने मला भीती नाही, तर एक प्रकारचा आत्मविश्वास दिला की, "हो, हे शक्य आहे!"

३. आजचे शिक्षण : ४% चा नियम (4% Rule)

जगातील अनेक अर्थतज्ज्ञ '४% रुल'वर विश्वास ठेवतात. याचा अर्थ असा की, जर तुमच्याकडे तुमच्या वार्षिक खर्चाच्या २५ पट (किंवा मासिक खर्चाच्या ३०० पट) रक्कम असेल आणि ती योग्य ठिकाणी गुंतवलेली असेल, तर तुम्ही दरवर्षी त्यातून ४% रक्कम स्वतःच्या खर्चासाठी काढू शकता. ही रक्कम तुमची मूळ मुद्दल न संपवता तुम्हाला आयुष्यभर पुरू शकते.

सूत्र: आर्थिक स्वातंत्र्याचा आकडा = तुमचा आजचा मासिक खर्च × ३००

४. कृती आराखडा : तुमचा 'फ्रीडम नंबर' शोधा

आज तुम्हाला शांतपणे बसून तुमच्या भविष्यातील मुक्तीचा आकडा काढायचा आहे.

१. **आजचा मासिक खर्च:** (घरखर्च, औषधे, प्रवास, विमा सर्व मिळून) ₹ ____________

२. **गुणाकार:** मासिक खर्च × ३०० = ₹ ____________

(उदाहरण: जर खर्च ५०,००० असेल, तर ५०,००० × ३०० = १.५ कोटी)

३. **महागाईचा विचार:** जर तुमची निवृत्ती १०-१५ वर्षांनी असेल, तर हा आकडा थोडा मोठा धरावा लागेल.

४. **सध्याची प्रगती:** तुमच्या सध्याच्या एकूण गुंतवणुकीची बेरीज करा आणि पहा तुम्ही या लक्षाच्या किती टक्के जवळ आहात.

आजची कृती: तुमचा हा 'फ्रीडम नंबर' एका मोठ्या कागदावर लिहा आणि तुमच्या डायरीत किंवा कपाटात चिकटवा. दर महिन्याला तुमची गुंतवणूक वाढवताना या आकड्याची आठवण ठेवा.

५. माझी टिपणे

(तुमचा 'फ्रीडम नंबर' पाहिल्यावर तुम्हाला काय वाटले? तो आवाक्याबाहेर वाटतोय की साध्य करण्याजोगा? तो गाठण्यासाठी तुम्ही तुमच्या गुंतवणुकीत काय बदल कराल?)

आजची शपथ: "मी पैशांसाठी जन्मभर राबणार नाही. मी आजच माझ्या आर्थिक स्वातंत्र्याचा आकडा निश्चित करत आहे. माझी प्रत्येक गुंतवणूक मला या लक्षाच्या एक पाऊल जवळ घेऊन जात आहे. शिस्त आणि वेळेच्या जोरावर मी माझा 'फ्रीडम नंबर' नक्कीच साध्य करीन आणि स्वतःला आर्थिक गुलामगिरीतून मुक्त करेन."

दिवस ९०: त्रैमासिक आढावा (90-Day Review)

१. ९० दिवसांचा प्रवास: मग आणि आता

आजपासून तीन महिन्यांपूर्वी तुम्ही जेव्हा या प्रवासाला सुरुवात केली होती, तेव्हा कदाचित तुमचे पैशांचे हिशोब विस्कळीत असतील, गुंतवणुकीबद्दल भीती असेल किंवा भविष्याची चिंता असेल. पण आज, ९० दिवसांनंतर, तुम्ही केवळ पैसे वाचवत नाही आहात, तर तुम्ही एक 'सिस्टम' तयार केली आहे.

तुलना तक्ता:

घटक	दिवस १ (सुरुवात)	दिवस ९० (आज)
जाणीव (Awareness)	खर्च कुठे होतो हे माहित नव्हते.	प्रत्येक रुपयाचा हिशोब 'मनी डायरी'मध्ये आहे.
सुरक्षा (Security)	आपत्कालीन निधी नव्हता.	किमान ३-६ महिन्यांचा खर्च सुरक्षित आहे.
गुंतवणूक (Investment)	केवळ एफडी किंवा बचत खाते.	PPF, NPS, इंडेक्स फंड आणि ELSS ची ओळख.
मानसिकता (Mindset)	पैशांची भीती वाटत होती.	मी माझ्या संपत्तीचा मालक/चालक आहे.

२. माझी गोष्ट: तो ९० दिवसांचा 'बदल'

जेव्हा मी ९० दिवस पूर्ण केले होते, तेव्हा माझ्या बँक बॅलन्समध्ये खूप मोठी वाढ झाली नव्हती, पण माझ्या 'आत्मविश्वासात' मोठी वाढ झाली होती. मला आता भीती वाटत नव्हती की "महिन्याच्या शेवटी काय होईल?" कारण माझ्याकडे 'ऑटो-पे' होता, माझा विमा होता आणि माझ्याकडे एक 'प्लान' होता. तो आत्मविश्वासच माझी खरी पहिली कमाई होती.

३. आजचे शिक्षण : त्रैमासिक ऑडिट (Quarterly Audit)

दर ९० दिवसांनी खालील ३ प्रश्न स्वतःला विचारा:

१. **बचत दर (Savings Rate):** माझ्या एकूण उत्पन्नाच्या किमान २०-३०% भाग मी वाचवू शकलो का?

२. **गुंतवणुकीतील सातत्य:** माझ्या सर्व SIP आणि हप्ते वेळेवर जमा झाले का?

३. **कचरा साफसफाई:** मी अनावश्यक खर्च किंवा 'पेनी स्टॉक्स' सारखी 'लायबिलिटी' टाळली का?

४. कृती आराखडा : प्रगतीचा अहवाल

आज तुम्हाला स्वतःचा 'आर्थिक रिपोर्ट कार्ड' तयार करायचा आहे.

१. **एकूण बचत:** गेल्या ९० दिवसांत तुम्ही किती रक्कम बाजूला ठेवली? ₹ __________

२. **सुरू केलेली नवीन गुंतवणूक:** (उदा. SIP, PPF, सोने) - ₹ __________

३. **वाचवलेला टॅक्स:** (80C आणि इतर नियोजनामुळे) - ₹ __________

४. **सर्वात मोठा बदल:** तुमच्या सवयींमध्ये झालेला सर्वात सकारात्मक बदल कोणता?
____
____

आजची कृती: तुमच्या या ९० दिवसांच्या यशाचा आनंद साजरा करण्यासाठी आज स्वतःसाठी किंवा कुटुंबासाठी एक छोटा 'बक्षीस' खर्च करा (पण बजेटमध्ये राहून!). तुम्ही या यशासाठी पात्र आहात.

शपथ

> **"मी आता फक्त बचत करणारा नाही, तर एक सुजाण गुंतवणूकदार झालो आहे. मी माझ्या संपत्तीचा मालक आहे आणि माझे पैसे माझ्यासाठी काम करत आहेत. पुढच्या ९० दिवसांत मी माझ्या स्वप्नांकडे अधिक वेगाने धावेन!"**

महिना ४: प्रगत संपत्ती व्यवस्थापन (Advanced Wealth Management)

Advanced Wealth Management - Master Your Financial Future

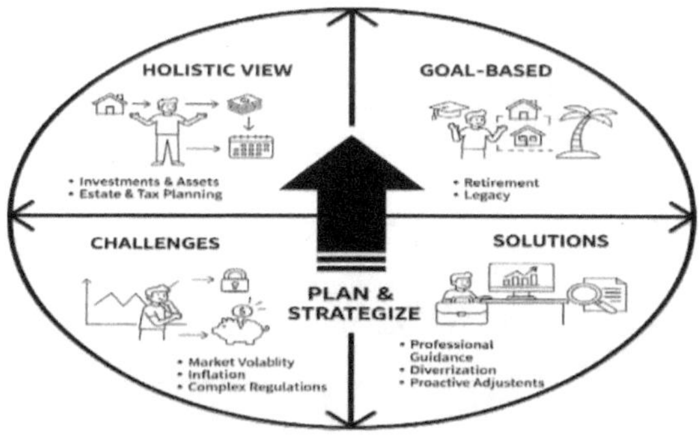

STRATEEIZE, PROTECT, & GROW YOUR WEALTH ACROSS GENERATIONS

दिवस ९१: एफडी (FD) सुरक्षित आहे, पण ती तुम्हाला श्रीमंत करणार नाही

१. प्रस्तावना: एफडी (Fixed Deposit) - एक मानसिक दिलासा

भारतात पिढ्यानपिढ्या आपण हेच ऐकत आलो आहोत की, "पैसे बँकेत टाका आणि फिक्स्ड डिपॉझिट करा." एफडी ही सुरक्षित आहे कारण तिथे मुद्दल बुडण्याची भीती नसते. पण, आपण 'सुरक्षितता' आणि 'श्रीमंती' यात गल्लत करतो. एफडी तुम्हाला तुमचे पैसे सुरक्षित ठेवण्यास मदत करेल, पण महागाई आणि टॅक्सचा विचार करता, एफडी प्रत्यक्षात तुमची 'खरेदी शक्ती' (Purchasing Power) कमी करत असते.

२. माझी गोष्ट: तो व्याजाचा भ्रम

माझ्या एका काकांनी १० वर्षांपूर्वी ५ लाख रुपयांची एफडी केली होती. १० वर्षांनंतर त्याचे ९ लाख झाले. त्यांना वाटले त्यांनी ४ लाख कमावले. पण त्याच १० वर्षात घरांच्या किमती, सोन्याचे भाव आणि शिक्षणाचा खर्च तिपटीने वाढला होता. जे काम ५ लाखांत १० वर्षांपूर्वी व्हायचे, त्यासाठी आता १५ लाख लागत होते. त्यांचे पैसे वाढले होते, पण ते वस्तू विकत घेण्याच्या क्षमतेत मागे पडले होते.

PGP प्रवासात मला समजले— **"एफडी ही गुंतवणूक नसून तो फक्त पैसा साठवण्याचा एक महागडा डबा आहे."**

३. आजचे शिक्षण : एफडी विरुद्ध महागाई + टॅक्स

एफडी का टाळावी (मोठ्या गुंतवणुकीसाठी), याचे गणित पहा:

१. **कमी परतावा:** एफडीवर साधारण ६% ते ७% व्याज मिळते.

२. **टॅक्सचा फटका:** मिळणाऱ्या व्याजावर तुमच्या टॅक्स स्लॅबनुसार कर भरावा लागतो. जर तुम्ही ३०% स्लॅबमध्ये असाल, तर ७% व्याजातील २.१% टॅक्समध्ये जातो. तुमच्या हातात उरतात फक्त ४.९%.

३. **महागाईचा राक्षस:** जर महागाई ६% असेल, तर तुमचा खरा परतावा (४.९% - ६% = -१.१%) उणे आहे.

निष्कर्ष: एफडीमुळे तुम्ही दरवर्षी १.१% ने गरीब होत आहात.

४. कृती आराखडा : तुमच्या एफडीचे ऑडिट

आज तुम्हाला तुमच्या पोर्टफोलिओमधील एफडीची भूमिका तपासायची आहे.

१. **उद्देश ओळखा:** तुमची एफडी 'आपत्कालीन निधी' (Emergency Fund) म्हणून आहे की 'दीर्घकालीन गुंतवणुकीसाठी'?

२. **परतावा तपासा:** तुम्हाला सध्या एफडीवर किती टक्के व्याज मिळत आहे? __________ %

३. **टॅक्स वजा करा:** व्याजातून टॅक्स वजा केल्यावर हातात किती उरते? __________ %

४. **निर्णय घ्या:** जर ही गुंतवणूक ५ वर्षांपेक्षा जास्त कालावधीसाठी असेल, तर त्यातील काही भाग **इंडेक्स फंड (Index Fund)** किंवा **हायब्रीड फंड (Hybrid Fund)** मध्ये वळवता येईल का, याचा विचार करा.

आजची कृती: तुमच्या बँकेचे स्टेटमेंट पाहून एकूण एफडीची बेरीज करा. त्यातील फक्त आपत्कालीन गरजेपुरते पैसे एफडीत ठेवून, उरलेले पैसे महागाईला हरवणाऱ्या पर्यायांत गुंतवण्याचे नियोजन करा.

५. माझी टिपणे

(तुम्हाला एफडीमध्ये पैसे ठेवताना सुरक्षित वाटते की भीती? महागाईचे गणित समजल्यावर तुम्ही एफडीबद्दलचा विचार बदलणार का?)

आजची शपथ: "मी माझ्या कष्टाच्या पैशांना केवळ एफडीच्या डब्यात अडकवून ठेवणार नाही. मी सुरक्षिततेसाठी एफडीचा वापर मर्यादित ठेवीन आणि श्रीमंत होण्यासाठी महागाईला हरवणाऱ्या साधनांमध्ये गुंतवणूक करीन. मी केवळ पैसे साठवणार नाही, तर ते वाढवेन."

दिवस ९२: निफ्टी ईटीएफ (Nifty ETF)

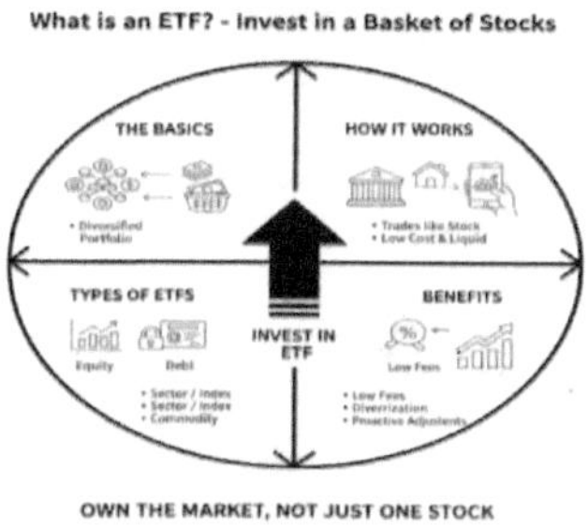

१. प्रस्तावना: ईटीएफ (ETF) म्हणजे काय?

ETF म्हणजे 'Exchange Traded Fund'. सोप्या भाषेत सांगायचे तर, हा म्युच्युअल फंड आणि शेअर यांचा एक 'हायब्रीड' प्रकार आहे. जेव्हा तुम्ही **Nifty ETF** खरेदी करता, तेव्हा तुम्ही एकाच वेळी भारताच्या टॉप ५० कंपन्यांचा एक छोटा तुकडा विकत घेता. म्युच्युअल फंडसारखे यात तुम्हाला दिवस संपण्याची वाट पाहावी लागत नाही; तुम्ही शेअर बाजाराच्या वेळेत कधीही हे शेअर्सप्रमाणे विकत घेऊ शकता किंवा विकू शकता.

२. माझी गोष्ट: तो म्युच्युअल फंडचा 'एक्झिट लोड' आणि ईटीएफचा स्वातंत्र्य

सुरुवातीला मी जेव्हा म्युच्युअल फंडमधून पैसे काढायला जायचो, तेव्हा मला 'एक्झिट लोड' (१% दंड) भरावा लागायचा आणि पैसे खात्यात यायला २-३ दिवस लागायचे. पण जेव्हा मला **Nifty ETF** बद्दल समजले, तेव्हा माझे जग बदलले. आता मला जेव्हा वाटते की मार्केट पडले आहे, मी लगेच माझ्या डिमॅट खात्यातून निफ्टीचा एक युनिट खरेदी करतो (ज्याची किंमत साधारण २००-२५० रुपये असते). हे सोपे आहे, स्वस्त आहे आणि पूर्णपणे माझ्या नियंत्रणात आहे.

३. आजचे शिक्षण : निफ्टी ईटीएफचे फायदे

१. **कमी किंमत:** तुम्हाला रिलायन्स किंवा टीसीएसचा एक शेअर घ्यायला हजारो रुपये लागतील, पण निफ्टी ईटीएफचा एक युनिट तुम्ही केवळ २५०-३०० रुपयांत घेऊ शकता.

२. **अत्यंत कमी खर्च (Low Expense Ratio):** म्युच्युअल फंडचा खर्च १-२% असू शकतो, पण ईटीएफचा खर्च ०.०५% इतका कमी असतो. म्हणजेच तुमचे जास्त पैसे वाढायला मिळतात.

३. **पारदर्शकता:** निफ्टी जसा हालचाल करेल, तसाच तुमचा ईटीएफ हालचाल करेल. यात कोणतीही लपलेली माहिती नसते.

४. **झटपट व्यवहार:** तुम्ही तुमच्या डिमॅट खात्यातून (Zerodha, Groww, Upstox इ.) हे सेकंदात विकू शकता आणि पैसे हवे तेव्हा काढू शकता.

४. कृती आराखडा : तुमचा पहिला ईटीएफ शोधा

आज तुम्हाला तुमच्या डिमॅट खात्यात जाऊन खालील गोष्टी तपासायच्या आहेत:

१. **सर्च करा:** तुमच्या ट्रेडिंग ॲपमध्ये 'Nifty BEES' किंवा 'ICICI Nifty ETF' किंवा 'SBI Nifty ETF' असे सर्च करा.

२. **किंमत पहा:** एका युनिटची किंमत किती आहे? (उदा. २४५.५० रुपये).

३. **तुलना करा:** इंडेक्स म्युच्युअल फंड आणि ईटीएफ या दोघांच्या 'Expense Ratio' ची तुलना करा.

४. **निर्णय:** तुमच्याकडे काही सुट्टे पैसे (उदा. ५०० किंवा १००० रुपये) असतील, तर त्याचा एक युनिट घेऊन अनुभवा.

आजची कृती: निफ्टी ईटीएफ (Nifty ETF) चा चार्ट पहा. गेल्या ५ वर्षांत भारताच्या टॉप ५० कंपन्यांनी कशी प्रगती केली आहे, याचा अंदाज घ्या.

५. माझी टिपणे

(तुम्हाला शेअर मार्केटमध्ये थेट शेअर घेण्यापेक्षा ईटीएफ घेणे सुरक्षित वाटते का? कमी खर्चामुळे दीर्घकाळात किती फायदा होईल असे तुम्हाला वाटते?)

आजची शपथ: "मी शेअर मार्केटच्या गुंतागुंतीला घाबरणार नाही. मी 'निफ्टी ईटीएफ'च्या माध्यमातून देशाच्या टॉप ५० कंपन्यांचा भागीदार होईन. मी माझा गुंतवणुकीचा खर्च किमान ठेवीन आणि शिस्तबद्ध पद्धतीने भारताच्या प्रगतीत माझी संपत्ती वाढवेन."

दिवस ९३: चक्रवाढ व्याज (Power of Compounding)

The 8th Wonder a the World - Let Your Money Work For You

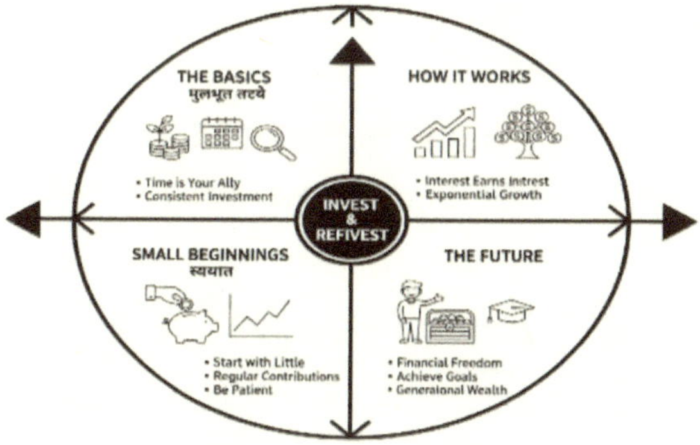

THE LONGER YOUR MONEY WORKS, THE MORE POWERFUL IT BECOMES

१. प्रस्तावना: जगातील आठवे आश्चर्य

चक्रवाढ व्याज (Compounding) म्हणजे 'व्याजावर मिळणारे व्याज'. ही एक अशी प्रक्रिया आहे जिथे तुमची गुंतवणूक केवळ रेषीय (Linear) पद्धतीने वाढत नाही, तर ती भूमितीय (Geometric) पद्धतीने वाढते. सुरुवातीला याची गती खूप संथ वाटते, पण एका ठराविक काळानंतर (Tipping Point) हा पैसा इतक्या वेगाने वाढतो की तुमच्या कष्टाची कमाई त्यापुढे फिकी पडते. गुंतवणुकीत तुमचा 'पैसा' किती आहे यापेक्षा, तो 'किती वेळ' गुंतवलेला आहे, हे जास्त महत्त्वाचे असते.

२. माझी गोष्ट: तो 'उशिरा' सुरू झालेला प्रवास

मी जेव्हा २५ वर्षांचा होतो, तेव्हा मला वाटले की गुंतवणुकीसाठी अजून खूप आयुष्य बाकी आहे. मी वयाच्या ३५ व्या वर्षी मोठी गुंतवणूक करायला सुरुवात केली. पण जेव्हा मी PGP प्रवासात गणित मांडले, तेव्हा मला धक्का बसला. जर मी वयाच्या २५ व्या वर्षी फक्त ५,००० रुपयांची SIP सुरू केली असती, तर वयाच्या ५५ व्या वर्षी माझ्याकडे जेवढी संपत्ती असती, तेवढीच संपत्ती मिळवण्यासाठी आता मला वयाच्या ३५ व्या वर्षी दरमहा १५,००० रुपये गुंतवावे लागत आहेत.

मला समजले की— **"चक्रवाढ व्याजासाठी 'वेळ' हा पैशापेक्षा जास्त महाग असतो."** ज्यांनी लवकर सुरुवात केली, त्यांनी वेळेची शक्ती विकत घेतली.

३. आजचे शिक्षण : कम्पाऊंडिंगचे गणित

कम्पाऊंडिंग कसे काम करते याचे एक उदाहरण पाहूया (अपेक्षित परतावा १२%):

- **व्यक्ती अ (वय २५):** दरमहा ₹५,००० गुंतवते. वयाच्या ५५ व्या वर्षी (३० वर्षांनंतर) एकूण रक्कम: **₹१.७६ कोटी**.
- **व्यक्ती ब (वय ३५):** दरमहा ₹५,००० गुंतवते. वयाच्या ५५ व्या वर्षी (२० वर्षांनंतर) एकूण रक्कम: **₹४९.९५ लाख**.

फरक: व्यक्ती 'ब' ने फक्त १० वर्षे उशीर केला, पण तिची संपत्ती व्यक्ती 'अ' च्या तुलनेत १ कोटीपेक्षा जास्त कमी झाली! यालाच कम्पाऊंडिंगची ताकद म्हणतात. शेवटची १० वर्षे सर्वात जास्त संपत्ती निर्माण करतात.

४. कृती आराखडा : कम्पाऊंडिंग कॅल्क्युलेटरचा अनुभव

आज तुम्हाला स्वतःच्या डोळ्यांनी ही जादू पाहायची आहे.

१. **कॅल्क्युलेटर उघडा:** गुगलवर "SIP Compounding Calculator" सर्च करा.

२. **प्रयोग करा:** तुमची मासिक गुंतवणूक टाका आणि कालावधी १० वर्षे ठेवा. मग तोच कालावधी २० आणि ३० वर्षे करून पहा.

३. **निरीक्षण करा:** १० ते २० वर्षांच्या तुलनेत २० ते ३० वर्षांमध्ये परतावा किती पटीने वाढला आहे?

४. **उशीर टाळा:** जर तुम्ही एखादी गुंतवणूक उद्यावर ढकलत असाल, तर वरील उदाहरणातील व्यक्ती 'ब' ची स्थिती आठवा.

आजची कृती: तुमच्या एखाद्या जुन्या गुंतवणुकीचा (उदा. PPF किंवा जुनी SIP) आजचा बॅलन्स पहा आणि विचार करा की ती गुंतवणूक पुढच्या १० वर्षांत कम्पाऊंडिंगमुळे कुठे पोहोचू शकते.

५. माझी टिपणे

(कम्पाऊंडिंगचे गणित पाहिल्यावर तुम्हाला "लवकर गुंतवणूक" करण्याचे महत्त्व पटले का? तुमच्या भविष्यातील लक्षासाठी तुम्ही किती 'वेळ' देणार आहात?)

आजची शपथ: "मी चक्रवाढ व्याजाची ताकद ओळखून आजच गुंतवणुकीला सुरुवात करीन. मी माझ्या गुंतवणुकीला 'वेळ' देईन आणि मध्येच पैसे काढून कम्पाऊंडिंगची साखळी मोडणार नाही. वेळेची शक्ती माझा पैसा वाढवेल आणि मला आर्थिक दृष्ट्या समृद्ध करेल, यावर माझा पूर्ण विश्वास आहे."

दिवस ९४: सोने खरेदी की डिजिटल गोल्ड? (Physical vs Digital Gold)

१. प्रस्तावना: सोने - संकटकाळातील खरा मित्र

भारतीय संस्कृतीत सोन्याला अनन्यसाधारण महत्त्व आहे. पण जेव्हा आपण गुंतवणुकीचा विचार करतो, तेव्हा 'दागिने' (Jewellery) घेणे ही गुंतवणुकीची सर्वात खराब पद्धत ठरते. कारण त्यात १०% ते २५% 'मेकिंग चार्जेस' लागतात आणि विकताना ते पैसे कापले जातात. गुंतवणुकीसाठी असे सोने हवे, ज्याची शुद्धता खात्रीशीर असेल आणि ज्यावर कोणतेही अतिरिक्त शुल्क नसेल. आजच्या काळात 'डिजिटल गोल्ड' आणि 'SGB' ने गुंतवणुकीचे रूप बदलले आहे.

२. माझी गोष्ट: तो दागिन्यांचा तोटा आणि SGB चा फायदा

काही वर्षांपूर्वी मी २ लाखांचे सोन्याचे दागिने गुंतवणूक म्हणून घेतले होते. जेव्हा मला पैशांची गरज पडली आणि मी ते विकायला गेलो, तेव्हा मला समजले की मेकिंग चार्जेस आणि जीएसटी मुळे मला मिळणारी रक्कम अपेक्षेपेक्षा खूप कमी होती.

त्यानंतर PGP प्रवासात मला **सोव्हेरेन गोल्ड बाँड (SGB)** बद्दल समजले. यात मला सोन्याच्या वाढत्या किमतीचा फायदा तर मिळतोच, पण सरकार दरवर्षी २.५% अतिरिक्त 'व्याज' सुद्धा देते. शिवाय, ८ वर्षांनंतर हा पैसा पूर्णपणे 'टॅक्स फ्री' असतो. आता मी सोन्याचे दागिने फक्त वापरासाठी घेतो आणि गुंतवणुकीसाठी फक्त डिजिटल मार्ग निवडतो.

३. आजचे शिक्षण : सोन्यात गुंतवणुकीचे ३ उत्तम मार्ग

१. **सोव्हेरेन गोल्ड बाँड (SGB):**

- **फायदा:** सरकारी हमी, दरवर्षी २.५% व्याज, मॅच्युरिटीला टॅक्स नाही.
- **मर्यादा:** ८ वर्षांचा लॉक-इन पिरियड (५ वर्षांनंतर काढता येतात).

२. **गोल्ड ईटीएफ / म्युच्युअल फंड (Gold ETF/MF):**

- **फायदा:** शेअर मार्केटमध्ये कधीही विकू शकता (High Liquidity), १ ग्रॅमपेक्षा कमी सोने घेता येते.
- **मर्यादा:** वार्षिक १% मेंटेनन्स खर्च असू शकतो.

३. **डिजिटल गोल्ड (Digital Gold):**

- **फायदा:** गुगल पे, फोन पे किंवा इतर ॲप्सवरून फक्त १ रुपयापासून सोने घेता येते.
- **मर्यादा:** ३% जीएसटी लागतो आणि विकताना किंमत थोडी कमी मिळू शकते.

नियम: तुमच्या एकूण पोर्टफोलिओच्या ५% ते १०% पेक्षा जास्त गुंतवणूक सोन्यात नसावी. सोने केवळ संरक्षणासाठी आहे, वेगाने वाढण्यासाठी नाही.

४. कृती आराखडा : सोन्याच्या गुंतवणुकीचे ऑडिट

आज तुम्हाला तुमच्या घरातील आणि खात्यातील सोन्याचा हिशोब करायचा आहे.

१. **सध्याचे सोने:** तुमच्याकडे किती ग्रॅम सोने (दागिने/नाणी) आहे? __________ ग्रॅम.

२. **पद्धत बदला:** जर तुम्ही दरमहा थोडे थोडे सोने साठवू इच्छित असाल, तर दागिन्यांऐवजी 'Gold ETF' किंवा 'SGB' चा विचार करा.

३. **तुलना करा:** 'SGB' मध्ये मिळणारे २.५% व्याज आणि दागिन्यांवर लागणारे १५% मेकिंग चार्जेस यांचा विचार करा.

आजची कृती: तुमच्या इन्व्हेस्टमेंट ॲपवर 'Gold ETF' किंवा 'Nippon India Gold BeES' सर्च करा. सोन्याच्या किमतीत गेल्या १० वर्षांत झालेली वाढ तपासा.

५. माझी टिपणे

(गुंतवणूक म्हणून दागिने घेणे तुम्हाला अजूनही फायदेशीर वाटते का? SGB मधील व्याजाची संकल्पना तुम्हाला कशी वाटली?)

आजची शपथ: "मी सोन्याचा वापर केवळ प्रदर्शनासाठी करणार नाही, तर एक स्मार्ट गुंतवणूक म्हणून करेन. मी दागिन्यांमधील मेकिंग चार्जेसचे नुकसान टाळून डिजिटल गोल्ड किंवा SGB मध्ये गुंतवणूक करण्यास प्राधान्य देईन. माझे सोने केवळ कपाटात पडून न राहता मला व्याजही मिळवून देईल, याची मी काळजी घेईन."

दिवस ९५: रिअल इस्टेटमध्ये गुंतवणूक करण्यापूर्वी या ५ गोष्टी तपासा

१. प्रस्तावना: रिअल इस्टेट - मोठी गुंतवणूक, मोठी जबाबदारी

रिअल इस्टेट ही अशी गुंतवणूक आहे जिथे तुम्ही एकाच वेळी लाखो-करोडो रुपये गुंतवता. यात चूक झाली तर ती दुरुस्त करायला आयुष्य निघून जाऊ शकते. अनेक लोक केवळ "जमीन घेतली की वाढतेच" या आशेवर गुंतवणूक करतात, पण कायदेशीर गुंते आणि चुकीच्या ठिकाणाची निवड यामुळे त्यांचे पैसे अडकतात. आज आपण ती 'पंचसूत्री' पाहणार आहोत जी तुमची गुंतवणूक सुरक्षित करेल.

२. माझी गोष्ट: तो 'स्वस्त' प्लॉट आणि कायदेशीर लढाई

माझ्या एका मित्राने शहराबाहेर एक प्लॉट खूप स्वस्त मिळतोय म्हणून लगेच विकत घेतला. पण दोन वर्षांनी त्याला समजले की त्या जमिनीवर 'टायटल क्लिअरन्स'चा प्रॉब्लेम होता आणि ती जमीन 'NA' (Non-Agricultural) नव्हती. तो प्लॉट विकणे त्याला अशक्य झाले आणि त्याचे पैसे १० वर्षे अडकून पडले.

PGP प्रवासात मला समजले— **"रिअल इस्टेटमध्ये घाई करणे म्हणजे अपघाताला निमंत्रण देणे होय."** कागदपत्रांची पडताळणी हा या गुंतवणुकीचा आत्मा आहे.

३. आजचे शिक्षण : तपासण्याच्या ५ महत्त्वाच्या गोष्टी

१. **टायटल आणि कागदपत्रे (Title Search):** जमिनीचा ७/१२ उतारा, फेरफार आणि मागील ३० वर्षांचा सर्च रिपोर्ट तपासा. त्यावर कोणतेही कर्ज (Encumbrance) नाही ना, याची खात्री करा.

२. **रेरा (RERA) नोंदणी:** जर तुम्ही फ्लॅट किंवा डेव्हलप होत असलेला प्लॉट घेत असाल, तर तो प्रकल्प 'RERA' नोंदणीकृत असणे अनिवार्य आहे. यामुळे बिल्डरकडून होणारी फसवणूक टाळता येते.

३. **ठिकाण आणि कनेक्टिव्हिटी (Location):** आज तिथे काय आहे यापेक्षा ५-१० वर्षांनी तिथे काय येणार आहे (उदा. मेट्रो, हायवे, विमानतळ) याचा विचार करा. कनेक्टिव्हिटी नसेल तर मालमत्तेची किंमत वाढत नाही.

४. **रिसेल व्हॅल्यू आणि लिक्विडिटी (Resale Potential):** "मला गरज पडली तर हे घर/प्लॉट ३ महिन्यात विकला जाईल का?" हा प्रश्न स्वतःला विचारा. खूप आतल्या भागात घेतलेली जमीन विकायला वर्षे लागतात.

५. **लपलेले खर्च (Hidden Costs):** केवळ घराची किंमत पाहू नका. स्टॅम्प ड्युटी, रजिस्ट्रेशन, जीएसटी, मेंटेनन्स आणि मालमत्ता कर (Property Tax) यांचा हिशोब आधीच करा.

४. कृती आराखडा : तुमच्या स्वप्नातील गुंतवणुकीचे ऑडिट

आज तुम्हाला तुम्ही भविष्यात जिथे गुंतवणूक करणार आहात किंवा केली आहे, त्याचे मूल्यमापन करायचे आहे.

१. **भाड्याचे उत्पन्न (Rental Yield):** त्या मालमत्तेतून मिळणारे वार्षिक भाडे तिच्या किमतीच्या किमान ३% आहे का?

२. **क्षेत्राचा विकास:** त्या परिसरात गेल्या ३ वर्षांत किमती किती टक्क्यांनी वाढल्या आहेत?

३. **कायदेशीर सल्ला:** कोणत्याही मोठ्या व्यवहारापूर्वी एका चांगल्या वकिलाची मदत घेण्याचे नियोजन करा.

आजची कृती: तुमच्या भागातील एखाद्या 'रेडी रेकनर' दराची माहिती काढा. तुमच्या मालमत्तेचा सरकारी दर आणि बाजारभाव यात किती तफावत आहे, हे तपासा.

५. माझी टिपणे

(रिअल इस्टेटमध्ये गुंतवणूक करताना तुम्ही वरीलपैकी कोणत्या गोष्टीला सर्वात जास्त महत्त्व द्याल? तुम्हाला कायदेशीर कागदपत्रांची भीती वाटते का?)

आजची शपथ: "मी कोणाच्याही शब्दावर विश्वास ठेवून जमिनीचे व्यवहार करणार नाही. मी स्वतः सर्व कागदपत्रांची पडताळणी करीन आणि 'रेरा' सारख्या नियमांचा आधार घेईन. माझी रिअल इस्टेटची गुंतवणूक माझ्यासाठी मालमत्ता (Asset) ठरेल, डोकेदुखी नाही, याची मी काळजी घेईन."

दिवस ९६: मूलभूत संकल्पना आणि शब्दावली (Dividend Terminology)

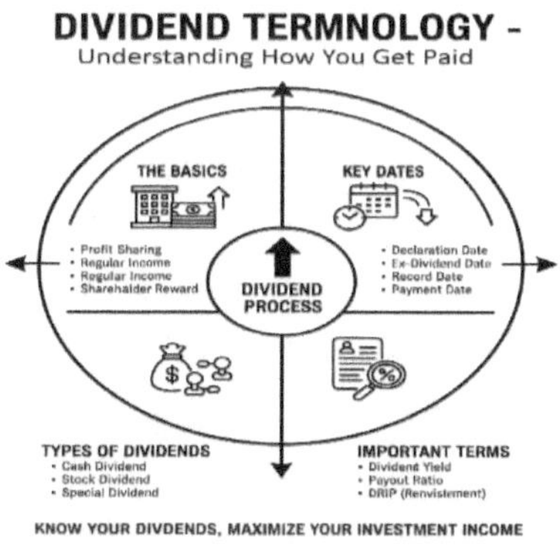

१. प्रस्तावना: डिव्हिडंड म्हणजे काय?

जेव्हा आपण एखाद्या कंपनीचा शेअर विकत घेतो, तेव्हा आपण त्या व्यवसायाचे 'भागीदार' होतो. कंपनीला जो नफा होतो, त्यातील काही भाग ती स्वतःचा व्यवसाय वाढवण्यासाठी वापरते आणि उरलेला भाग आपल्यासारख्या भागधारकांना रोख स्वरूपात वाटून देते. या वाटप केलेल्या नफ्यालाच '**डिव्हिडंड**' **(Dividend/लाभांश)** म्हणतात.

२. महत्त्वाच्या तारखा (The Crucial Dates)

डिव्हिडंड मिळवण्यासाठी तुम्हाला कॅलेंडरवरील या चार तारखा समजणे अत्यंत आवश्यक आहे:

१. **घोषणा तारीख (Declaration Date):** ज्या दिवशी कंपनीचे बोर्ड ऑफ डायरेक्टर्स जाहीर करतात की ते किती रुपये डिव्हिडंड देणार आहेत.

२. **एक्स-डिव्हिडंड तारीख (Ex-Dividend Date):** ही सर्वात महत्त्वाची तारीख आहे. जर तुम्हाला डिव्हिडंड हवा असेल, तर तुम्ही या तारखेच्या **किमान एक दिवस आधी** शेअर खरेदी केलेला असणे आवश्यक आहे. या तारखेला किंवा त्यानंतर शेअर खरेदी केल्यास तुम्हाला त्यावेळचा डिव्हिडंड मिळत नाही.

३. **रेकॉर्ड तारीख (Record Date):** ज्या दिवशी कंपनी आपल्या वहीत (Records) तपासते की अधिकृत भागधारक कोण आहेत. (साधारणपणे एक्स-डेटच्या दिवशीच रेकॉर्ड डेट असते).

४. **पेमेंट तारीख (Payment Date):** ज्या दिवशी प्रत्यक्ष पैसे तुमच्या बँक खात्यात जमा होतात.

३. कृती: किमतीवर होणारा परिणाम (Price Impact)

निरीक्षण: एक्स-डिव्हिडंड तारखेच्या दिवशी शेअरच्या किमतीत काय बदल होतो?

- **तर्क:** जर एखाद्या शेअरची किंमत ₹१०० असेल आणि कंपनी ₹५ डिव्हिडंड देणार असेल, तर एक्स-डेटच्या दिवशी त्या शेअरची किंमत साधारणपणे ₹९५ च्या आसपास उघडते.
- **कारण:** कंपनीच्या तिजोरीतून ₹५ बाहेर पडल्यामुळे कंपनीचे मूल्य तितक्याच प्रमाणात कमी होते. शेअर बाजार ही किंमत आपोआप ॲडजस्ट करतो.
- **निष्कर्ष:** डिव्हिडंड म्हणजे 'फ्री' पैसे नसून ते तुमच्या शेअरच्या मूल्यातूनच तुम्हाला मिळतात, पण दीर्घकाळात कंपनीचा व्यवसाय वाढला की शेअरची किंमत पुन्हा वाढते आणि तुम्हाला तो डिव्हिडंड 'बोनस' ठरतो.

४. आजचा स्वाध्याय (Today's Task)

१. **Moneycontrol** किंवा **TickerTape** वर जा.

२. 'Corporate Action' विभागात जाऊन नुकताच डिव्हिडंड जाहीर केलेल्या कोणत्याही एका कंपनीचा चार्ट पहा (उदा. ITC, TCS, HCL Tech).

३. एक्स-डेटच्या दिवशी शेअरची किंमत किती रुपयांनी खाली आली होती, याचे निरीक्षण करा.

४. ती घसरण डिव्हिडंडच्या रक्कमेइतकीच होती का, हे तपासा.

५. माझी टिपणे

(आज तुम्हाला कोणती नवीन संज्ञा समजली? एक्स-डेटच्या आधी शेअर खरेदी करण्याचे महत्त्व तुम्हाला उमजले का?)

आजची शपथ: "मी केवळ लाभांशाच्या आकड्यांकडे न पाहता, त्यामागील तारखा आणि तांत्रिक गोष्टींचा अभ्यास करेन. वेळेवर गुंतवणूक करून मी माझे हक्काचे उत्पन्न मिळवण्याची संधी सोडणार नाही."

दिवस ९७ Dividend Yield - खऱ्या नफ्याचे गणित

१. संकल्पना: Dividend Yield म्हणजे काय?

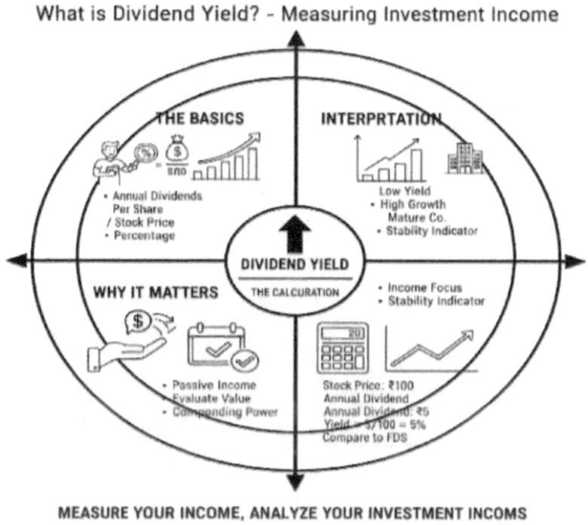

ज्याप्रमाणे बँकेत पैसे ठेवल्यावर आपल्याला 'व्याज' मिळते, त्याचप्रमाणे शेअर बाजारात गुंतवणूक केल्यावर कंपनी आपल्या नफ्यातील काही हिस्सा गुंतवणूकदारांना देते, त्याला **Dividend** (लाभांश) म्हणतात. हा लाभांश शेअरच्या किमतीच्या तुलनेत किती टक्के आहे, यालाच **Dividend Yield** म्हणतात.

सूत्र:

$$\text{लाभांश उत्पन्न दर (Dividend Yield)} = \left(\frac{\text{वार्षिक लाभांश प्रति शेअर}}{\text{शेअरची सध्याची बाजार किंमत}}\right) \times 100$$

सोप्या भाषेत अर्थ

Dividend Yield म्हणजे एखाद्या कंपनीच्या शेअरवर गुंतवणूक केल्यावर तुम्हाला दरवर्षी किती टक्के लाभांश मिळतो.

उदाहरण

समजा:

- वार्षिक लाभांश प्रति शेअर = ₹10
- शेअरची सध्याची किंमत = ₹200

$$Dividend\ Yield = \frac{10}{200} \times 100 = 5\%$$

म्हणजे त्या शेअरवर तुम्हाला **दरवर्षी 5% लाभांश उत्पन्न** मिळत आहे.

२. तुलना: बँक FD vs. डिव्हिडंड स्टॉक

अनेक गुंतवणूकदार गोंधळतात की बँक FD मध्ये ७% मिळतात आणि शेअरमध्ये फक्त ४% डिव्हिडंड, मग FD च बरी? पण येथे **'Total Return'** (एकूण परतावा) महत्त्वाचा असतो.

उदाहरणाने समजून घेऊया:

समजा तुमच्याकडे ₹१,००,००० आहेत.

गुंतवणूक पर्याय	वार्षिक उत्पन्न (Income)	मुद्दल वाढ (Growth)	एकूण परतावा (Total Return)
बँक FD (७%)	₹७,०००	₹०	**₹७,००० (७%)**
स्टॉक (४% Div + १०% Growth)	₹४,०००	₹१०,०००	**₹१४,००० (१४%)**

निष्कर्ष: - बँक FD मध्ये तुमची मुद्दल (Principal) वर्षानुवर्षे तेवढीच राहते.

- चांगल्या स्टॉकमध्ये तुम्हाला दरवर्षी रोख लाभांश (Cash) तर मिळतोच, पण सोबतीला शेअरची किंमत वाढल्यामुळे तुमची संपत्तीही वाढते.

३. Dividend Yield चे महत्त्व

१. **Passsive Income:** हा तुमच्या खात्यात जमा होणारा 'कॅश' पैसा आहे.

२. **सुरक्षा कवच:** पडत्या बाजारात जास्त डिव्हिडंड देणारे शेअर्स गुंतवणूकदारांना आधार देतात.

३. **महागाईवर मात:** FD चे व्याज महागाईच्या तुलनेत कमी पडू शकते, पण स्टॉक्सचा एकूण परतावा महागाईला हरवण्यास मदत करतो.

४. आजचा स्वाध्याय

- **कार्य १:** कोणत्याही एका प्रसिद्ध कंपनीचा (उदा. TCS, ITC, BPCL) मागील वर्षाचा एकूण डिव्हिडंड शोधा आणि आजच्या किमतीनुसार त्याचा Yield काढा.
- **कार्य २:** वरील तक्त्यानुसार, जर तुम्हाला निवृत्तीनंतर नियमित उत्पन्नाची गरज असेल, तर तुम्ही कोणत्या पर्यायाला प्राधान्य द्याल? का?

५. आजचे टिपण (Self-Note)

> "Dividend म्हणजे केवळ बोनस नाही, तर ते कंपनीच्या आर्थिक क्षमतेचे लक्षण आहे. पण लक्षात ठेवा, केवळ जास्त Yield पाहून गुंतवणूक करू नका, कंपनीचा व्यवसायही तपासा!"

दिवस ९८

विषय: Dividend Payout Ratio (DPR) - नफ्याचे वितरण की कर्जाचा सापळा?

१. प्रस्तावना: कंपनी किती 'उदार' आहे?

काल आपण 'Dividend Yield' पाहिला, जो आपल्याला मिळणाऱ्या पैशांचे गणित सांगतो. पण आज आपण **'Dividend Payout Ratio'** पाहणार आहोत, जो कंपनीच्या धोरणाबद्दल सांगतो. कंपनी जो नफा कमावते, त्यातील किती हिस्सा ती आपल्यात वाटून घेते आणि किती स्वतःच्या प्रगतीसाठी राखून ठेवते, हे समजणे गुंतवणूकदारासाठी अत्यंत गरजेचे आहे.

२. आजचे शिक्षण : Dividend Payout Ratio (DPR)

Dividend Payout Ratio (DPR) म्हणजे कंपनीने वाटलेला एकूण लाभांश आणि तिने कमावलेला निव्वळ नफा यांचे गुणोत्तर.

सूत्र

$$\text{DPR} = \left(\frac{\text{एकूण लाभांश (Total Dividend)}}{\text{निव्वळ नफा (Net Profit)}} \right) \times 100$$

हे का तपासावे?

१. **आदर्श गुणोत्तर (Ideal DPR): सामान्यतः ३०% ते ६०%** या दरम्यानचा DPR हा 'आरोग्यदायी' मानला जातो. याचा अर्थ कंपनी अर्धा नफा वाटत आहे आणि अर्धा व्यवसाय वाढवण्यासाठी वापरत आहे.

२. **जास्त DPR (> १००%):** जर एखाद्या कंपनीचा DPR १००% पेक्षा जास्त असेल, तर याचा अर्थ ती आपल्या नफ्यापेक्षा जास्त पैसे वाटत आहे. हे पैसे कदाचित कंपनीच्या साठवलेल्या कॅशमधून किंवा 'कर्ज' काढून दिले जात असू शकतात, जे भविष्यासाठी धोक्याचे आहे.

३. **कमी DPR (< २०%):** नवीन किंवा वेगाने वाढणाऱ्या (Growth Stocks) कंपन्या नफा वाटण्यापेक्षा तो पुन्हा व्यवसायात गुंतवणे पसंत करतात.

३. महत्त्व: लाभांशाची शाश्वतता (Sustainability)

तुम्ही ज्या कंपनीत गुंतवणूक करत आहात, ती भविष्यातही असाच लाभांश देऊ शकेल का, हे DPR वरून समजते.

- **केस १:** कंपनी 'अ' ₹१०० नफा कमावते आणि ₹९० डिव्हिडंड देते (DPR ९०%). उद्या नफा थोडा जरी कमी झाला, तर तिला डिव्हिडंड कापावा लागेल.

- **केस २:** कंपनी 'ब' ₹१०० नफा कमावते आणि ₹४० डिव्हिडंड देते (DPR ४०%). उद्या मंदी आली तरी ही कंपनी आपला डिव्हिडंड चालू ठेवू शकते.

४. कृती आराखडा : कंपनीच्या तिजोरीची तपासणी

आज तुम्हाला तुमच्या आवडत्या कंपन्यांची 'उदारता' तपासायची आहे.

१. **वेबसाईट वापरा:** 'Screener.in' किंवा 'Tickertape' वर जा.

२. **सर्च करा:** कोणत्याही मोठ्या डिव्हिडंड देणाऱ्या कंपनीचे नाव सर्च करा (उदा. Coal India, Hindustan Zinc, किंवा ITC).

३. **रेशो पहा:** तिथे 'Dividend Payout' हा रेशो पहा. तो गेल्या ३-५ वर्षांपासून किती आहे?

४. **निरीक्षण:** तो १००% च्या वर आहे की ३०-६०% च्या दरम्यान?

आजची कृती: अशा एका कंपनीचे नाव शोधा जिचा Dividend Yield जास्त आहे पण Payout Ratio १००% पेक्षा जास्त आहे. अशा कंपन्यांमध्ये गुंतवणूक करताना सावध राहा.

५. माझी टिपणे

विचार करा: जर एखादी कंपनी कमावलेल्या नफ्यापेक्षा जास्त पैसे वाटत असेल, तर ती स्वतःचा विकास कशी करेल?

> **आजची शपथ:** "मी केवळ जास्त लाभांश पाहून भुलणार नाही. मी कंपनीचा 'Payout Ratio' तपासेन आणि केवळ स्वकमाईतून लाभांश देणाऱ्या शाश्वत कंपन्यांचीच निवड करीन."

दिवस ९९: कंपन्यांची सुसंगतता - भरोशाची गुंतवणूक

१. प्रस्तावना: केवळ एकदाचा नफा पुरेसा नाही

ज्याप्रमाणे आपण नोकरी करताना असा पगार शोधतो जो दरमहा वेळेवर मिळेल, त्याचप्रमाणे डिव्हिडंड गुंतवणुकीतही 'सातत्य' (Consistency) महत्त्वाचे असते. काही कंपन्या एखाद्या वर्षी मालमत्ता विकून मोठा लाभांश देतात, पण नंतर शांत बसतात. अशा कंपन्यांपासून सावध राहून वर्षानुवर्षे लाभांश देणाऱ्या 'निष्ठावान' कंपन्या कशा शोधायच्या, हे आज आपण शिकणार आहोत.

२. आजचे शिक्षण : 'Dividend Aristocrats' म्हणजे काय?

'Dividend Aristocrats' (डिव्हिडंड एरिस्टोक्रॅट्स):

ही अशी पदवी आहे जी अशा कंपन्यांना दिली जाते ज्यांनी केवळ लाभांश दिलाच नाही, तर **गेल्या २५+ वर्षांपासून सतत आपल्या लाभांशात वाढ** केली आहे. या कंपन्या मंदी असो वा तेजी, आपल्या भागधारकांना नफ्याचा हिस्सा देण्यात कधीही मागे हटत नाहीत.

सुसंगतता तपासण्याचे निकष:

१. **Track Record:** कंपनीने गेल्या १०-१५ वर्षांत एकदाही लाभांश देणे बंद केले आहे का?

२. **Growth in Dividend:** लाभांश केवळ दिला जात आहे की तो दरवर्षी वाढत आहे? (वाढता लाभांश हा व्यवसायातील वाढीचा संकेत आहे).

३. **Crisis Performance:** २००८ ची आर्थिक मंदी किंवा २०२० चा कोरोना काळ, अशा संकटातही कंपनीने लाभांश दिला होता का?

३. कृती: भारतीय बाजारातील 'भरोशाचे हिरे' शोधणे

भारतात अमेरिकेसारखी २५ वर्षांची परंपरा पाळणाऱ्या कंपन्या कमी असल्या, तरी गेल्या १०-१५ वर्षांत अत्यंत शिस्तबद्ध पद्धतीने लाभांश देणाऱ्या अनेक कंपन्या आहेत.

उदाहरणार्थ:

- **IT क्षेत्र:** TCS, Infosys, HCL Tech.
- **FMCG क्षेत्र:** ITC, HUL, Nestlé India.
- **PSU क्षेत्र:** Coal India, BPCL (हे जास्त Yield साठी प्रसिद्ध आहेत).

४. कृती आराखडा : सुसंगततेचे ऑडिट

आज तुम्हाला खऱ्या अर्थाने 'डिव्हिडंड देणाऱ्या मशीन' शोधायच्या आहेत.

१. **साधन वापरा:** 'Tickertape' किंवा 'Screener.in' वर 'Dividend Yield' स्क्रीनर निवडा.

२. **फिल्टर लावा:** गेल्या १० वर्षांचा 'Dividend Payout' इतिहास तपासा.

३. **कार्य:** अशा ५ भारतीय कंपन्यांची नावे लिहा ज्यांनी गेल्या १० वर्षांत दरवर्षी न चुकता लाभांश दिला आहे.

४. **निरीक्षण:** या ५ कंपन्यांपैकी कोणाचा लाभांश दरवर्षी वाढत आहे, ते पहा.

आजची कृती: तुमच्या वॉचलिस्टमध्ये अशा एका कंपनीचे नाव जोडा, जिने गेल्या १० वर्षात एकदाही लाभांश चुकवलेला नाही.

५. माझी टिपणे

विचार करा: जर एखादी कंपनी कठीण काळातही लाभांश देते, तर तिचा व्यवसाय किती मजबूत असेल? अशा कंपन्या पडत्या बाजारात तुमच्या पोर्टफोलिओला आधार देतात.

> **आजची शपथ:** "मी केवळ एका वर्षाचा लाभांश पाहून गुंतवणूक करण्याचा निर्णय घेणार नाही. मी कंपनीचा किमान १० वर्षांचा इतिहास तपासेन आणि ज्या कंपनीने संकटातही भागधारकांना साथ दिली आहे, अशाच सुसंगत कंपन्यांची निवड करीन."

दिवस १०० : सेक्टर विश्लेषण - लाभांशाची खाण कोठे आहे?

१. प्रस्तावना: सर्व क्षेत्रे समान नसतात

जसा प्रत्येक झाडाला फळ येण्याचा काळ आणि प्रमाण वेगळे असते, तसेच शेअर बाजारातील प्रत्येक क्षेत्राचे (Sector) लाभांश देण्याचे धोरण वेगळे असते. काही क्षेत्रे वेगाने वाढण्यासाठी नफा पुन्हा व्यवसायात गुंतवतात (उदा. स्टार्टअप्स किंवा टेक), तर काही प्रस्थापित क्षेत्रे आपल्या भागधारकांना नफा वाटण्यात धन्यता मानतात. आज आपण लाभांश देणाऱ्या 'हॉटस्पॉट्स'चा शोध घेणार आहोत.

२. आजचे शिक्षण : लाभांश देणारी प्रमुख क्षेत्रे

काही विशिष्ट क्षेत्रे त्यांच्या व्यवसायाच्या स्वरूपामुळे जास्त लाभांश देतात:

१. **माहिती तंत्रज्ञान (IT Sector):** TCS, Infosys, HCL Tech सारख्या कंपन्यांकडे भरपूर 'कॅश' असते. त्यांना नवीन कारखाने काढण्याची गरज नसते, म्हणून त्या नफा वाटून देतात.

२. **एफएमसीजी (FMCG Sector):** साबण, तेल, बिस्किटे विकणाऱ्या कंपन्या (उदा. ITC, Nestlé, HUL) यांचा व्यवसाय स्थिर असतो आणि नफा नियमित असतो.

३. **ऊर्जा आणि उपयुक्तता (Power & Utilities):** वीज आणि गॅस पुरवणाऱ्या कंपन्यांचे उत्पन्न निश्चित असते, त्यामुळे त्या चांगला लाभांश देतात.

४. **सरकारी कंपन्या (PSUs):** कोल इंडिया, ओएनजीसी, गेल यांसारख्या कंपन्या लाभांश देण्यात सर्वात पुढे असतात.

३. कृती: सरकारी कंपन्या (PSU) जास्त लाभांश का देतात?

संशोधन आणि कारणे:

सरकारी कंपन्यांमध्ये सर्वात मोठा भागधारक 'भारत सरकार' असते. सरकारला आपला वित्तीय तुटा (Fiscal Deficit) भरून काढण्यासाठी आणि विविध योजना राबवण्यासाठी मोठ्या निधीची गरज असते. हा निधी सरकार या कंपन्यांकडून 'लाभांश' (Dividend) स्वरूपात वसूल करते.

मुख्य कारणे:

- **सरकारची गरज:** कर संकलनासोबतच लाभांश हा सरकारसाठी उत्पन्नाचा मोठा स्रोत आहे.
- **मजबूत रोख प्रवाह (Cash Flow):** या कंपन्यांची एकाधिकारशाही (Monopoly) किंवा मोठी मार्केट पकड असते, ज्यामुळे त्यांच्याकडे रोकड भरपूर असते.

- **कमी विस्तार खर्च:** अनेक सरकारी कंपन्यांचे प्रकल्प आधीच सेट असतात, त्यामुळे त्यांना नवीन गुंतवणुकीपेक्षा नफा वाटणे सोपे जाते.

४. कृती आराखडा : तुमच्या पोर्टफोलिओचे 'सेक्टर' निवडा

आज तुम्हाला लाभांशासाठी योग्य क्षेत्रांची निवड करायची आहे.

१. **तुलना करा:** एका खासगी बँकेचा (उदा. HDFC Bank) आणि एका सरकारी ऊर्जा कंपनीचा (उदा. Power Grid) Dividend Yield तपासा.

२. **कारण शोधा:** आयटी कंपन्यांनी गेल्या २ वर्षांत किती 'बायबॅक' (Buyback) किंवा 'डिव्हिडंड' दिला आहे ते पहा.

३. **विभाजन:** तुमच्या वॉचलिस्टमध्ये किमान ३ वेगवेगळ्या क्षेत्रांतील हाय-डिव्हिडंड कंपन्यांचा समावेश करा.

आजची कृती: 'Nifty Dividend Opportunities 50' हा इंडेक्स पहा. त्यामध्ये कोणत्या क्षेत्रातील कंपन्यांचे वजन (Weightage) सर्वात जास्त आहे, याचे निरीक्षण करा.

५. माझी टिपणे

विचार करा: जर तुम्हाला नियमित उत्पन्न हवे असेल, तर तुम्ही केवळ एकाच क्षेत्रावर विसंबून राहणे योग्य ठरेल का? (उदा. केवळ सरकारी कंपन्यांमध्ये गुंतवणूक करणे सुरक्षित आहे का?)

> **आजची शपथ:** "मी माझे लाभांश उत्पन्न वाढवण्यासाठी वेगवेगळ्या क्षेत्रांचा (Diversification) अभ्यास करीन. मी केवळ सरकारी कंपन्यांच्या मागे न धावता, खाजगी क्षेत्रातील रोख-संपन्न (Cash-rich) कंपन्यांचाही शोध घेईन."

दिवस १०१ : डिव्हिडंड ग्रोथ वि. हाय यील्ड (Growth vs Yield)

१. प्रस्तावना: आजचा नफा की उद्याची संपत्ती?

गुंतवणूक करताना आपल्यासमोर दोन पर्याय असतात: एक जो आज खूप जास्त पैसे देतो (High Yield) आणि दुसरा जो आज कमी देतो पण दरवर्षी त्याचे उत्पन्न वाढत जाते (Growth). अनेक लोक ५% ईल्ड पाहून तिथे पैसे गुंतवतात, पण १% ईल्ड देणारा शेअर १०-१५ वर्षांनंतर त्या ५% वाल्याला कसे मागे टाकतो, हे आज आपण 'गणितासह' पाहणार आहोत.

२. आजचे शिक्षण : तुलना आणि 'Yield on Cost'

'Yield on Cost' (खरेदी किमतीवर आधारित परतावा):

ही संकल्पना दीर्घकालीन गुंतवणूकदारांसाठी जादू सारखी काम करते. याचा अर्थ असा की, कंपनी जसा लाभांश वाढवते, तसा तुमच्या मूळ गुंतवणुकीवर मिळणारा परतावा (Yield) वाढत जातो.

तुलनात्मक उदाहरण (दोघांनी ₹१,००,००० गुंतवले):

वर्ष	पर्याय अ (५% स्थिर यील्ड)	पर्याय ब (१% यील्ड + १०% वार्षिक ग्रोथ)
वर्ष १	₹५,०००	₹१,०००
वर्ष ५	₹५,०००	₹१,४६४
वर्ष १०	₹५,०००	₹२,३५८
वर्ष २०	₹५,०००	₹६,११५
वर्ष ३०	**₹५,०००**	**₹१५,८६३**

निष्कर्ष: ३० वर्षांनंतर, 'पर्याय ब' मधील गुंतवणूकदाराला त्याच्या मूळ १ लाखावर १५.८% पेक्षा जास्त वार्षिक परतावा (Yield on Cost) मिळत आहे, तर 'पर्याय अ' अजूनही ५% वरच अडकला आहे. यालाच **'Dividend Growth Investing'** म्हणतात.

३. दीर्घकालीन परिणाम: कोणती निवड कधी करावी?

१. **हाय यील्ड (High Yield):** जर तुम्हाला आजच पैशांची गरज असेल (उदा. तुम्ही निवृत्त झाला आहात), तर जास्त ईल्ड देणारे शेअर्स (उदा. PSU कंपन्या) निवडा.

२. **डिव्हिडंड ग्रोथ (Dividend Growth):** जर तुमचे वय कमी असेल आणि तुम्हाला १०-२० वर्षांनंतर मोठी संपत्ती हवी असेल, तर कमी ईल्ड पण जास्त 'पेआउट ग्रोथ' देणाऱ्या कंपन्या (उदा. IT किंवा FMCG) निवडा.

४. कृती आराखडा : वाढीचा मागोवा घ्या

आज तुम्हाला तुमच्या पोर्टफोलिओचा 'भविष्यकाळ' मोजायचा आहे.

१. **डाटा तपासा:** एखाद्या ग्रोथ कंपनीचा (उदा. Nestlé किंवा Asian Paints) गेल्या १० वर्षांतील प्रति शेअर डिव्हिडंड (DPS) तपासा.

२. **गणित करा:** जर तुम्ही १० वर्षांपूर्वी हा शेअर घेतला असता, तर तुमच्या खरेदी किमतीवर आज तुम्हाला किती टक्के 'Yield on Cost' मिळत आहे?

३. **तुलना:** याच कालावधीत एखाद्या सरकारी कंपनीच्या (उदा. NMDC) डिव्हिडंड वाढीची तुलना करा.

आजची कृती: अशी एक कंपनी शोधा जिचा सध्याचा Yield २% पेक्षा कमी आहे, पण जिने गेल्या ५ वर्षांत आपला डिव्हिडंड दरवर्षी १०% पेक्षा जास्त दराने वाढवला आहे.

५. माझी टिपणे

विचार करा: महागाई दरवर्षी वाढत असताना स्थिर डिव्हिडंड तुम्हाला पुरेसा ठरेल का? वाढणारा लाभांश (Dividend Growth) हा महागाईवर मात करण्याचा सर्वोत्तम मार्ग का आहे?

> **आजची शपथ:** "मी केवळ आज मिळणाऱ्या मोठ्या लाभांशावर भुलणार नाही. मी कंपनीची लाभांश वाढवण्याची क्षमता (Dividend Growth Rate) तपासेन. मी माझ्या भविष्यातील आर्थिक स्वातंत्र्यासाठी 'Yield on Cost' ची शक्ती वापरून संपत्ती निर्माण करीन."

दिवस १०२ : स्टॉक्स स्क्रिनिंग (Screening Tools) - रत्ने शोधण्याचे तंत्र

१. प्रस्तावना: हजारो कंपन्या आणि तुमचा वेळ

भारतीय शेअर बाजारात ५,००० पेक्षा जास्त कंपन्या सूचीबद्ध आहेत. या सर्वांचा अभ्यास करणे अशक्य आहे. म्हणूनच आपण 'फिल्टर्स'चा वापर करतो. ज्याप्रमाणे चहा गाळल्याने चहाची पत्ती वर राहते आणि शुद्ध चहा खाली येतो, तसेच 'स्टॉक स्क्रीनर्स' आपल्याला कचरा कंपन्या बाजूला सारून दर्जेदार कंपन्या शोधून देतात. आज आपण स्वतःचे 'फिल्टर्स' सेट करायला शिकणार आहोत.

२. आजचे शिक्षण : महत्त्वाचे गाळणी निकष (Filters)

चांगल्या डिव्हिडंड स्टॉक्ससाठी आपण खालील तीन प्रमुख निकष वापरणार आहोत:

१. **Market Cap > ५००० कोटी:** आपण खूप लहान (Penny Stocks) कंपन्या टाळत आहोत. ५,००० कोटींहून मोठी कंपनी म्हणजे ती स्थिर आणि प्रस्थापित आहे.

२. **Dividend Yield > ३%:** आपल्याला बँकेच्या बचतीपेक्षा जास्त किंवा किमान महागाईच्या बरोबरीने रोख उत्पन्न देणाऱ्या कंपन्या हव्या आहेत.

३. **Return on Equity (ROE) > १५%:** हे सर्वात महत्त्वाचे आहे. याचा अर्थ कंपनी भागधारकांच्या पैशांचा वापर करून १५% पेक्षा जास्त नफा कमावत आहे. जो नफा कमवेल, तोच लाभांश देऊ शकेल!

३. कृती: स्क्रीनर टूल्सचा वापर कसा करावा?

पायऱ्या:

१. **Screener.in** किंवा **Tickertape** वेबसाईटवर जा.

२. 'Create New Screen' या पर्यायावर क्लिक करा.

३. खालील 'Query' टाईप करा किंवा फिल्टर्स निवडा:

- Market Capitalization > 5000 AND
- Dividend yield > 3 AND
- Return on equity > 15

  ४. 'Run this Query' वर क्लिक करा.

४. कृती आराखडा : स्वतःची यादी तयार करा

आज तुम्हाला तंत्रज्ञानाचा वापर करून गुंतवणुकीची पहिली यादी बनवायची आहे.

१. **फिल्टर लावा:** वर दिलेले ३ फिल्टर्स लावून निकाल तपासा.

२. **निरीक्षण:** निकालामध्ये कोणत्या क्षेत्रातील (Sectors) कंपन्या जास्त दिसत आहेत? (उदा. बँका, सरकारी कंपन्या की आयटी?)

३. **शॉर्टलिस्ट:** आलेल्या यादीतून टॉप ५ कंपन्या निवडा ज्यांचा 'Debt to Equity' (कर्ज) कमी आहे.

आजची कृती: वर दिलेले फिल्टर्स वापरून आलेल्या यादीतील पहिल्या दोन कंपन्यांची नावे तुमच्या वहीत लिहा आणि त्यांचे मागील ५ वर्षांचे नफे तपासा.

५. माझी टिपणे

विचार करा: जर एखाद्या कंपनीचा ROE ५% असेल आणि ती ५% डिव्हिडंड देत असेल, तर ती कंपनी सुरक्षित आहे का? नफा न वाढता दिलेला डिव्हिडंड किती काळ टिकेल?

> **आजची शपथ:** "मी कोणाच्याही 'टिप्स'वर अवलंबून न राहता स्वतः स्क्रीनर टूल्सचा वापर करून कंपन्यांची निवड करीन. मी केवळ आकड्यांना न पाहता, त्यामागील व्यवसायाची गुणवत्ता (Quality) तपासेन आणि मगच गुंतवणुकीचा निर्णय घेईन."

दिवस १०१: कर आकारणी (Taxation on Dividend) - तुमच्या खिशात किती उरतील?

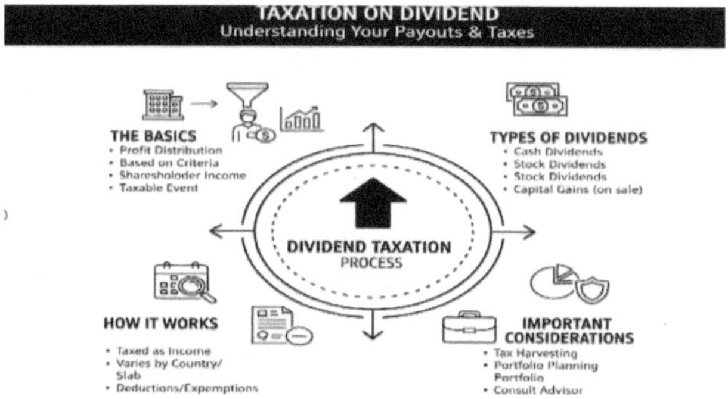

१. प्रस्तावना: बदललेले नियम आणि तुमचे उत्पन्न

काही वर्षांपूर्वीपर्यंत कंपन्यांना डिव्हिडंड डिस्ट्रिब्युशन टॅक्स (DDT) भरावा लागायचा आणि गुंतवणूकदारांसाठी तो करमुक्त असायचा. मात्र, एप्रिल २०२० पासून नियम बदलले आहेत. आता तुम्हाला मिळणारा लाभांश हा 'इतर स्रोतांकडून मिळणारे उत्पन्न' (Income from Other Sources) मानले जाते. म्हणजेच, तुम्ही जेवढा जास्त लाभांश मिळवाल, तेवढा जास्त टॅक्स तुम्हाला भरावा लागू शकतो.

२. आजचे शिक्षण : लाभांश कराचे गणित

अ. वैयक्तिक टॅक्स स्लॅब (Income Tax Slab):

- तुम्हाला मिळणारा लाभांश तुमच्या एकूण उत्पन्नात मिळवला जातो.
- जर तुम्ही ५% च्या स्लॅबमध्ये असाल, तर लाभांशावर ५% टॅक्स लागेल. जर तुम्ही ३०% च्या स्लॅबमध्ये असाल, तर लाभांशावर ३०% टॅक्स लागेल.

ब. TDS (Tax Deducted at Source):

- जर एका आर्थिक वर्षात एका कंपनीकडून मिळणारा लाभांश **₹५,००० पेक्षा जास्त** असेल, तर कंपनी **१०% TDS** कापूनच तुम्हाला पैसे देते.
- जर तुमचे एकूण उत्पन्न करपात्र नसेल, तर तुम्ही **१५G/१५H** फॉर्म भरून हा TDS वाचवू शकता किंवा आयटी रिटर्न (ITR) भरताना त्याचा परतावा (Refund) मिळवू शकता.

३. माहिती: टॅक्स वाचवण्यासाठी काय करावे?

१. **कमी स्लॅब असलेल्या कुटुंबातील सदस्यांच्या नावे गुंतवणूक:** जर तुमच्या पत्नीचा किंवा पालकांचा टॅक्स स्लॅब कमी असेल, तर त्यांच्या नावे शेअर्स घेतल्यास कमी टॅक्स लागेल.

२. **गुंतवणुकीचा कालावधी:** लाभांश हा दरवर्षी टॅक्सेबल असतो, पण जर तुम्ही 'ग्रोथ' स्टॉक्समध्ये गुंतवणूक केली (जिथे लाभांश कमी आणि किंमत वाढ जास्त असते), तर तुम्हाला फक्त शेअर विकतानाच 'कॅपिटल गेन टॅक्स' भरावा लागतो.

४. कृती आराखडा : तुमच्या टॅक्सचे ऑडिट

आज तुम्हाला तुमच्या लाभांशावर लागणाऱ्या कराचा हिशोब करायचा आहे.

१. **स्लॅब तपासा:** तुम्ही सध्या कोणत्या टॅक्स स्लॅबमध्ये (५%, १०%, २०%, ३०%) आहात ते पहा.

२. **हिशोब करा:** समजा तुम्हाला वर्षाला ₹५०,००० लाभांश मिळाला, तर तुमच्या स्लॅबनुसार तुम्हाला किती रुपये प्रत्यक्ष टॅक्स भरावा लागेल?

३. **TDS पडताळणी:** तुमच्या मागील वर्षाचा 'Form 26AS' किंवा 'AIS' तपासा, त्यात कंपन्यांनी कापलेला TDS दिसतोय का ते पहा.

आजची कृती: तुमच्या बँकेच्या वेबसाईटवर किंवा डिमॅट खात्यात जाऊन तुमची 'Dividend History' डाउनलोड करा आणि गेल्या वर्षात तुम्हाला किती लाभांश मिळाला याचा आकडा काढा.

५. माझी टिपणे

विचार करा: जर तुम्ही ३०% टॅक्स स्लॅबमध्ये असाल, तर ५% डिव्हिडंड ईल्ड देणारा शेअर प्रत्यक्षात तुम्हाला फक्त ३.५% ईल्ड (टॅक्स वजा जाता) देत आहे. ही गोष्ट लक्षात घेऊन तुम्ही गुंतवणुकीचा निर्णय बदलाल का?

> **आजची शपथ:** "मी केवळ लाभांशाची एकूण रक्कम पाहून गुंतवणूक करणार नाही. मी माझ्या टॅक्स स्लॅबनुसार मिळणाऱ्या निव्वळ परताव्याचा (Net Return) हिशोब करीन आणि त्यानुसार कर-कार्यक्षम (Tax Efficient) गुंतवणूक करण्याचे नियोजन करीन."

दिवस १०४ पोर्टफोलिओ बॅलन्सिंग आणि 'डिव्हिडंड ट्रॅप' पासून बचाव

१. प्रस्तावना: समतोल हाच यशाचा पाया

ज्याप्रमाणे जेवणात सर्व चवींचे संतुलन आवश्यक असते, त्याचप्रमाणे तुमच्या पोर्टफोलिओमध्येही वाढ (Growth) आणि नियमित उत्पन्न (Income) यांचे संतुलन हवे. केवळ 'ग्रोथ' स्टॉक्स घेतल्यास बाजाराच्या पडझडीत भीती वाटते, आणि केवळ 'डिव्हिडंड' स्टॉक्स घेतल्यास संपत्ती वेगाने वाढत नाही. आज आपण या दोन्हीचा सुवर्णमध्य शोधणार आहोत.

२. आजचे शिक्षण : पोर्टफोलिओचे नियोजन

अ. किती टक्के गुंतवणूक असावी?

- **नियमित उत्पन्नासाठी (Income Allocation):** तुमच्या एकूण पोर्टफोलिओच्या **२०% ते ३०%** भाग हा दर्जेदार डिव्हिडंड देणाऱ्या स्टॉक्समध्ये असावा. हे शेअर्स तुम्हाला मंदीच्या काळात 'कॅश फ्लो' देतात.
- **उर्वरित भाग (७०-८०%):** हा भाग 'ग्रोथ स्टॉक्स' किंवा इंडेक्स फंड्समध्ये असावा, ज्यामुळे तुमची संपत्ती महागाईपेक्षा जास्त वेगाने वाढेल.

ब. 'डिव्हिडंड ट्रॅप' (Dividend Trap) म्हणजे काय?

कधीकधी एखादी कंपनी १०-१५% डिव्हिडंड ईल्ड दाखवते, पण तिचा शेअर वर्षभरात ३०-४०% पडतो. यालाच 'सापळा' म्हणतात.

- **धोका:** कंपनीचा व्यवसाय डबघाईला आलेला असतो, म्हणून शेअरची किंमत पडते आणि गणितानुसार 'Yield' जास्त दिसतो.
- **सावधगिरी:** जर डिव्हिडंड देणारी कंपनी तोटा कमावत असेल किंवा तिच्यावर खूप कर्ज असेल, तर अशा 'हाय ईल्ड' पासून दूर राहा.

३. चेकलिस्ट: खराब फंडामेंटल्स कसे ओळखावे?

गुंतवणूक करण्यापूर्वी हे ३ प्रश्न स्वतःला विचारा:

१. कंपनीचा नफा गेल्या ३ वर्षांत कमी झाला आहे का?

२. कंपनीवर तिच्या क्षमतेपेक्षा जास्त कर्ज (High Debt) आहे का?

३. शेअरची किंमत सातत्याने खाली जात आहे का? (Negative Trend).

*जर उत्तर 'हो' असेल, तर तो **डिव्हिडंड ट्रॅप** असू शकतो.*

४. कृती आराखडा : तुमच्या पोर्टफोलिओचे ऑडिट

आज तुम्हाला तुमच्या सध्याच्या गुंतवणुकीचे संतुलन तपासायचे आहे.

१. **कॅलक्युलेशन:** तुमच्या एकूण गुंतवणुकीपैकी किती टक्के रक्कम 'डिव्हिडंड स्टॉक्स'मध्ये आहे, त्याचा हिशोब करा.

२. **ट्रॅप तपासणी:** तुमच्या यादीतील सर्वात जास्त 'Yield' देणारा शेअर निवडा आणि त्याचा मागील ५ वर्षांचा 'Net Profit' ग्राफ पहा. नफा कमी होत असल्यास सावध व्हा.

३. **पुनरावलोकन:** जर तुमचा पोर्टफोलिओ १००% डिव्हिडंड स्टॉक्सने भरलेला असेल, तर त्यात काही 'ग्रोथ' स्टॉक्स मिळवण्याचे नियोजन करा.

आजची कृती: अशा एका कंपनीचे नाव शोधा जिचा 'Yield' खूप जास्त (उदा. ८% च्या वर) आहे, पण जिचा शेअर गेल्या १ वर्षात १५% पेक्षा जास्त पडला आहे.

५. माझी टिपणे

विचार करा: जर एखादी कंपनी तुम्हाला ₹१० डिव्हिडंड देत असेल, पण तिच्या शेअरची किंमत ₹२० ने कमी होत असेल, तर तुम्हाला खरोखर फायदा होत आहे का?

> **आजची शपथ:** "मी केवळ लाभांशाच्या मोठ्या आकड्यांना भुलून गुंतवणूक करणार नाही. मी पोर्टफोलिओमध्ये संतुलन राखून २०-३०% भागच लाभांश स्टॉक्सला देईन आणि 'डिव्हिडंड ट्रॅप' ओळखण्यासाठी नेहमी कंपनीचे आर्थिक आरोग्य (Fundamentals) तपासेन."

दिवस १०५ : फायनल वॉचलिस्ट आणि पहिली गुंतवणूक - कृतीची वेळ!

१. प्रस्तावना: ज्ञानाचे रूपांतर कृतीत करा

गेल्या १० दिवसांत आपण डिव्हिडंडचे गणित, तारखांचे महत्त्व, टॅक्स, आणि कंपन्यांची निवड कशी करावी हे सर्व शिकलो. पण जोपर्यंत तुम्ही प्रत्यक्ष गुंतवणूक करत नाही, तोपर्यंत हे सर्व ज्ञान केवळ पुस्तकी राहील. आज आपण आपल्या अभ्यासातून 'सर्वोत्तम' कंपन्यांची निवड करणार आहोत आणि तुमच्या पहिल्या 'पॅसिव्ह इन्कम' यंत्रणेचे बटण दाबणार आहोत.

२. आजचे शिक्षण : वॉचलिस्ट तयार करण्याचे निकष

तुमच्या फायनल वॉचलिस्टमध्ये ३-५ स्टॉक्स निवडताना खालील ४ गोष्टींचा 'फायनल चेक' करा:

१. **शाश्वतता (Sustainability):** कंपनी गेल्या १० वर्षांपासून सतत नफा कमवतेय आणि लाभांश देतेय का?

२. **सुरक्षितता (Safety):** कंपनीवर जास्त कर्ज नाही ना? (Debt to Equity < १ असावा).

३. **परतावा (Returns):** Dividend Yield किमान ३% पेक्षा जास्त आहे का?

४. **भविष्य (Growth):** कंपनीचा व्यवसाय भविष्यातही टिकणारा आहे का?

३. कृती: ३-५ स्टॉक्सची फायनल वॉचलिस्ट

तुमच्या अभ्यासाच्या आधारे अशा पद्धतीने एक तक्ता तयार करा:

कंपनीचे नाव	क्षेत्र (Sector)	Dividend Yield	Payout Ratio	माझी टिपणी
१.				
२.				
३.				

(टीप: आयटी, एफएमसीजी आणि सरकारी ऊर्जा कंपन्या यांचे मिश्रण ठेवल्यास पोर्टफोलिओ संतुलित राहील.)

४. कृती आराखडा : पहिली पायरी

आज तुम्हाला 'गुंतवणूकदार' बनायचे आहे.

१. **वॉचलिस्ट बनवा:** तुमच्या डिमॅट ॲपमध्ये 'Dividend Stars' नावाची एक नवीन वॉचलिस्ट तयार करा आणि त्यात ३-५ स्टॉक्स जोडा.

२. **पहिली गुंतवणूक:** जर तुमचे डिमॅट खाते तयार असेल, तर तुमच्या वॉचलिस्ट मधील एका सर्वात चांगल्या वाटणाऱ्या कंपनीचा **कमीतकमी १ शेअर** खरेदी करा.

३. **अनुभव घ्या:** शेअर खरेदी केल्यानंतर तुमच्या पोर्टफोलिओमध्ये 'Corporate Actions' विभागात जाऊन आगामी डिव्हिडंडच्या तारखा तपासा.

आजची कृती: तुम्ही आज कोणत्या कंपनीचा शेअर निवडला आहे आणि तो का निवडला (उदा. हाय यील्ड किंवा सुसंगतता), हे तुमच्या डायरीत लिहून ठेवा.

५. माझी टिपणे

विचार करा: पहिली गुंतवणूक करताना थोडी भीती वाटणे साहजिक आहे, पण १ शेअर घेऊन सुरुवात केल्याने तुमचा आत्मविश्वास वाढेल. हा १ शेअर तुम्हाला भविष्यात हजारो शेअर्सची मालकी घेण्याकडे घेऊन जाईल.

> **आजची शपथ:** "आज मी माझ्या आर्थिक स्वातंत्र्याचा पाया रचत आहे. मी केवळ बघ्याची भूमिका न घेता, एक 'मालक' (Shareholder) म्हणून पहिली गुंतवणूक करत आहे. मी शिस्तबद्धपणे माझा पोर्टफोलिओ वाढवेन आणि ही यंत्रणा माझ्यासाठी आयुष्यभर पैसे कमावून देईल याची काळजी घेईन."

दिवस १०५ - बोनस टिप्स

विषय: 'डिव्हिडंड ट्रॅप' आणि ' रीइन्व्हेस्टमेंट 'ची शक्ती

तुमची गुंतवणूक सुरक्षित ठेवण्यासाठी आणि संपत्ती वेगाने वाढवण्यासाठी खालील दोन गोष्टी नेहमी लक्षात ठेवा.

१. डिव्हिडंड ट्रॅप (Dividend Trap) पासून सावधान! ⚠

कधीकधी एखादा शेअर खूप जास्त डिव्हिडंड ईल्ड (उदा. १५-२०%) दाखवतो, जे पाहून नवीन गुंतवणूकदार आकर्षित होतात. पण हा एक सापळा असू शकतो.

- **सापळा कसा ओळखायचा?**
    - **किंमत पडणे:** जर शेअरची किंमत सतत पडत असेल, तर गणितानुसार त्याचा 'Yield' वाढलेला दिसतो.
    - **व्यवसाय तपासणी:** कंपनी तोट्यात आहे का? तिच्यावर कर्ज वाढले आहे का? किंवा तिच्या मुख्य व्यवसायाला काही धोका निर्माण झाला आहे का?
    - **एका वेळचा लाभांश:** कधीकधी कंपनी आपली एखादी मालमत्ता विकून एकदाच मोठा डिव्हिडंड देते. हा नफा दरवर्षी होणार नसतो.

निष्कर्ष: केवळ 'टक्केवारी' पाहू नका, त्यामागील 'व्यवसाय' तपासा. जर व्यवसायाचे भविष्य सुरक्षित नसेल, तर तो लाभांशही टिकणार नाही.

२. डिव्हिडंड रीइन्व्हेस्टमेंट (Power of Compounding) 🧮

जर तुम्हाला तुमच्या लाभांशाच्या पैशांची तातडीने गरज नसेल, तर ते पैसे खर्च न करता पुन्हा त्याच शेअर्समध्ये गुंतवा. यालाच **DRIP (Dividend Reinvestment Plan)** म्हणतात.

- **फायदा:**
    - **अधिक शेअर्स:** लाभांशातून तुम्ही अधिक शेअर्स खरेदी करता.

- **कम्पाउंडिंगची जादू:** पुढच्या वेळी तुम्हाला मूळ शेअर्स + नवीन घेतलेले शेअर्स अशा दोन्हीवर लाभांश मिळतो.
- **दीर्घकालीन संपत्ती:** २० वर्षांनंतर, लाभांश पुन्हा गुंतवल्यामुळे तुमचा पोर्टफोलिओ लाभांश न गुंतवणाऱ्या पोर्टफोलिओपेक्षा कितीतरी पटीने मोठा असेल.

३. आजची कृती (Final Checklist)

१. तुमच्या वॉचलिस्ट मधील कंपन्यांचा **'Debt to Equity'** रेशो १ पेक्षा कमी आहे ना, याची खात्री करा.

२. मिळालेल्या लाभांशाचे काय करायचे, याचे धोरण ठरवा (उदा. तो खर्च करायचा की पुन्हा गुंतवायचा).

३. **Dividend Reinvestment Calculator** वापरून पहा, जेणेकरून तुम्हाला १०-१५ वर्षांनंतरचा फरक लक्षात येईल.

४. माझी टिपणे

लक्षात ठेवा: श्रीमंत लोक लाभांश मिळवून चैनीच्या वस्तू विकत घेण्याऐवजी, त्या लाभांशातून अधिक 'मालमत्ता' (Assets) निर्माण करतात.

> **आजची शपथ:** "मी लाभांशाच्या सापळ्यांपासून दूर राहीन आणि माझ्या लाभांशाचा वापर पुन्हा गुंतवणूक करून माझी 'पैशाची झाडे' वाढवण्यासाठी करीन. मी अल्पकालीन सुखापेक्षा

दिवस १०६ : SWP ची मूलभूत ओळख - स्वतःची पेन्शन सिस्टीम

१. प्रस्तावना: पैसे साठवून झाले, आता ते वापरण्याची वेळ!

आतापर्यंत आपण शिकलो की SIP (Systematic Investment Plan) द्वारे पैसे कसे साठवायचे. पण जेव्हा तुम्ही निवृत्त होता किंवा तुम्हाला कामातून ब्रेक घ्यायचा असतो, तेव्हा तुम्हाला साठवलेल्या पैशातून नियमित उत्पन्नाची गरज असते. इथेच **SWP (Systematic Withdrawal Plan)** कामाला येतो. हे एक असे साधन आहे जे तुमच्या गुंतवणुकीचे रूपांतर 'मासिक पगारात' करते.

२. आजचे शिक्षण : SWP म्हणजे नक्की काय?

SWP चा अर्थ:

ज्याप्रमाणे **SIP** म्हणजे शिस्तबद्ध पद्धतीने पैसे 'भरणे', त्याचप्रमाणे **SWP** म्हणजे शिस्तबद्ध पद्धतीने पैसे 'काढणे'.

- **नियम:** तुम्ही तुमच्या म्युच्युअल फंडमधील साठलेल्या रकमेतून ठराविक रक्कम (उदा. ₹१०,००० किंवा ₹५०,०००) दरमहा, दर तीन महिन्यांनी किंवा दरवर्षी काढण्याचे आदेश देता.
- **प्रक्रिया:** ठराविक तारखेला म्युच्युअल फंड हाऊस तुमच्या गुंतवणुकीतील काही युनिट्स विकते आणि ते पैसे थेट तुमच्या बँक खात्यात जमा करते.
- **कोणासाठी?:** प्रामुख्याने निवृत्त व्यक्तींसाठी किंवा ज्यांना नियमित 'पॅसिव्ह इन्कम' हवे आहे त्यांच्यासाठी हे सर्वोत्तम आहे.

३. माझी गोष्ट: 'पेन्शन'चे टेन्शन संपले

माझ्या एका काकांनी निवृत्त झाल्यावर सर्व पैसे मुदत ठेवीत (FD) ठेवले होते. पण महागाई वाढल्यामुळे त्यांचे घरखर्च भागेनासे झाले. मग आम्ही त्यांच्या म्युच्युअल फंड पोर्टफोलिओवर **SWP** सुरू केली.

आज त्यांना दरमहा एका निश्चित तारखेला त्यांच्या खात्यात 'पगार' जमा झाल्याचा मेसेज येतो. विशेष म्हणजे, त्यांनी काढलेली रक्कम ही त्यांच्या फंडाच्या नफ्यापेक्षा कमी असल्याने, त्यांची मूळ गुंतवणूक आजही सुरक्षित आहे आणि वाढत आहे.

मला उमजले— **"SIP संपत्ती निर्माण करते, तर SWP ती संपत्ती सन्मानाने भोगायला शिकवते."**

४. कृती आराखडा : फरकाचे गणित समजून घ्या

आज तुम्हाला SIP आणि SWP मधील तात्विक फरक समजून घ्यायचा आहे.

१. **फरक तपासा:** - SIP = बँक खात्यातून --> म्युच्युअल फंडात पैसे जातात.

- SWP = म्युच्युअल फंडातून --> बँक खात्यात पैसे येतात.
  २. **कल्पना करा:** समजा तुमच्याकडे ₹२० लाख साठले आहेत, तर तुम्हाला दरमहा किती रुपयांची गरज भासेल? (उदा. ₹१५,०००).
  ३. **चेकलिस्ट:** तुमचे सध्याचे म्युच्युअल फंड ॲप उघडा आणि त्यात 'Withdrawal' किंवा 'SWP' हा पर्याय कुठे आहे ते फक्त शोधून ठेवा.

आजची कृती: कागदावर दोन स्तंभ करा. एका बाजूला तुमची आजची SIP रक्कम लिहा आणि दुसऱ्या बाजूला भविष्यात तुम्हाला दरमहा किती SWP लागेल, तो आकडा लिहा.

५. माझी टिपणे

विचार करा: जर सरकारी पेन्शन नसेल, तर SWP हा तुमच्यासाठी निवृत्तीनंतरचा सर्वात मोठा आधार ठरू शकतो का?

> **आजची शपथ:** "मी केवळ पैसे साठवण्यावर थांबणार नाही, तर ते पैसे योग्य वेळी आणि योग्य पद्धतीने वापरण्याची कला (SWP) देखील आत्मसात करीन. माझे निवृत्तीनंतरचे आयुष्य आर्थिकदृष्ट्या स्वावलंबी असेल याची मी आजच खात्री करीन."

दिवस १०७: कार्यपद्धती आणि युनिट्स - पडद्यामागचे गणित

१. प्रस्तावना: पैसे कुठून येतात?

जेव्हा आपण बँकेतून पैसे काढतो, तेव्हा फक्त शिल्लक (Balance) कमी होते. पण म्युच्युअल फंडात मात्र 'युनिट्स'ची विक्री होते. जेव्हा तुम्ही SWP द्वारे एखादी ठराविक रक्कम मागता, तेव्हा फंड हाऊस तुमच्या वतीने नेमके किती युनिट्स विकते, हे त्या दिवसाच्या मार्केटच्या भावावर (NAV) अवलंबून असते. हे गणित समजल्याशिवाय तुम्ही तुमच्या निवृत्तीचे नियोजन करू शकत नाही.

२. आजचे शिक्षण : युनिट्स आणि NAV चा खेळ

अ. युनिट्सची विक्री कशी होते?

समजा तुम्हाला दरमहा ₹१०,००० ची SWP हवी आहे.

- **केस १ (मार्केट वर असताना):** जर आज एका युनिटची किंमत (NAV) ₹१०० असेल, तर तुमचे **१०० युनिट्स** विकले जातील. ($10,000 / 100 = 100$)
- **केस २ (मार्केट खाली असताना):** जर मार्केट पडले आणि NAV ₹८० झाली, तर त्याच ₹१०,००० साठी तुमचे **१२५ युनिट्स** विकले जातील. ($10,000 / 80 = 125$)

ब. मुद्दलावर होणारा परिणाम:

१. **वाढती बाजारपेठ:** जर तुमच्या फंडाचा परतावा (Return) तुम्ही काढत असलेल्या रकमेपेक्षा जास्त असेल, तर तुमचे मुद्दल आणि युनिट्सची किंमत दोन्ही वाढत राहतात.

२. **घसरती बाजारपेठ:** जर मार्केट सतत खाली जात असेल, तर त्याच रकमेसाठी जास्त युनिट्स विकावे लागतात. यामुळे तुमच्या पोर्टफोलिओमधील एकूण युनिट्सची संख्या वेगाने कमी होऊ शकते. यालाच 'Capital Erosion' (मुद्दल घटणे) म्हणतात.

३. माझी गोष्ट: 'युनिट्स'चा हिशोब का महत्त्वाचा?

माझ्या एका ओळखीच्या व्यक्तीने खूप जास्त रकमेची SWP लावली होती. मार्केट जेव्हा २०-३०% पडले, तेव्हा त्यांच्या खात्यातून खूप जास्त युनिट्स विकले गेले. जेव्हा मार्केट पुन्हा वर आले, तेव्हा त्यांच्याकडे नफा कमावण्यासाठी पुरेसे युनिट्सच शिल्लक नव्हते.

PGP प्रवासात मला समजले— **"SWP करताना केवळ रुपयांकडे बघू नका, तुमच्याकडे किती युनिट्स शिल्लक राहत आहेत, याकडे लक्ष द्या."**

४. कृती आराखडा : तुमच्या फंडाचे ऑडिट

आज तुम्हाला मार्केटच्या चढ-उताराचा परिणाम समजून घ्यायचा आहे.

१. **NAV तपासा:** तुमच्या कडे असलेल्या कोणत्याही एका फंडाची आजची NAV पहा.

२. **हिशोब करा:** जर तुम्हाला त्या फंडातून ₹५,००० काढायचे असतील, तर आज किती युनिट्स कमी होतील?

३. **तुलना:** जर त्या फंडाची NAV १०% ने पडली, तर तेवढ्याच ₹५,००० साठी किती जास्त युनिट्स विकावे लागतील, हे कागदावर लिहून काढा.

आजची कृती: तुमच्या पोर्टफोलिओमधील एखाद्या फंडाचा 'Statement of Account' डाउनलोड करा आणि त्यात 'Redemption' (पैसे काढणे) झाल्यावर युनिट्स कसे कमी होतात, ते पहा.

५. माझी टिपणे

विचार करा: जर मार्केट पडले असताना आपण कमी पैसे काढले, तर आपल्या युनिट्सची संख्या वाचवता येईल का?

> **आजची शपथ:** "मी केवळ दरमहा मिळणाऱ्या रकमेवर लक्ष ठेवणार नाही, तर माझ्या पोर्टफोलिओमधील शिल्लक युनिट्सचाही मागोवा घेईन. मार्केटच्या मोठ्या पडझडीत मी माझी पैसे काढण्याची रक्कम कमी करण्याचा (Flexibility) विचार करीन, जेणेकरून माझे मुद्दल दीर्घकाळ टिकेल."

दिवस १०८ : SWP कॅल्क्युलेटर - १ कोटीच्या मुद्दलावर पेन्शनचे गणित

१. प्रस्तावना: स्वप्नातील आकडा आणि वास्तव

अनेकांचे स्वप्न असते की त्यांच्याकडे १ कोटी रुपये असावेत. पण १ कोटी रुपये बँकेत ठेवून मिळणारे व्याज आणि म्युच्युअल फंडातून SWP द्वारे मिळणारे उत्पन्न यात जमीन-अस्मानाचा फरक असू शकतो. आज आपण प्रत्यक्ष कॅल्क्युलेटरचा वापर करून हे पाहणार आहोत की, १ कोटी रुपयांच्या कॉर्पसवर आपण आयुष्यभर सन्मानाने किती पैसे काढू शकतो.

२. आजचे शिक्षण : प्रॅक्टिकल सराव

समजा तुमच्याकडे **₹१,००,००,००० (१ कोटी)** जमा झाले आहेत आणि तुम्ही ते एका 'बॅलन्स्ड' फंडात गुंतवले आहेत (जिथे सरासरी १०-१२% परतावा मिळतो).

पर्याय १: ६% वार्षिक विथड्रॉवल (सुरक्षित मार्ग)

- **एकूण मुद्दल:** ₹१ कोटी
- **वार्षिक काढलेली रक्कम:** ₹६,००,०००
- **मासिक पेन्शन: ₹५०,०००**
- *परिणाम:* तुमचा परतावा १०-१२% असल्याने आणि तुम्ही फक्त ६% काढत असल्याने, तुमचे १ कोटी मुद्दल दरवर्षी वाढतच जाईल.

पर्याय २: ७% वार्षिक विथड्रॉवल (आक्रमक मार्ग)

- **एकूण मुद्दल:** ₹१ कोटी
- **वार्षिक काढलेली रक्कम:** ₹७,००,०००
- **मासिक पेन्शन: ₹५८,३३३**
- *परिणाम:* हे उत्पन्न जास्त आहे, पण मार्केटमध्ये मंदी आल्यास मुद्दलावर थोडा ताण येऊ शकतो.

महत्त्वाचा नियम: तुमची पैसे काढण्याची टक्केवारी (Withdrawal Rate) ही तुमच्या फंडाच्या अपेक्षित परताव्यापेक्षा (Expected Return) किमान ३-४% कमी असावी.

३. माझी गोष्ट: ५०,००० की ६०,०००?

माझ्या एका ओळखीच्या निवृत्त सरांनी १ कोटीवर महिना ₹८०,००० काढायला सुरुवात केली (८% रेट). सुरुवातीला सर्व ठीक होते, पण दोन वर्षे मार्केट सलग पडले तेव्हा त्यांचे मुद्दल ९० लाखांच्या खाली आले. त्यांना भीती वाटली आणि त्यांनी पैसे काढणे बंद केले.

त्याउलट, ज्यांनी ₹५०,००० पासून सुरुवात केली होती, त्यांचे मुद्दल ५ वर्षांनी १.२ कोटी झाले होते.

मला उमजले— **"SWP मध्ये लोभ न करणे हेच सर्वात मोठे आर्थिक यश आहे."**

४. कृती आराखडा : कॅल्क्युलेटरवर हात साफ करा

आज तुम्हाला स्वतःच्या भविष्यातील कॉर्पसचा हिशोब करायचा आहे.

१. **कॅल्क्युलेटर उघडा:** गुगलवर जाऊन 'Mutual Fund SWP Calculator' सर्च करा.

२. **डाटा भरा:**

- एकूण गुंतवणूक: ₹१,००,००,०००
- मासिक विथड्रॉवल: ₹५०,००० किंवा ₹६०,०००
- अपेक्षित परतावा: १०% (अंदाजे)
- कालावधी: २० किंवा २५ वर्षे

  ३. **निकाल पहा:** २० वर्षांनंतर तुमच्याकडे किती शिल्लक रक्कम (Final Balance) उरते, तो आकडा पाहून तुम्ही थक्क व्हाल!

आजची कृती: तुमच्या स्वतःच्या गरजेनुसार (उदा. तुम्हाला महिना ३० हजार हवे असतील तर) तुम्हाला किती मुद्दल साठवावे लागेल, याचा रिव्हर्स हिशोब करा.

५. माझी टिपणे

विचार करा: जर १ कोटीच्या मुद्दलावर ५० हजार महिना मिळत असेल आणि तरीही तुमचे मुद्दल वाढत असेल, तर ही सिस्टीम पेन्शनपेक्षा सरस नाही का?

> **आजची शपथ:** "मी माझे निवृत्तीचे नियोजन करताना लोभ टाळेन. मी माझ्या कॉर्पसवर केवळ 'सुरक्षित विथड्रॉवल रेट' (५% ते ६%) पाळीन, जेणेकरून माझे पैसे माझ्यापेक्षा जास्त आयुष्य जगतील आणि माझ्या कुटुंबालाही आधार देतील."

दिवस १०९ : महागाई आणि निवृत्ती - आजचे १०,००० उद्या किती?

१. प्रस्तावना: वेळ आणि पैशाचे मूल्य

अनेक लोक निवृत्तीचे नियोजन करताना आजच्या खर्चाचा विचार करतात. त्यांना वाटते की आज जर २०,००० रुपयात घर चालते, तर १५-२० वर्षांनंतरही तेवढेच लागतील. पण 'महागाई' (Inflation) हा एक असा सुप्त चोर आहे जो दरवर्षी तुमच्या पैशांची ताकद कमी करतो. आज आपण हे शिकणार आहोत की भविष्यातील वाढीव खर्चाचा सामना करण्यासाठी तुमची SWP रक्कम कशी ठरवायची.

२. आजचे शिक्षण : महागाईचा प्रभाव

अ. आजचे १०,००० रुपये १५ वर्षांनंतर किती?

समजा महागाईचा दर वार्षिक ६% आहे. तर तुमच्या पैशांचे मूल्य खालीलप्रमाणे बदलेल:

- **आज:** ₹१०,०००
- **५ वर्षांनंतर:** ₹१३,३८२
- **१० वर्षांनंतर:** ₹१७,९०८
- **१५ वर्षांनंतर: ₹२३,९६५**

याचा अर्थ असा की, जे सामान आज १० हजारात मिळते, तेच १५ वर्षांनंतर विकत घेण्यासाठी तुम्हाला जवळजवळ २४ हजार रुपये लागतील.

ब. SWP मध्ये महागाईचे नियोजन कसे करावे?

१. **Step-up SWP:** दरवर्षी तुमची विथड्रॉवल रक्कम ५% ते ६% ने वाढवा, जेणेकरून वाढत्या महागाईतही तुमचे जीवनमान टिकून.राहील.

२. **जास्त कॉर्पसची तयारी:** निवृत्तीसाठी लागणारा निधी (Corpus) मोजताना आजच्या खर्चाच्या किमान २ ते ३ पट जास्त रकमेचे लक्ष्य ठेवा.

३. **Equity चा आधार:** केवळ FD किंवा सुरक्षित पर्यायात पैसे ठेवल्यास महागाई तुम्हाला मागे टाकेल. म्युच्युअल फंडमधील वाढ (Growth) महागाईला हरवण्यास मदत करते.

३. माझी गोष्ट: तो ५,००० रुपयांचा हप्ता

माझ्या वडिलांनी जेव्हा १० वर्षांपूर्वी विमा पॉलिसी घेतली होती, तेव्हा त्यांना वाटले होते की निवृत्तीनंतर मिळणारे ₹५,००० खूप असतील. पण आज जेव्हा ते पैसे मिळायला सुरुवात झाली, तेव्हा समजले की आजच्या काळात ५,००० रुपयात केवळ गॅस आणि वीजबिल भरले जाते.

मला उमजले— **"भविष्यातील पेन्शनचे नियोजन करताना आजच्या आकड्यांवर विसंबून राहणे ही सर्वात मोठी चूक आहे."**

४. कृती आराखडा : तुमच्या भविष्यातील खर्चाचे ऑडिट

आज तुम्हाला महागाईच्या चष्म्यातून तुमचे भविष्य पाहायचे आहे.

१. **खर्चाची यादी करा:** आज तुमचा मासिक घरखर्च किती आहे? (उदा. ₹३०,०००).

२. **महागाई कॅल्क्युलेटर:** गुगलवर 'Inflation Calculator' सर्च करा आणि ६% दराने १५ किंवा २० वर्षांनंतर या खर्चाचा आकडा किती होतो ते पहा.

३. **SWP नियोजन:** जर तुमचा भविष्यातील खर्च ६०,००० होणार असेल, तर त्या हिशोबाने तुम्हाला किती मुद्दल (Corpus) जमा करावे लागेल? (दिवस १०८ चे गणित आठवा).

आजची कृती: तुमच्या डायरीत लिहा— "जर आज माझा खर्च X आहे, तर २० वर्षांनंतर मला किमान 3X रकमेची गरज भासणार आहे."

५. माझी टिपणे

विचार करा: जर तुम्ही तुमची SWP रक्कम दरवर्षी वाढवली नाही, तर १० वर्षांनंतर तुम्हाला पैशांची चणचण भासेल का?

> **आजची शपथ:** "मी माझे निवृत्तीचे नियोजन करताना महागाईचा (Inflation) विचार केंद्रस्थानी ठेवीन. मी केवळ आजच्या खर्चावर आधारित पेन्शन ठरवणार नाही, तर दरवर्षी माझी विथड्रॉवल रक्कम वाढवून (Step-up SWP) माझे जीवनमान सुरक्षित राखीन."

दिवस ११०: योग्य फंडांची निवड - तुमची पेन्शन कोठे सुरक्षित आहे?

१. प्रस्तावना: प्रत्येक फंडाचा स्वभाव वेगळा असतो

जेव्हा आपण पैसे साठवतो (SIP), तेव्हा आपल्याला चढ-उताराचा (Volatility) फायदा होतो. पण जेव्हा आपण पैसे काढतो (SWP), तेव्हा मोठा चढ-उतार आपल्यासाठी शत्रू ठरू शकतो. जर तुम्ही स्मॉल कॅप फंडातून पैसे काढत असाल आणि बाजार ३०% पडला, तर तुमचे मुद्दल खूप वेगाने संपू शकते. म्हणूनच, SWP साठी अशा फंडांची गरज असते जे स्थिर आहेत आणि जे पडत्या बाजारात स्वतःला सावरू शकतात.

२. आजचे शिक्षण : हायब्रीड आणि बॅलन्स्ड फंड का?

अ. स्मॉल कॅप आणि मिड कॅप का टाळावेत?

- हे फंड खूप अस्थिर असतात. जेव्हा मार्केट पडते, तेव्हा हे फंड ४०-५०% पडू शकतात.
- पडत्या मार्केटमध्ये पैसे काढल्यामुळे तुमचे युनिट्स वेगाने संपतात, ज्याला आपण **'Sequence of Returns Risk'** म्हणतो. यामुळे पुन्हा मार्केट वर आले तरी तुमच्याकडे नफा मिळवण्यासाठी पुरेसे युनिट्स उरत नाहीत.

ब. हायब्रीड आणि बॅलन्स्ड ॲडव्हांटेज फंड (BAF) चे फायदे:

१. **मिश्रण (Asset Allocation):** हे फंड इक्विटी (Equity) आणि डेट (Debt) या दोन्हीमध्ये पैसे गुंतवतात. त्यामुळे जेव्हा शेअर बाजार पडतो, तेव्हा 'डेट' विभाग पोर्टफोलिओला आधार देतो.

२. **कमी अस्थिरता:** हे फंड स्मॉल कॅपच्या तुलनेत खूप कमी पडतात. त्यामुळे SWP साठी लागणारे युनिट्स नियंत्रित पद्धतीने विकले जातात.

३. **ऑटोमॅटिक रिबॅलन्सिंग:** मार्केट महाग असेल तर हे फंड शेअर्स विकून डेटमध्ये पैसे ठेवतात आणि मार्केट स्वस्त असेल तर शेअर्स खरेदी करतात. हे 'पेन्शन' घेणाऱ्यासाठी उत्तम सुरक्षा कवच आहे.

३. माझी गोष्ट: तो चुकला आणि हा वाचला

माझ्या दोन मित्रांनी निवृत्तीनंतर २० लाखांची SWP लावली होती. एकाने ती 'स्मॉल कॅप' फंडात लावली आणि दुसऱ्याने 'बॅलन्स्ड ॲडव्हांटेज' फंडात.

जेव्हा २०२० मध्ये कोरोनामुळे मार्केट पडले, तेव्हा स्मॉल कॅपवाल्याचे २० लाख थेट १२ लाखांवर आले आणि त्याला महिना १५ हजार काढणे जड झाले. पण बॅलन्स्ड फंडवाल्याचे २० लाख फक्त १८ लाखांवर आले आणि मार्केट सावरल्यावर त्याचे मुद्दल पुन्हा २२ लाखांवर गेले.

मला उमजले— **"पैसे साठवताना 'वेग' महत्त्वाचा आहे, पण पैसे काढताना 'स्थिरता' (Stability) महत्त्वाची आहे."**

४. कृती आराखडा : तुमच्या फंडांचे वर्गीकरण करा

आज तुम्हाला तुमच्या पोर्टफोलिओकडे 'निवृत्ती'च्या नजरेतून पाहायचे आहे.

१. **कॅटेगरी तपासा:** तुमच्याकडे असलेल्या फंडांच्या कॅटेगरी पहा (Small, Mid, Large, Hybrid).

२. **जोखीम मोजा:** जर बाजार उद्या २०% पडला, तर तुमचा कोणता फंड सर्वात जास्त पडेल आणि कोणता सर्वात कमी?

३. **बदलाची तयारी:** जर तुम्ही निवृत्तीच्या जवळ असाल, तर तुमचे पैसे टप्प्याटप्प्याने इक्विटीमधून 'बॅलन्स्ड' किंवा 'हायब्रीड' फंडात हलवण्याचे (STP) नियोजन करा.

आजची कृती: कोणत्याही एका 'Balanced Advantage Fund' चे मागील ५ वर्षांचे रिपोर्ट कार्ड पहा आणि मार्केट पडलेल्या काळात त्याने स्वतःला कसे सावरले, याचे निरीक्षण करा.

५. माझी टिपणे

विचार करा: जास्त परताव्याच्या मोहात पडून तुम्ही तुमच्या पेन्शनची सुरक्षा धोक्यात घालणार का?

> **आजची शपथ:** "मी माझ्या SWP साठी केवळ परतावा (Returns) पाहणार नाही, तर फंडाची सुरक्षा आणि स्थिरता (Stability) तपासेन. मी माझ्या निवृत्तीनंतरच्या उत्पन्नासाठी हायब्रीड आणि बॅलन्स्ड फंडांचाच आधार घेईन, जेणेकरून कोणत्याही मार्केट कंडिशनमध्ये माझे मुद्दल सुरक्षित राहील."

दिवस १११ : टॅक्स प्लॅनिंग (Capital Gains) - तुमच्या पेन्शनवर सरकारचा किती हिस्सा?

१. प्रस्तावना: टॅक्सची भीती नको, नियोजन हवे!

जेव्हा तुम्ही बँकेत FD ठेवता, तेव्हा मिळणाऱ्या व्याजावर तुम्हाला तुमच्या टॅक्स स्लॅबनुसार (उदा. ३०%) कर भरावा लागतो. पण SWP चे सौंदर्य असे आहे की, तुम्ही काढलेली संपूर्ण रक्कम 'उत्पन्न' नसते. त्यातील फक्त 'नफ्याच्या' भागावरच टॅक्स लागतो. आज आपण हे शिकणार आहोत की टॅक्सचे नियम पाळून आपण आपले उत्पन्न कसे वाढवू शकतो.

२. आजचे शिक्षण : STCG आणि LTCG चे गणित

म्युच्युअल फंडातून पैसे काढताना (SWP) दोन प्रकारचे कर लागतात (प्रामुख्याने इक्विटी ओरिएंटेड फंडांसाठी):

१. STCG (Short Term Capital Gains - अल्पकालीन भांडवली नफा):

- जर तुम्ही गुंतवणूक केल्यापासून **१ वर्षाच्या आत** पैसे काढले (SWP सुरू केली), तर नफ्यावर **२०%** टॅक्स लागतो.
- म्हणूनच, शक्यतो गुंतवणूक केल्यावर १ वर्ष पूर्ण झाल्याशिवाय SWP सुरू करू नका.

२. LTCG (Long Term Capital Gains - दीर्घकालीन भांडवली नफा):

- जर तुम्ही गुंतवणूक केल्यापासून **१ वर्षानंतर** पैसे काढले, तर नफ्यावर **१२.५%** टॅक्स लागतो.
- **सवलत:** एका आर्थिक वर्षात ₹१.२५ लाखांपर्यंतचा दीर्घकालीन नफा (LTCG) **करमुक्त (Tax-Free)** असतो.

३. डेट फंड (Debt Funds):

- जर तुमचा फंड 'डेट' ओरिएंटेड असेल, तर त्यातील नफ्यावर तुमच्या वैयक्तिक टॅक्स स्लॅबनुसार कर लागतो.

३. महत्त्वाची टीप: संपूर्ण रकमेवर टॅक्स नसतो!

समजा तुम्ही ₹५०,००० काढले. हे ५०,००० तुमचे उत्पन्न नाही. यातला काही भाग तुमचे मूळ मुद्दल (Principal) असते आणि काही भाग नफा असतो. टॅक्स फक्त त्या 'नफ्या'वरच लागतो. यामुळेच SWP हा FD पेक्षा जास्त **'Tax Efficient'** (कर-कार्यक्षम) पर्याय मानला जातो.

४. कृती आराखडा : तुमच्या टॅक्सचे गणित करा

आज तुम्हाला तुमच्या गुंतवणुकीचा टॅक्स अँगल तपासायचा आहे.

१. **कालावधी तपासा:** तुम्ही ज्या फंडातून पैसे काढणार आहात, त्याला १ वर्ष पूर्ण झाले आहे का?

२. **हिशोब करा:** जर तुम्ही वर्षाला ६ लाख रुपये SWP मधून काढत असाल, तर त्यातील नफा किती आहे? तो ₹१.२५ लाखांच्या मर्यादेत आहे का?

३. **नियोजन:** जर तुमचा नफा मर्यादेपेक्षा जास्त असेल, तर टॅक्स वाचवण्यासाठी कुटुंबातील इतर सदस्यांच्या (ज्यांचा स्लॅब कमी आहे) नावे गुंतवणूक करण्याचे नियोजन करा.

आजची कृती: तुमच्या एखाद्या म्युच्युअल फंड स्टेटमेंटमधील 'Capital Gains Report' डाउनलोड करा आणि त्यात STCG आणि LTCG कसे दिसतात, ते पहा.

५. माझी टिपणे

विचार करा: जर वर्षाला १.२५ लाखांपर्यंतचा नफा करमुक्त असेल, तर सर्व सामान्यांसाठी SWP हा पेन्शनचा सर्वात स्वस्त मार्ग नाही का?

> **आजची शपथ:** "मी माझे SWP नियोजन करताना 'टॅक्स' घटकाचा गांभीर्याने विचार करीन. मी शक्यतो १ वर्ष पूर्ण झाल्याशिवाय मोठी विथड्रॉवल घेणार नाही आणि LTCG सवलतीचा (₹१.२५ लाख) पुरेपूर वापर करून माझे निव्वळ उत्पन्न वाढवीन."

दिवस ११२: सुरक्षित पैसे काढण्याचा दर - मुद्दल वाचवण्याचे तंत्र

- Making Your Savings Last A Lifetime

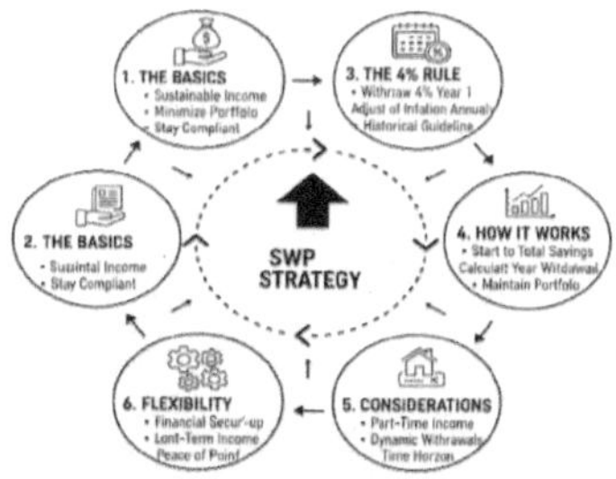

SECURE YOUR FINTURE: PLAN YOUR YOUR WEALTH, LIVE FONFIDENCE

१. प्रस्तावना: सोन्याचे अंडे देणारी कोंबडी

म्युच्युअल फंडमधील तुमची गुंतवणूक ही 'सोन्याचे अंडे देणाऱ्या कोंबडी'सारखी आहे. जर तुम्ही दरमहा फक्त अंडी (नफा) खाल्ली, तर कोंबडी सुरक्षित राहील. पण जर तुम्ही हव्यासापोटी कोंबडीच (मुद्दल) कापायला सुरुवात केली, तर काही दिवसात अंडी मिळणे बंद होईल. "Safe Withdrawal Rate" (SWR) म्हणजे नक्की किती अंडी काढायची, याचे जागतिक स्तरावर मान्य असलेले शास्त्र आहे.

२. आजचे शिक्षण : ४% ते ६% चा नियम काय आहे?

जगातील अनेक आर्थिक तज्ज्ञांच्या मते, तुमच्या निवृत्तीच्या पहिल्या वर्षी तुमच्या एकूण मुद्दलाच्या **४% ते ६%** पेक्षा जास्त रक्कम काढू नये.

अ. ४% चा नियम (अत्यंत सुरक्षित):

- जर तुमच्याकडे ₹१ कोटी आहेत, तर वर्षाला ₹४ लाख (म्हणजेच महिना ₹३३,३३३) काढा.
- **फायदा:** मंदीच्या काळातही तुमचे मुद्दल संपण्याची शक्यता जवळजवळ शून्य असते. तुमचे पैसे तुमच्यापेक्षा जास्त काळ जगतात.

ब. ६% चा नियम (मध्यम जोखीम):

- ₹१ कोटीवर वर्षाला ₹६ लाख (महिना ₹५०,०००) काढणे.
- **फायदा:** भारतीय बाजारपेठ विकसित होत असल्याने (१०-१२% परतावा), ६% चा दर भारतात 'सेफ' मानला जातो.

हा नियम का महत्त्वाचा आहे?

जर तुमचा फंड १०% परतावा देत असेल आणि तुम्ही ६% काढत असाल, तर उरलेले ४% तुमच्या मुद्दलात जमा होतात. हे उरलेले ४% तुम्हाला भविष्यातील **महागाई (Inflation)** सहन करण्यासाठी शक्ती देतात.

३. माझी गोष्ट: तो ८% चा मोह

माझ्या एका ओळखीच्या काकांनी त्यांच्या ५० लाखांच्या फंडावर ८% दराने (महिना ३३,०००) पैसे काढायला सुरुवात केली. सुरुवातीला सर्व नीट होते, पण जेव्हा बाजार २ वर्षे सलग स्थिर राहिला, तेव्हा त्यांना समजले की त्यांचे मुद्दल ४५ लाखांवर आले आहे. त्यांना नाईलाजाने आपली पेन्शन कमी करावी लागली.

मला उमजले— **"सुरक्षित दराने पैसे काढणे म्हणजे केवळ शिस्त नाही, तर ती स्वतःला दिलेली आर्थिक सुरक्षिततेची हमी आहे."**

४. कृती आराखडा : तुमच्या 'Safe Zone' ची गणना करा

आज तुम्हाला तुमच्या कल्पनेतील निवृत्ती निधीवर सुरक्षित दराचे गणित मांडायचे आहे.

१. **लक्ष्य ठरवा:** तुम्हाला निवृत्तीसाठी किती मुद्दल जमा करायचे आहे? (उदा. ₹५० लाख, ₹१ कोटी).

२. **४% चा हिशोब:** त्या रकमेच्या ४% काढा आणि त्याला १२ ने भागा. (तुमची 'सुपर सेफ' मासिक पेन्शन).

३. **६% चा हिशोब:** त्या रकमेच्या ६% काढा आणि त्याला १२ ने भागा. (तुमची 'प्रॅक्टिकल' मासिक पेन्शन).

४. **तुलना:** तुमच्या आजच्या मासिक खर्चाशी या आकड्यांची तुलना करा.

आजची कृती: तुमच्या डायरीत लिहा— "माझ्या एकूण मुद्दलाच्या ६% पेक्षा जास्त रक्कम मी कधीही वार्षिक विथड्रॉवल म्हणून घेणार नाही."

५. माझी टिपणे

विचार करा: जर तुम्ही सुरुवातीला थोडा कमी पैसा काढला, तर १० वर्षांनंतर तुमचे मुद्दल इतके वाढलेले असेल की तुम्ही जास्त रक्कम काढू शकाल. हा संयम तुम्ही पाळू शकाल का?

> **आजची शपथ:** "मी माझ्या निवृत्तीनंतरच्या उत्पन्नाचे नियोजन करताना '४% ते ६% च्या नियमाचा' आदर करीन. मी केवळ आजच्या गरजांसाठी माझे भविष्य आणि माझे मुद्दल धोक्यात घालणार नाही. शिस्तबद्ध विथड्रॉवल हीच माझ्या आर्थिक स्वातंत्र्याची गुरुकिल्ली असेल."

दिवस ११३ : पेन्शनचे प्रकार - तुमच्या गरजेनुसार धोरण निवडा

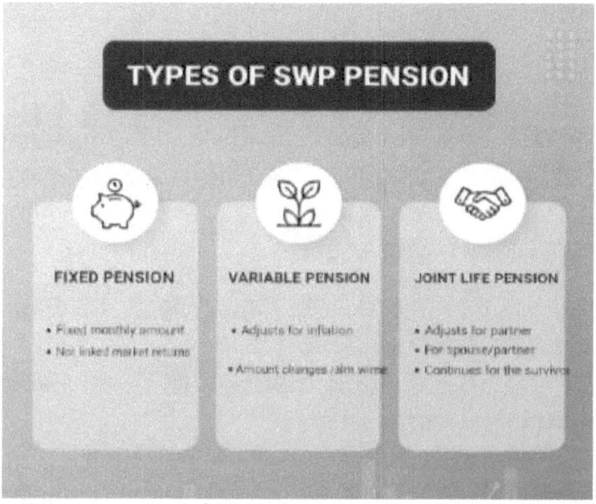

१. प्रस्तावना: तुमची गरज काय आहे?

जेव्हा आपण SWP सुरू करतो, तेव्हा आपल्याकडे दोन मुख्य मार्ग असतात. पहिला मार्ग म्हणजे दरमहा एक 'निश्चित आकडा' खात्यात येणे, आणि दुसरा मार्ग म्हणजे फक्त झालेला 'नफा' काढून घेणे. या दोन्ही पद्धतींचे स्वतःचे फायदे आणि तोटे आहेत. आज आपण हे समजून घेणार आहोत की तुमच्यासाठी कोणता पर्याय सर्वोत्तम आहे.

२. आजचे शिक्षण : दोन मुख्य प्रकार

अ. फिक्स्ड अमाउंट (Fixed Amount SWP):

- **काय आहे?**: तुम्ही ठरवता की मला दरमहा ₹२५,००० हवे आहेत. मार्केट वर असो वा खाली, फंड हाऊस तुमच्या खात्यात ₹२५,००० जमा करते.
- **फायदा**: तुमचे बजेट फिक्स असते. तुम्हाला माहिती असते की महिन्याला किती पैसे येणार आहेत.
- **तोटा**: मार्केट खूप पडलेले असतानाही तेवढीच रक्कम काढल्यामुळे जास्त युनिट्स विकावे लागतात, ज्यामुळे मुद्दलावर ताण येतो.

ब. अप्रीशिएशन विथड्रॉवल (Capital Appreciation Withdrawal):

- **काय आहे?**: तुम्ही फक्त झालेला 'नफा' (Appreciation) काढता. जर एखाद्या महिन्यात नफा झाला नाही, तर तुम्ही पैसे काढत नाही.
- **फायदा**: तुमचे मूळ मुद्दल (Principal) नेहमी सुरक्षित राहते. तुम्ही फक्त 'कोंबडीने दिलेली अंडी' खाता.
- **तोटा**: तुमचे मासिक उत्पन्न अनिश्चित असते. एखाद्या महिन्यात जास्त पैसे मिळतील, तर एखाद्या महिन्यात काहीच मिळणार नाही.

३. निवड कशी करावी? (Decision Matrix)

१. **जर तुम्ही पूर्णपणे पेन्शनवर अवलंबून असाल:** तर 'फिक्स्ड अमाउंट' निवडा, पण 'सेफ विथड्रॉवल रेट' (५-६%) पाळा.

२. **जर तुमच्याकडे उत्पन्नाचे इतर स्रोत असतील:** तर 'अप्रीशिएशन विथड्रॉवल' निवडा. यामुळे तुमची संपत्ती वेगाने वाढेल आणि तुम्ही केवळ वाढीव नफ्याचा आनंद घेऊ शकाल.

४. कृती आराखडा : तुमच्या स्वभावाची चाचणी

आज तुम्हाला हे ठरवायचे आहे की तुम्हाला कोणत्या प्रकारची 'शांती' हवी आहे.

१. **परिस्थिती १:** समजा तुम्ही ५० लाख गुंतवले आहेत. तुम्हाला दरमहा स्थिर ₹२५,००० हवे आहेत की दरमहा नफ्यानुसार बदलणारी रक्कम?

२. **तुलना:** फिक्स्ड अमाउंटमध्ये 'शिस्त' आहे, तर अप्रीशिएशनमध्ये 'मुद्दलाची सुरक्षा' आहे. तुमच्या कुटुंबासाठी काय महत्त्वाचे आहे?

३. **नियोजन:** जर तुम्ही फिक्स्ड अमाउंट निवडली, तर मंदीच्या काळात खर्च कमी करण्याची तुमची तयारी आहे का?

आजची कृती: तुमच्या डायरीत लिहा— "मी माझ्या निवृत्तीसाठी [Fixed / Appreciation] पद्धतीची निवड करीन कारण [तुमचे कारण]."

५. माझी टिपणे

विचार करा: 'हायब्रीड' मार्ग शक्य आहे का? म्हणजे किमान घरखर्चासाठी 'फिक्स्ड' आणि चैनीसाठी 'अप्रीशिएशन' वापरणे?

> **आजची शपथ:** "मी माझ्या पेन्शनचा प्रकार निवडताना माझ्या कौटुंबिक गरजांचा विचार करीन. मी केवळ आकड्यांकडे न पाहता, मानसिक शांतता आणि आर्थिक सुरक्षा यांचा समतोल साधेन. मी निवडलेल्या पद्धतीनुसार माझे बजेट शिस्तबद्धपणे चालवेन."

दिवस ११४ : टॉप रेटेड फंड्सचा अभ्यास - ऐतिहासिक कामगिरीचे विश्लेषण

१. प्रस्तावना: इतिहासातील धडा

कोणताही फंड निवडताना त्याने कठीण काळात (उदा. २००८ ची मंदी, २०१३ चा रुपयाचा घसरलेला दर किंवा २०२० चा कोरोना काळ) स्वतःला कसे सावरले, हे पाहणे महत्त्वाचे असते. आज आपण अशा ५ फंडांच्या कॅटेगरी पाहणार आहोत ज्यांनी 'SWP' साठी स्वतःला सिद्ध केले आहे.

(टीप: ही उदाहरणे अभ्यासासाठी आहेत, ही गुंतवणूक करण्याची शिफारस नाही. गुंतवणुकीपूर्वी आर्थिक सल्लागाराचा सल्ला घ्या.)

२. आजचे शिक्षण : ५ प्रमुख फंडांचे विश्लेषण

SWP साठी प्रामुख्याने **Balanced Advantage (BAF)** आणि **Aggressive Hybrid** फंड सर्वोत्तम मानले जातात.

१. **ICICI Prudential Balanced Advantage Fund:**

- **वैशिष्ट्य:** हा या कॅटेगरीमधील सर्वात जुन्या आणि मोठ्या फंडांपैकी एक आहे.
- **कामगिरी:** मंदीच्या काळात हा फंड कमी पडतो कारण हे मॉडेल 'Low Buy, High Sell' वर काम करते. नियमित पेन्शनसाठी हा अत्यंत 'स्थिर' मानला जातो.

२. **HDFC Balanced Advantage Fund:**

- **वैशिष्ट्य:** हा फंड थोडा 'Aggressive' आहे. म्हणजेच तेजीच्या काळात हा जास्त परतावा देतो.
- **कामगिरी:** ज्यांना महागाईपेक्षा जास्त वेगाने मुद्दल वाढवायचे आहे त्यांच्यासाठी हा उत्तम आहे, पण यात चढ-उतार थोडा जास्त असतो.

३. **SBI Equity Hybrid Fund:**

- **वैशिष्ट्य:** हा 'Aggressive Hybrid' कॅटेगरीत येतो. यात ६५-८०% इक्विटी असते.
- **कामगिरी:** गेल्या १५ वर्षांत याने सातत्याने लाभांश आणि SWP साठी पोषक परतावा दिला आहे.

४. **Mirae Asset Hybrid Equity Fund:**

- **वैशिष्ट्य:** हा फंड आपल्या 'Stock Selection' साठी प्रसिद्ध आहे.
- **कामगिरी:** दीर्घकालीन SWP साठी ज्यांना ग्रोथ आणि स्थिरता यांचा समतोल हवा आहे, त्यांच्यासाठी हा एक चांगला पर्याय ठरला आहे.

५. **Kotak Balanced Advantage Fund:**

- **वैशिष्ट्य:** हा फंड 'Dynamic Asset Allocation' वापरतो.
- **कामगिरी:** बाजारातील जोखमीनुसार हा फंड डेट आणि इक्विटीमधील प्रमाण बदलतो, ज्यामुळे SWP घेणाऱ्याला मानसिक शांतता मिळते.

३. निरीक्षणाचे मुद्दे (Checklist)

या फंडांचा अभ्यास करताना ३ गोष्टी महत्त्वाच्या दिसतात:

- **Downside Protection:** बाजार कोसळल्यावर हे फंड इंडेक्सपेक्षा कमी पडले.
- **Consistency:** यांनी दरवर्षी न चुकता परतावा दिला आहे.
- **AUM (Asset Under Management):** या फंडांचा आकार मोठा आहे, ज्यामुळे मोठ्या विथड्रॉवलचा फंडावर ताण येत नाही.

४. कृती आराखडा : स्वतःचे संशोधन करा

आज तुम्हाला या फंडांच्या डेटाची पडताळणी करायची आहे.

१. **वेबसाईटला भेट द्या:** 'Value Research Online' किंवा 'Morningstar' वर जा.

२. **तुलना करा:** वरीलपैकी कोणत्याही दोन फंडांची १० वर्षांची कामगिरी पहा.

३. **SWP टेस्ट:** जर तुम्ही १० वर्षांपूर्वी १ कोटी गुंतवून ६० हजार महिना काढला असता, तर आज किती शिल्लक राहिले असते, हे तिथल्या 'SWP Calculator' वर तपासा.

आजची कृती: तुमच्या वॉचलिस्टमध्ये एका 'Balanced Advantage Fund' चे नाव जोडा आणि त्याचा 'Expense Ratio' किती आहे ते पहा.

५. माझी टिपणे

विचार करा: जर एखाद्या फंडाचा गेल्या १० वर्षांचा सरासरी परतावा १२% असेल आणि तुम्ही ६% SWP घेत असाल, तर उरलेले ६% तुमच्या भविष्यातील महागाईसाठी किती मोठी सुरक्षा ढाल बनतील?

> **आजची शपथ:** "मी केवळ मागच्या वर्षीचा परतावा पाहून फंड निवडणार नाही. मी फंडाचा १०-१५ वर्षांचा इतिहास, त्याचा मंदीतील बचाव आणि फंडाची स्थिरता तपासेन. मी माझ्या निवृत्तीच्या उत्पन्नासाठी प्रस्थापित आणि विश्वासार्ह फंड हाऊसेसचीच निवड करीन."

दिवस ११५ : प्रत्यक्ष अंमलबजावणी - तुमची पेन्शन सिस्टीम सुरू करा

१. प्रस्तावना: सिस्टीम सुरू करण्याची वेळ

आतापर्यंत आपण नियोजन केले, फंड निवडले आणि टॅक्स समजून घेतला. आज आपण ती 'पाइपलाइन' जोडणार आहोत जी तुमच्या म्युच्युअल फंडातून दरमहा तुमच्या बँक खात्यात पैसे घेऊन येईल. बहुतांश म्युच्युअल फंड ॲप्स (उदा. Groww, Coin by Zerodha, Kuvera किंवा थेट AMC ॲप्स) मध्ये ही प्रक्रिया सारखीच असते.

२. आजचे शिक्षण : स्टेप-बाय-स्टेप प्रोसेस

तुमच्या ॲपमध्ये SWP सेट करण्यासाठी खालील पायऱ्या फॉलो करा:

पायरी १: फंडाची निवड (Select Fund)

- तुमच्या पोर्टफोलिओमध्ये जा आणि ज्या फंडातून (उदा. Balanced Advantage Fund) तुम्हाला पैसे काढायचे आहेत, त्यावर क्लिक करा.

पायरी २: 'Withdraw' किंवा 'SWP' पर्याय निवडा

- तिथे तुम्हाला 'Redeem' किंवा 'Withdraw' बटण दिसेल. त्याखाली 'Systematic Withdrawal Plan (SWP)' हा पर्याय निवडा.

पायरी ३: विथड्रॉवल तपशील भरा (Fill Details)

- **Amount:** तुम्हाला दरमहा किती रुपये हवे आहेत? (उदा. ₹१०,०००).
- **Frequency:** मासिक (Monthly) हा पर्याय निवडा.
- **Date:** कोणत्या तारखेला पैसे हवे आहेत? (पगार किंवा घरखर्चाच्या तारखेनुसार ५ किंवा १० तारीख निवडा).

पायरी ४: कालावधी निश्चित करा (Duration)

- तुम्ही हा प्लॅन किती काळासाठी सुरू ठेवू इच्छिता? (उदा. पुढील ३० वर्षे किंवा जोपर्यंत युनिट्स शिल्लक आहेत तोपर्यंत).

पायरी ५: पुष्टीकरण (Confirmation)

- सर्व तपशील तपासा आणि 'Confirm' किंवा 'OTP' टाकून प्रक्रिया पूर्ण करा.

३. अंमलबजावणीपूर्वीची चेकलिस्ट (Final Checklist)

- **Exit Load:** तुम्ही ज्या फंडातून पैसे काढत आहात, त्याला १ वर्ष पूर्ण झाले आहे का? (१ वर्षाच्या आत काढल्यास १% एक्झिट लोड लागू शकतो).

- **Bank Account:** तुमचे बँक खाते 'Primary' म्हणून सेट आहे ना, हे तपासा; कारण पैसे त्याच खात्यात येतील.
- **Safety Margin:** तुम्ही काढत असलेली रक्कम तुमच्या एकूण मुद्दलाच्या वार्षिक ६% पेक्षा जास्त नाही ना, याची पुन्हा खात्री करा.

४. कृती आराखडा : मॉक ड्रिल (Mock Drill)

आज तुम्हाला प्रत्यक्ष SWP सुरू करायची नसली, तरी ती प्रक्रिया कुठपर्यंत जाते हे पाहायचे आहे.

१. **ॲप उघडा:** तुमचे म्युच्युअल फंड ॲप उघडा.

२. **पर्याय शोधा:** वर दिलेल्या पायऱ्यांनुसार SWP च्या स्क्रीनपर्यंत जा.

३. **कॅल्क्युलेशन:** तुमच्या सध्याच्या एका फंडावर ₹५०० ची SWP सेट करून पहा (प्रक्रिया समजण्यासाठी).

४. **नोंद करा:** तुमच्या डायरीत तुमची 'Target Date' लिहा— ज्या दिवशी तुम्ही किमान ₹५०,००० ची SWP सुरू करण्याचे ध्येय ठेवले आहे.

आजची कृती: तुमच्या ॲपमधील 'Transaction History' मध्ये जाऊन 'Upcoming Transactions' विभाग पहा, तिथे तुमची नियोजित SWP दिसतेय का ते तपासा.

५. माझी टिपणे

विचार करा: ही प्रक्रिया सेट करण्यासाठी फक्त २ मिनिटे लागतात, पण ती तुम्हाला पुढील ३० वर्षांची निश्चिंतता देऊ शकते.

> **आजची शपथ:** "मी केवळ पैसे साठवून थांबणार नाही. मी माझी 'विथड्रॉवल सिस्टीम' अशा प्रकारे सेट करीन की मला निवृत्तीनंतर पैशांसाठी कोणासमोरही हात पसरण्याची गरज उरणार नाही. मी आर्थिकदृष्ट्या साक्षर आणि स्वतंत्र नागरिक म्हणून माझे जीवन सन्मानाने जगिन."

भाग १: पायाभरणी - समारोप आणि पुढील प्रवासाची ओढ

आज ११५ दिवसांचा हा टप्पा पूर्ण करताना मागे वळून पाहिलं तर लक्षात येतं की, आपण फक्त दिवस मोजले नाहीत, तर विचारांची एक भक्कम 'पायाभरणी' केली आहे. पहिल्या दिवसापासून सुरू झालेला हा प्रवास, स्वतःला ओळखण्याचा आणि बदलाची बीजं पेरण्याचा होता.

कोणत्याही भव्य इमारतीचं अस्तित्व तिच्या न दिसणाऱ्या पायावर अवलंबून असतं. या ११५ दिवसांत आपण आपल्या ध्येयाचा, शिस्तीचा आणि मानसिकतेचा तोच अदृश्य पण कणखर पाया रचला आहे. अडथळे आले, शंका निर्माण झाल्या, पण प्रत्येक दिवसाने आपल्याला काहीतरी नवीन शिकवलं. आज आपण जिथे उभे आहोत, तिथे आत्मविश्वास आहे आणि भविष्यातील आव्हानांना पेलण्याची तयारी आहे. 'पायाभरणी'चा हा भाग इथे संपत असला तरी, तो एका मोठ्या बदलाची नांदी आहे.

भाग २ ची उत्कंठा (दुसऱ्या भागाची झलक)

पाया तर रचला गेला आहे, पण आता वेळ आहे त्यावर कर्तृत्वाचा कळस चढवण्याची!

पुढच्या भागात आपण 'पायाभरणी'कडून 'प्रगती'कडे वाटचाल करणार आहोत. आतापर्यंत जे शिकलं, जे साठवलं, त्याची प्रत्यक्ष अंमलबजावणी कशी करायची? जेव्हा जग तुमच्या संयमाची परीक्षा घेईल, तेव्हा पाय रोवून कसं उभं राहायचं?

भाग २ मध्ये उलगडणार आहे:

नवे आयाम: केवळ सराव नाही, तर 'मास्टरी' मिळवण्याचा प्रवास.
अनपेक्षित वळणे: अशा काही गोष्टी ज्या तुम्हाला अधिक प्रगल्भ बनवतील.
यशाची शिखरे: पायाभरणीतून साध्य होणाऱ्या निकालांची पहिली झलक.
प्रवास आता अधिक वेगवान आणि अधिक रोमांचक होणार आहे. तयार राहा, कारण खऱ्या संघर्षाची आणि विजयाची गाथा आता सुरू होत आहे...

लवकरच भेटूया भाग २ मध्ये!

Authors books

Amazon english book link

https://amzn.in/d/2tm92SA

Amazon Marathi book link

https://amzn.in/d/iUJU9na

Amazon Hindi book link

https://amzn.in/d/9osPFOP

THE SECRET OF BLISSFULL HEALTH : YOUR PATH TO HAPPINESS

Notion Press English Book link paperback

https://www.flipkart.com/secret-blissfull-health/p/itm2fb1227921b30?pid=9798893223286&affid=editornoti

https://amzn.in/d/iXppMoS

https://amzn.in/d/iXppMoS

https://amzn.eu/d/bh1lxxe

eBook amazon kindle

https://amzn.in/d/6LBB45B

SAMPOORNA SWASTHYA : AANAND AANI SAMRUDDHICHA MARG / संपूर्ण स्वास्थ्य : आनंद आणि समृद्धीचा मार्ग

https://notionpress.com/read/sampoorna-swasthya-aanand-aani-samruddhicha-marg

Complete Health: The Path to Happiness and Prosperity / संपूर्ण स्वास्थ्य : खुशियों और समृद्धि की राह

https://notionpress.com/read/complete-health-the-path-to-happiness-and-prosperity

https://www.flipkart.com/complete-health/p/itmd1d169f32ca32?pid=9798892774642&affid=editornoti

amazon paperback

https://amzn.in/d/8DfYanY

शिक्षणाची आवड

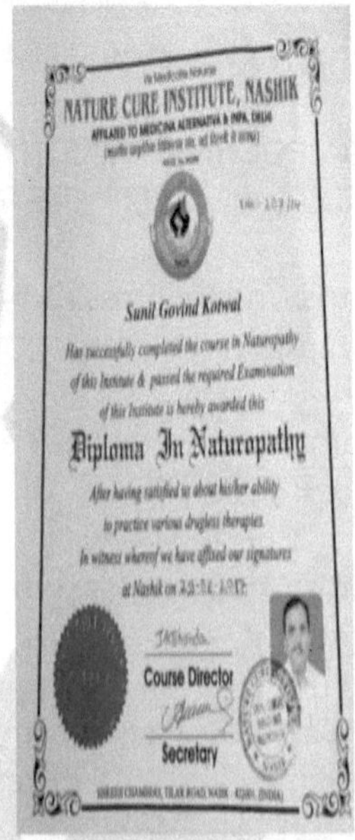
NATURE CURE INSTITUTE, NASHIK

Sunil Govind Kotwal

Has successfully completed the course in Naturopathy of this Institute & passed the required Examination of this Institute is hereby awarded this

Diploma In Naturopathy

After having satisfied us about his/her ability to practice various drugless therapies.

In witness whereof we have affixed our signatures at Nashik on

Course Director

Secretary

www.ingramcontent.com/pod-product-compliance
Lightning Source LLC
LaVergne TN
LVHW100301210926
848480LV00003B/986